ഓർമ്മകളുടെ തൂവാനത്തുമ്പികൾ
രാധാലക്ഷ്മി

ഓർമ്മ

ഓർമ്മകളുടെ തൂവാനത്തുമ്പികൾ

രാധാലക്ഷ്മി

ഗ്രീൻ ബുക്സ്

green books private limited
gb building, civil lane road, ayyanthole,
thrissur- 680 003, kerala, ph: +91 487-2381066, 2381039
website: www.greenbooksindia.com
e-mail: info@greenbooksindia.com

malayalam
ormakalute thoovanathumpikal
memoirs
radhalakshmi

first published november 2017

cover design : rajesh chalode

branches:
thrissur 0487-2422515
palakkad 0491-2546162
kannur 0497-2763038
thiruvananthapuram 8589095301

isbn : 978-93-87331-24-2

no part of this publication may be reproduced,
or transmitted in any form or by any means,
without prior written permission of the publisher.

GBPL/979/2017

മുഖക്കുറി

ചലച്ചിത്രത്തിലൂടെ അനശ്വരനായ പത്മരാജന്റെ ജീവിതസഖി രാധാലക്ഷ്മി, തന്റെ ജീവിതത്തിലേക്ക് തിരിഞ്ഞുനോക്കുന്നു. സ്വപ്നഭംഗി നിറഞ്ഞ മധുര സ്മരണകൾ, യൗവ്വനകാലം, പിന്നെ കാമുകിയും ഭാര്യയും അമ്മയും മുത്തശ്ശിയുമാകുന്ന കാലസംക്രമണങ്ങളുടെ വിഷാദവും സാന്ത്വനങ്ങളും... സ്പന്ദിക്കുന്ന ഓർമ്മകൾ. പ്രസന്നമായ ശൈലിയും ലളിതമായ പ്രതിപാദനവും. പത്മരാജന്റെ വേർപാടിന്റെ നോവുകൾ ഈ ഓർമ്മക്കുറിപ്പുകളെ സവിശേഷ അനുഭവമാക്കുന്നു.

കൃഷ്ണദാസ്
മാനേജിങ് എഡിറ്റർ

ആമുഖം

അനുഭവസമ്പന്നവും സഫലവുമായ തന്റെ ജീവിതത്തിലേക്കുള്ള തിരിഞ്ഞുനോട്ടമാണ് ഓർമ്മകളുടെ തൂവാനത്തുമ്പികൾ എന്ന ഈ ലേഖനസമാഹാരം. കുടുംബത്തിന്റെ സ്നേഹവാത്സല്യങ്ങളുടെ നനവേറ്റു വളർന്ന ബാല്യകൗമാരങ്ങളും സ്വപ്നഭംഗി നിറഞ്ഞ യൗവ്വന കാലവും പിന്നിട്ട് കാമുകിയും ഭാര്യയും അമ്മയും മുത്തശ്ശിയുമാകുന്ന ഗ്രന്ഥകർത്രി, അഴകും ആഴവും നൽകിയ അനുഭവങ്ങളും ഓർമ്മകളും അതീവ ചാരുതയോടെ പ്രതിപാദിക്കുന്നു. അതിൽ ഉടനീളം സ്പന്ദിക്കുന്ന ആത്മാർത്ഥത ഹൃദയാഭിരാമമായിട്ടുള്ളതാണ്.

മലയാള സിനിമയിലെ എക്കാലത്തേയും ക്ലാസ്സിക്കായ ഒരിടത്തൊരു ഫയൽവാൻ എന്ന ചലച്ചിത്രത്തിലൂടെ അനശ്വരനായ പത്മരാജന്റെ ജീവിതസഖിയെന്ന നിലയിലും സഹപ്രവർത്തക (ആകാശവാണിക്കാലം) യെന്ന നിലയിലും ഗ്രന്ഥകർത്രി, തന്റെ നേട്ടങ്ങളുടേയും വിജയങ്ങളുടേയും പിന്നിലുള്ള ശക്തിയായിരുന്നുവെന്ന് പത്മരാജൻ രേഖപ്പെടുത്തിയിട്ടുള്ളതാണ്. പുരുഷന്റെ വിജയങ്ങളുടെ ശില്പിയാവുന്നത് സ്ത്രീയാണെന്ന നിത്യസത്യമാണ് പത്മരാജനും രാധാലക്ഷ്മിയും തമ്മിലുള്ള ദാമ്പത്യജീവിതം നിശ്ശബ്ദമായി പ്രഖ്യാപിക്കുന്നത്. പൊടുന്നനെ നിലച്ചുപോയ ഒരു ഗാനം പോലെ പത്മരാജന്റെ വേർപാട്. അതു സംഭവിച്ചിട്ട് ഇരുപത്തഞ്ചു കൊല്ലങ്ങൾ പിന്നിടുകയാണെങ്കിലും അകാലത്തിൽ ഉണ്ടായ ആ മരണം സൃഷ്ടിച്ച വിടവ് ദുഃഖതപ്തമായ ഓർമ്മയായിത്തന്നെ നിൽക്കുന്നു. അദ്ദേഹത്തെപ്പോലെ അതിവിപുലമായൊരു സൗഹൃദവൃത്തം ഉണ്ടാക്കാൻ ശ്രീമതി രാധാലക്ഷ്മി പത്മരാജന് സാധിച്ചിട്ടുണ്ട്. അതിന്റെ വാചാലമായ രേഖകളാണ് ഈ സമാഹാരത്തിലെ പല ഓർമ്മക്കുറിപ്പുകളും.

പ്രസന്നമായ ശൈലിയും ലളിതമായ പ്രതിപാദനവും ഈ ഓർമ്മക്കുറിപ്പുകളെ സവിശേഷ അനുഭവമാക്കുന്നു.

ചരിത്രം നിർമ്മിക്കുന്നത് ഓർമ്മകളാണല്ലോ. അവയിലൂടെ സാമൂഹിക-സാംസ്ക്കാരിക ജീവിതത്തിന്റെ ആയുർരേഖകൾ കണ്ടെത്തുന്നതാണ് ഈ സമാഹാരം.

എസ്. ജയചന്ദ്രൻ നായർ

ഉള്ളടക്കം

എനിക്ക് നഷ്ടപ്പെട്ടത് 11
അമ്പതു വർഷങ്ങൾക്കു ശേഷം 25
ഞവരയ്ക്കൽ തറവാട്ടിലെ അമ്മ 33
ദാമ്പത്യജീവിതം – ആദ്യവർഷങ്ങൾ 47
എഴുത്തച്ഛന്റെ ഗുരുമഠം 51
ഒരു ഫ്ളാഷ് ബാക്ക് 61
മകരമഞ്ഞിന്റെ കുളിരിൽ 68
എത്രയോ അറിയപ്പെടാത്തവർ 71
ഒരു ആതിരസന്ധ്യയിൽ 77
അനായാസേന 82
മാധവിക്കുട്ടി – എന്റെ ഓർമ്മയിൽ 89
നാദം നിലച്ച ഓടക്കുഴൽ 95
മൂന്നാം തലമുറ 106
ദി മാസ്റ്റർ 114
നന്മകളുടെ സൂര്യൻ – കഥയുടെ കഥ 117
നിശ്ശബ്ദ സേവനത്തിന്റെ മഹനീയ മാതൃക 123
വേദനകളെ വെല്ലുവിളിച്ച ലൈല 129
എല്ലാവരേയും ചിരിപ്പിച്ചിട്ട് ഒടുവിൽ 133

ഒന്ന്
എനിക്ക് നഷ്ടപ്പെട്ടത്

പ്രായം ചെല്ലുന്തോറും മനസ്സ് കൂടുതൽ സമയം പുറകോട്ടോടുകയും കഴിഞ്ഞതെല്ലാം നല്ലതായിരുന്നു എന്ന തീരുമാനത്തിൽ എത്തിച്ചേരുകയും ചെയ്യുന്നു. ഇന്നിനെക്കുറിച്ചോ, നാളെയെക്കുറിച്ചോ ഒന്നും ചിന്തിക്കാനില്ലാത്തതുപോലെ എന്തിനിങ്ങനെ കഴിഞ്ഞകാലത്തെക്കുറിച്ചു മാത്രം ഓർക്കുന്നു എന്ന് പലപ്പോഴും സ്വയം വിശകലനം ചെയ്യാൻ ശ്രമിക്കാറുണ്ട്. എഴുപതുകളിലേക്കു കടക്കുന്ന ഒരു സ്ത്രീയോ പുരുഷനോ, ഭാവി എന്നത് എത്രകുറച്ചു നാളുകൾക്കു മാത്രമാണ് എന്ന തോന്നലു കൊണ്ടോ, അന്ത്യനാളുകൾ അടുത്തുവരുന്നു എന്ന പേടികൊണ്ടോ ആവാം ഭാവിയെക്കുറിച്ചു സ്വപ്നം കാണാൻ നില്ക്കാതെ കഴിഞ്ഞകാലങ്ങളിലേക്കുമാത്രം മനസ്സിനെ പായിക്കാൻ പ്രേരിതരാവുന്നത്. കുറേശ്ശെ കുറേശ്ശെയായി ഓർമ്മകളും താത്പര്യങ്ങളും കുറഞ്ഞുവരുന്നത് സ്വയം അറിയിക്കുന്നു. കഴിഞ്ഞ നല്ല കാലങ്ങളെക്കുറിച്ചുമാത്രം വാതോരാതെ സംസാരിക്കാൻ തുനിയുമ്പോൾ പുതിയ തലമുറ അതു ശ്രദ്ധിക്കാൻ തങ്ങൾക്കു സമയവും താത്പര്യവുമില്ലെന്ന് പറയാതെ പറയുമ്പോൾ, അച്ഛന് പഴയ കാര്യങ്ങളൊക്കെ നല്ല ഓർമ്മയാണ് എന്ന് വർഷങ്ങൾക്കു മുമ്പ് മറ്റുള്ളവരോടും പറഞ്ഞു ചിരിച്ച കാര്യം ഓർത്തു ഞെട്ടുന്നു. അതേ നിലയിൽ എത്തിപ്പെട്ടിരിക്കുന്നു എന്ന സത്യം നടുക്കുന്നു.

കഴിഞ്ഞ ഇരുപത്തിയഞ്ചു വർഷങ്ങളായി ഭൂതകാലത്തെക്കുറിച്ചു മാത്രം ചിന്തിച്ചയാളാണ് ഞാൻ. കഴിഞ്ഞകാലങ്ങളെക്കുറിച്ച് അഞ്ചു പുസ്തകങ്ങളാണ് എഴുതിയത്. വീണ്ടും എഴുതിക്കൊണ്ടിരിക്കുന്നതും അതു തന്നെ. അക്കൂട്ടത്തിൽ ഇതാ വീണ്ടും ഒന്നു കൂടി. ഈ ലേഖനത്തിന് എന്തു ടൈറ്റിൽ ഇടും എന്ന് എനിക്കൊട്ടും ചിന്തിക്കേണ്ടി വന്നില്ല. എനിക്കു നഷ്ടപ്പെട്ടത് എന്നു തലക്കെട്ടു കൊടുക്കുമ്പോൾ, എന്റെ എല്ലാ നഷ്ടങ്ങളെയും കുറിച്ചല്ല ഞാനെഴുതാൻ ഒരുമ്പെടുന്നത് എന്നുകൂടി പറയട്ടെ. തിരുവനന്തപുരത്തെ കോൺക്രീറ്റ് കെട്ടിടങ്ങൾക്കു നടുവിൽ അതുപോലൊരു കെട്ടിടത്തിൽ ജീവിതം തളയ്ക്കപ്പെടുമ്പോൾ, ഈ

തടവറയിൽ നിന്നിറങ്ങി പ്രകൃതിരമണീയതയുടെ ആ സ്വച്ഛലോകത്തിലേക്ക് മനസ്സ് അറിയാതെ പറന്നുപോകുന്നു. ഇനി ഇങ്ങോട്ട് വരാത്ത വണ്ണം പോയ്മറഞ്ഞ, പാലക്കാടൻ ചുരങ്ങൾ കടന്നുവരുന്ന കോടക്കാറ്റുകളുടെയും ധനുമാസത്തിലെ മരം കോച്ചുന്ന മഞ്ഞിന്റെയും വേനൽ മുന്നിൽക്കണ്ട് നെൽകൃഷിക്കായി വെള്ളം കെട്ടിനിർത്തുന്ന ഏരികളുടെയും കന്നി മാസത്തിലെ പാറപൊളിക്കുന്ന വെയിലിൽ മൺചട്ടികളിൽ രാമച്ചമിട്ടു നിറച്ച കിണറ്റുവെള്ളത്തിന്റെ തണുപ്പിന്റെയും ഓർമ്മകൾ തികട്ടിത്തികട്ടി വരുന്ന ഈ അവസരത്തിൽ എനിക്കു നഷ്ടപ്പെട്ടത് ഇവയെല്ലാം കൂട്ടിച്ചേർന്ന, ഞാൻ പിറന്നുവീണ വീടും മണ്ണും തന്നെയാണ് എന്നു ദുഃഖത്തോടെ ഓർക്കുന്നു. എല്ലാം സ്വന്തമാണ് എന്നു കരുതിയ ഒരു കാലമുണ്ടായിരുന്നു. ഒന്നും സ്വന്തമല്ല എന്ന് കാലം തന്നെ കാട്ടിത്തന്നു. സ്വന്തമല്ലാത്ത ഒന്നിനോടും മമത പുലർത്തരുത് എന്ന് വിവേകം പറയുമ്പോൾ അതു ശ്രദ്ധിക്കാതെ, എല്ലാറ്റിനോടും കൂടുതൽ കൂടുതൽ അടുപ്പവും കൂറും കാണിക്കുന്ന ചപലമനസ്സുമായി ഈ ജീവിതം - മനസ്സിലൂടെ കടന്നുപോകുന്ന പഴയ നാലുകെട്ടും അമ്പലക്കുളവും തെങ്ങിൻതോപ്പും മറ്റു ഫലവൃക്ഷങ്ങൾ നിറഞ്ഞ തൊടിയും- അവയിലേക്കൊരു എത്തിനോട്ടമാണ് ഈ ലേഖനം.

ഒന്നേകാൽ ഏക്കർ സ്ഥലത്ത് ഫലവൃക്ഷങ്ങളും തെങ്ങും കമുകും മറ്റു തണൽ മരങ്ങളും കൊണ്ട് ചുറ്റപ്പെട്ട, പുരയിടത്തിന്റെ പടിഞ്ഞാറുവശം നീങ്ങി രണ്ടുനിലയിൽ ഒരു പഴയ നാലുകെട്ട് - അതായിരുന്നു എന്റെ വീട്. പടിഞ്ഞാറുവശത്ത് നല്ല ഉയരത്തിൽ കമാനത്തോടെ കെട്ടി ഉയർത്തിയ ആനപ്പടി. കിഴക്കേമുറ്റത്ത് തെക്കേ റോഡിലേക്കു തുറക്കുന്ന വണ്ടിപ്പടി. വിശാലമായ കിഴക്കേമുറ്റം നിറഞ്ഞുനില്ക്കുന്ന, കാലപ്പഴക്കം അറിയാൻ വയ്യാത്ത, പടർന്നു പന്തലിച്ച് വീടിനു മുഴുവൻ തണൽ വിരിച്ചു കൊണ്ട് നടശ്ശാലമാവ്. വീടിന്റെ തെക്കു ഭാഗത്തായി ചുറ്റും മതിൽകെട്ടി വേർതിരിച്ച മലക്കറിത്തോട്ടം. നാലുകെട്ടിന്റെ വടക്കോട്ടു മാറി പൂജ നടത്താനും പൂജാരിക്കു താമസിക്കാനും മറ്റുമായുള്ള അടുക്കളയോടു കൂടിയ ഒരു നീണ്ട പുര. ഇതിനെ ഞങ്ങൾ കുളപ്പുര എന്നു വിളിച്ചു. അതിന്റെ കിഴക്കും പടിഞ്ഞാറും തെക്കും വരാന്തകൾ. ഇവിടെ ബ്രാഹ്മണരെ മാത്രമാണ് താമസിപ്പിച്ചിരുന്നത്. തുഞ്ചത്തെഴുത്തച്ഛനുവേണ്ടി എഴുവത്തെ ഗോപാലമേനോൻ എന്ന കോപ്പമ്മാമ പണിയിച്ച പുര ഇതായിരിക്കാം എന്നാണ് കരുതപ്പെടുന്നത്. എനിക്ക് ഓർമ്മവച്ച നാൾമുതൽ അവിടെ ആരോരുമില്ലാത്ത സീതാലക്ഷ്മി അമ്മ്യാർ എന്നൊരു പ്രായം ചെന്ന വിധവയാണ് താമസിച്ചിരുന്നത്. ദ്വാദശിതോറും കുളപ്പുരയിൽ പൂജയുണ്ടായിരുന്നു. ലങ്കേശ്വരം അമ്പലത്തിലെ എമ്പ്രാന്തിരി വന്നായിരുന്നു പൂജ. നീണ്ട മുറിക്കകത്ത് ഹോമകുണ്ഡം പ്രത്യേകം കെട്ടിയുണ്ടാക്കിയിരുന്നു. എല്ലാ കർക്കടകത്തിലും ഒരാഴ്ച നീണ്ടുനില്ക്കുന്ന ഗണപതിഹോമവും ഭഗവതിസേവയും. തെക്കെ ഗ്രാമത്തിൽ നിന്നുവരുന്ന വാദ്യാന്മാരായിരുന്നു പൂജാരികൾ. പൂജാരികൾക്കായി നെൽപ്പാടങ്ങൾ തറവാട്ടിൽനിന്നും

കൊടുത്തിരുന്നു. നാലുകെട്ടിന്റെ വടക്കും കിഴക്കും വിശാലമായ തൊടിയാണ്. വടക്കെ തൊടി അവസാനിക്കുന്നത് ആ തൊടിയോളം തന്നെ വലിപ്പത്തിലുള്ള പെരുങ്കുളത്തിലാണ്. പെരുങ്കുളത്തിനു പടിഞ്ഞാറായി ലങ്കേശ്വരം ക്ഷേത്രം. ഒരു കാലത്ത് ലങ്കേശ്വരം ക്ഷേത്രവും പെരുങ്കുളവുമൊക്കെ കുളപ്പുര എഴുവത്ത് തറവാട്ടിന്റെ വകയായിരുന്നു. വർഷങ്ങൾക്കുമുമ്പെപ്പോഴോ അവയെല്ലാം ദേവസ്വം ഏറ്റെടുക്കുകയായിരുന്നു.

വിശാലമായ കിഴക്കെ മുറ്റത്തിന്റെ തെക്കുഭാഗത്ത് വണ്ടിപ്പടിയോടു ചേർന്ന് കിഴക്കോട്ടു നീണ്ടുകിടക്കുന്ന പത്തോ പന്ത്രണ്ടോ പശുക്കൾക്കു നില്ക്കാവുന്ന പശുത്തൊഴുത്ത്. അതിനു തൊട്ടുകിടക്കുന്ന വയ്ക്കോൽ മുറിയും പടിഞ്ഞാറുവശത്തുണ്ട്. തൊഴുത്തിന്റെ കിഴക്കേ അറ്റത്ത് പഴയ തരത്തിലുള്ള രണ്ടു കക്കൂസ് മുറികൾ.

തറവാടിന്റെ കിഴക്കുവശത്ത് സ്വല്പം വടക്കോട്ടുമാറി, തൊഴുത്തിനു പാരലലായി നെടുനീളത്തിൽ കിടക്കുന്ന അടുക്കളപ്പുര. നാലുകെട്ടിൽ നിന്ന് അടുക്കളയിലേക്കു കടക്കാൻ പ്രത്യേക നടശ്ശാലയുണ്ട്. കിഴക്കെ അറ്റം അടുക്കള, നടുവിൽ ഊൺതളം, പടിഞ്ഞാറ് കലവറ, ഇവയുടെ മൂന്നുവശത്തും തൂണുകളോടുകൂടിയ വീതിയുള്ള വരാന്തകൾ.

അടുക്കളപ്പുരയ്ക്കും തൊഴുത്തിനുമിടയ്ക്കുള്ള വലിയ മുറ്റത്തായിരുന്നു എന്റെ രണ്ടാമത്തെ ആങ്ങള കുട്ടേട്ടനും കൂട്ടുകാരും ക്രിക്കറ്റും ഫുട്ബോളും കളിച്ചിരുന്നത്. ഞാനും എന്റെ കൂട്ടുകാരും ഒളിച്ചുകളി കളിച്ചിരുന്നതും ആ മുറ്റത്തു തന്നെ.

കാലത്തും വൈകീട്ടും കറവ സമയത്ത് പശുക്കളെയെല്ലാം അടുക്കളവരാന്തയിലുള്ള തൂണുകളിൽ കെട്ടി മുറ്റത്തു നിർത്തുമായിരുന്നു. അമ്മയ്ക്ക് വാതരോഗം കലശലാകുന്നതുവരെ അമ്മ തന്നെയാണ് പശുവിനെ കറന്നിരുന്നത്. ചിലപ്പോഴൊക്കെ ഓരോ എരുമയും കൂട്ടത്തിൽ സ്ഥലം പിടിക്കും. അമ്മ അവയെ കറക്കുന്ന സമയത്ത് ഞാനും ചേച്ചിയും കൂടി ആടിനെ കറക്കുക - പാഞ്ചാലിയെ - ഞാനും ചേച്ചിയും മാറിമാറിയായിരുന്നു കറവ് - ഒരാൾ കറക്കുമ്പോൾ മറ്റെയാൾ ആടിന്റെ രണ്ടു കാലും ബലമായി പിടിക്കും.

പശുവിനെ മേയ്ക്കാൻ വേലായുധനും കിട്ടുവും ചെട്ടിയാരും ഒക്കെ മാറിമാറിവന്നു. നാലുകെട്ടിന്റെ വടക്കേ വരാന്തയുടെ താഴത്തെ ചായ്പ്പിൽ പശുവിനെ നോക്കുന്ന ആൾക്ക് കിടക്കാനുള്ള സ്ഥലവും അതിനടുത്തായിത്തന്നെ പശുവിനുവേണ്ട പരുത്തിക്കൊട്ട അരയ്ക്കാനുള്ള അരകല്ലും ഉണ്ടായിരുന്നു. വടക്കേ വരാന്തയിൽത്തന്നെയായിരുന്നു നെല്ലിടിക്കാനുള്ള ഉരലും പയറും ഉഴുന്നും മറ്റും തൊലികളഞ്ഞെടുക്കാനുള്ള തിരികല്ലും. ചായ്പ്പിനു കിഴക്കായി നാളികേരമുറി.

വിശാലമായ മുറ്റത്തിനപ്പുറം, നടശ്ശാലമാവും കഴിഞ്ഞ് അടുക്കളയുടെ കിഴക്കേ അറ്റത്തിനും തൊഴുത്തിന്റെ കിഴക്കേ അറ്റത്തിനും ഇടയ്ക്ക് നീളത്തിൽ ഓടിട്ട ഒരു നെടുമ്പുര. നെല്ലു പുഴുങ്ങാനും കാറുനിർത്താനും

പശുവിനെ പ്രസവിക്കാനും ആടിനെ കെട്ടാനും മരസാമാനങ്ങൾ സൂക്ഷിക്കാനും ഒക്കെയായി ആ പുര നീണ്ടു കിടന്നു. ശരിക്കു പറഞ്ഞാൽ, കിഴക്ക് നെടുമ്പുരയും തെക്ക് പശുത്തൊഴുത്തും പടിഞ്ഞാറ് നാലുകെട്ടും തെക്ക് അടുക്കളപ്പുരയും കൂടിച്ചേരുമ്പോൾ വീണ്ടും അതൊരു അങ്കണമാകുന്നു. അവിടെ വടക്കുകിഴക്കേ മൂലയിലായിട്ടാണ് വലിയമാവ് പന്തലിച്ചു നിന്നത്. ധനുമാസത്തിലെ തിരുവാതിര അടുക്കുമ്പോൾ മാവിൽ പല കൊമ്പുകളിലായി ഊഞ്ഞാലുകളിടും. രോഹിണി ദിവസം ആശാരി വന്ന് മുളകൊണ്ട് പണിതിടുന്ന ഒരു ഊഞ്ഞാലു കഴിഞ്ഞാൽ മറ്റുള്ളവയെല്ലാം കയറൂഞ്ഞാലുകളായിരുന്നു. അടുക്കളവരാന്തയ്ക്കും മാന്തടിക്കും ഇടയ്ക്കു കിടക്കുന്ന ഊഞ്ഞാൽ രഥം വലിക്കാനുപയോഗിക്കുന്ന വലിയ പടക്കയർ കൊണ്ടുള്ളതാണ്. ആ ഊഞ്ഞാലാകട്ടെ കല്യാണം കഴിഞ്ഞ് ഞാൻ നാടുവിടുന്നതുവരേക്കും അവിടെത്തന്നെ കിടന്നിരുന്നു. ആ ഊഞ്ഞാലിൽക്കയറി കുട്ടേട്ടന്റെ കൂട്ടുകാർ പല കസർത്തുകളും കാണിക്കും. പെട്ടെന്നു ഞാൻ ഓർത്തുപോകുന്ന ഒരു കാര്യമുണ്ട്. ഞങ്ങളുടെ അയലത്തുള്ള വെള്ളാട്ടെ വീട്ടിൽ കുറച്ചുകാലം വാടകയ്ക്കു താമസിച്ചിരുന്നത് അന്ന് അവിടെ മജിസ്ട്രേറ്റായിരുന്ന തിരുവിതാംകൂർകാരൻ ശ്രീ. രാമകൃഷ്ണൻ നായർ ആയിരുന്നു. അദ്ദേഹം അച്ഛനുമായി വലിയ സൗഹൃദത്തിലായി. അദ്ദേഹത്തിന്റെ മൂത്തമകൻ ഹരിയേട്ടനും വീട്ടിലെ കളി സംഘത്തിൽ ഒരാളായിരുന്നു.

പടക്കയറുകൊണ്ടുണ്ടാക്കിയ ഊഞ്ഞാലിൽ പിടിച്ച് മുകളിലോട്ട് കയറിക്കയറി മൂച്ചിക്കൊമ്പിൽ ചെന്നു പിടിക്കുകയും താഴോട്ട് കയറിൽ കൂടി തന്നെ ഉരുതി ഇറങ്ങുകയും ചെയ്യുക ഹരിയേട്ടന്റെ ഒരു വിനോദമായിരുന്നു. മുറ്റത്തെ ക്രിക്കറ്റുകളിയേക്കാളും ഹരിയേട്ടൻ ഇഷ്ടപ്പെട്ടിരുന്നത് ഈ വിനോദമായിരുന്നു. വർഷങ്ങൾക്കുശേഷം ഹൈക്കോർട്ട് ജഡ്ജിയായും ഓംബുഡ്സ്മാനായും ഒക്കെയായാണ് ഹരിയേട്ടൻ വിരമിച്ചത്. (എം.ആർ.ഹരിഹരൻ നായർ) നെടുമ്പുരയ്ക്കു കിഴക്കായി കിടക്കുന്ന പുരയിടത്തിന്റെ അതിർത്തി മുളവേലി കെട്ടി വേർതിരിച്ചിരുന്നു. ആ വേലിക്കപ്പുറത്തായിരുന്നു ഹരിയേട്ടൻ താമസിച്ചിരുന്ന വെള്ളാട്ടെ വീട്. ആ പഴയവീട് ഇപ്പോഴും അവിടെത്തന്നെയുണ്ട്.

തറവാടിനു വടക്കുള്ള പെരുങ്കുളത്തിനപ്പുറത്ത് വീണ്ടും കുളപ്പുര എഴുവത്തെത്തന്നെ ഒരേക്കറോളം വരുന്ന പുരയിടവും വീടും. കുളത്തിനു കിഴക്കുവശത്ത് എഴുവത്ത് ബംഗ്ലാവും തൊടിയും. കുളവും അമ്പലവും ദേവസ്വത്തിനു വിട്ടുകൊടുത്തപ്പോൾ എന്റെ കുടുംബത്തിനുമാത്രം മുനിസിപ്പാലിറ്റി ഒരു സൗജന്യം അനുവദിച്ചു - കുളത്തിൽ നിന്ന് തൊടിയിലേക്കാവശ്യമായ വെള്ളം എടുത്തുകൊള്ളാനുള്ള അവകാശം. ആദ്യ മാദ്യം കാളത്തേക്കായിരുന്നു. പിന്നീടത് കൈകൊണ്ടു തിരിക്കുന്ന പമ്പിലേക്കും അതു കഴിഞ്ഞ് ഇലക്ട്രിസിറ്റികൊണ്ടോടുന്ന മോട്ടോറിലേക്കും വഴിമാറി. ഏത്തം തേവുന്നതു കാണാൻ നല്ല രസമായിരുന്നു. നുകം വച്ച കാളകളുമായി മുന്നോട്ടു നടക്കുന്ന കാളത്തേക്കുകാരനും സിമന്റ്

കൊണ്ട് കെട്ടിയുണ്ടാക്കിയ ചാലുകളിലേക്ക് തോൽക്കുട്ടയിൽ നിന്നൊഴുകുന്ന വെള്ളവും ആ കൊച്ചു ചാലുകളിലെ വെള്ളത്തിൽ തുടിച്ചു കളിക്കുകയും കുളിക്കുകയും ചെയ്യുന്ന ഞാനും കൂട്ടുകാരും ഒക്കെ ഓർമ്മയിൽ ഇന്നും തിളങ്ങിനില്ക്കുന്നു. വെള്ളമൊഴുകുന്ന ചാലിൽ നിന്നു മാറി നിറഞ്ഞുനിൽക്കുന്ന പെരുങ്കുളത്തിൽ നീന്താൻ തുടങ്ങുന്നത് ഏഴാം വയസ്സിൽ.

തൊടിക്കും കുളത്തിനും ഇടയ്ക്കുള്ള താഴ്ന്ന ഉടവുകൾ എല്ലാ കൊല്ലവും ഇല്ലിമുളകൊണ്ട് വേലികെട്ടി വൃത്തിയാക്കുമായിരുന്നു. ഉടവിനും തൊടിക്കും ഇടയ്ക്കുള്ള വരമ്പു മുഴുവൻ നിരന്നുനില്ക്കുന്ന കൈതച്ചക്ക. ചാലിന്റെ പടിഞ്ഞാറുവശം മാൾട്ടോ നാരകം. കിഴക്കുവശം തെക്കോട്ടു നീങ്ങി നല്ല വലിയ ശീമച്ചാമ്പ. കുങ്കുമനിറത്തിൽ മരം നിറഞ്ഞുനിൽക്കുന്ന ചാമ്പപ്പൂക്കൾ കാണാൻ എന്തൊരു ചന്തമായിരുന്നു! പരവതാനി വിരിച്ചതുപോലെ കുങ്കുമനിറത്തിലുള്ള പൂക്കൾ മുറ്റത്ത് നിരന്നു കിടക്കും. തേക്കുകാളകൾക്കുള്ള സ്ഥലം കഴിച്ച് തെക്കോട്ടുള്ള സ്ഥലത്ത് രണ്ടുവലിയ കടപ്ലാവുകൾ. ചാമ്പയുടെ അടുത്തായി ആടലോടകത്തിന്റെ ചെടി. മുത്തശ്ശന്റെ ഡ്രൈവറായി ഒരു വേലുനായർ ഉണ്ടായിരുന്നത്രെ. വേലുനായർ ഒരു വൈദ്യൻ കൂടി ആയിരുന്നതുകൊണ്ട് തൊടിയിൽ പല സ്ഥലത്തും വിവിധ തരത്തിലുള്ള ഔഷധസസ്യങ്ങൾ നട്ടുപിടിപ്പിച്ചിരുന്നു. പിന്നീട് കാര്യസ്ഥനായി വന്ന ഗോവിന്ദൻ നായരും വൈദ്യനായിരുന്നു. മുത്തശ്ശിക്കുവേണ്ട ധാന്വന്തരം കുഴമ്പും നീരിളകാതെ ഇരിക്കാൻ തലയിൽ തേക്കാനുള്ള എണ്ണകളും ഒക്കെ ഗോവിന്ദൻ നായർ തന്നെ കാച്ചി ഉണ്ടാക്കും. ഏത്തത്തിനടുത്തായി ഒരമ്പഴമരവും നിന്ന ഓർമ്മയുണ്ട്. ചാലിനും കിഴക്കേ അതിർത്തിക്കും നടുവിലായി ഒരു വരിക്കപ്ലാവ്. അടുക്കളയുടെ തെക്കുകിഴക്കായി കിണറും കൊട്ടത്തളവും വെള്ളം ചൂടാക്കുന്ന അടുക്കളയും കുളിമുറിയും. വെള്ളം ചൂടാക്കുന്ന അടുക്കളയിലായിരുന്നു കുഴമ്പും മറ്റ് പച്ചമരുന്നുകളും ഉണ്ടാക്കിക്കൊണ്ടിരുന്നത്.

തൊടിയുടെ കിഴക്കും തെക്കുമുള്ള അതിരുകൾക്കിടയ്ക്കുള്ള സ്ഥലത്തെ ഞങ്ങൾ കണ്ടം എന്നാണ് പറഞ്ഞിരുന്നത്. കണ്ടത്തിന്റെ പടിഞ്ഞാറെ അറ്റത്ത്, തോട്ടികൾ കോരുന്ന കക്കൂസിൽ നിന്നും പത്തടി താഴെ വലിയൊരു ചാണകക്കുഴി. തൊഴുത്തിൽനിന്നുള്ള ചാണകം മുഴുവൻ ഇവിടെയാണ് നിക്ഷേപിച്ചിരുന്നത്. കുഴിനിറയുമ്പോൾ കളത്തിൽ നിന്ന് (കൃഷിസ്ഥലം) ഭാരവണ്ടികൾ വന്ന് ചാണകം മുഴുവൻ ഞങ്ങളുടെ കൃഷിസ്ഥലങ്ങളിലേക്കു കൊണ്ടുപോകും. കണ്ടത്തിനെക്കുറിച്ചു പറയുമ്പോൾ പെട്ടെന്നു മനസ്സിലേക്കോടിവരുന്ന ഒരു കാര്യമുണ്ട്. നെടുമ്പുരയ്ക്കും തൊഴുത്തിനും ഇടയ്ക്കുള്ള സ്ഥലത്ത് കുറച്ചുകാലം അച്ഛന്റെ ഒരു കൂട്ടുകാരന്റെ കാർ എന്തോ കുറച്ചു കേടായിട്ട് കൊണ്ടുവന്നു നിർത്തിയതാണ്. കാറ് അവിടെ നിന്നും കൊണ്ടു പോകുന്നതുവരെയുള്ള കാലം എന്റെയും കൂട്ടുകാരുടെയും കളി മുഴുവൻ ആ കാറിനകത്തായിരുന്നു.

ഒരു ദിവസം ഞങ്ങളതിനകത്തു കയറിയിരുന്ന് കളി തുടങ്ങി. അപ്പോഴാണ് മൂത്ത ആങ്ങളയ്ക്ക് ഒരു ഐഡിയ തോന്നിയത് - ഞങ്ങൾ കുട്ടികളെ അതിലിരുത്തി ഒന്ന് ഓടിക്കാം എന്ന്. ഉണ്ണിയേട്ടനു സഹായത്തിന് കുട്ടേട്ടനും വലിയച്ഛന്റെ മകൻ വേണുവേട്ടനും ഉണ്ടായിരുന്നു എന്നാണ് എന്റെ ഓർമ്മ - എന്നോടൊപ്പം വലിയച്ഛന്റെ മക്കളായ വേശക്കുട്ടിയും തങ്കമ്മയും - കൂടാതെ എന്റെ ചേച്ചിയും. ചേച്ചിയാണ് ഡ്രൈവറുടെ സ്ഥാനത്ത്. ചേച്ചി സ്റ്റിയറിങ്ങ് തിരിക്കുമ്പോൾ ഏട്ടന്മാർ വണ്ടി തള്ളിത്തുടങ്ങും. കുറച്ചു ദൂരം മുന്നിലോട്ടും പിന്നീട് പുറകിലോട്ടും തള്ളി ഏട്ടന്മാർ ഞങ്ങളെ കളിപ്പിച്ചുകൊണ്ടിരുന്നു. പെട്ടെന്നാണ് കാറ് പുറകോട്ട് കണ്ടത്തിലോട്ടങ്ങിറങ്ങിയത്. ദൈവാധീനത്തിന്, ഒരുപാടു മുന്നോട്ടു പോകുന്നതിനുമുമ്പ് വാഹനമങ്ങുനിന്നു. ഞങ്ങളെല്ലാം ഭയന്നുവിറച്ചുപോയി. എല്ലാവരും കാറിൽനിന്നിറങ്ങി കാറുതള്ളിത്തുടങ്ങി. പക്ഷേ, കണ്ടത്തിൽ നിന്നു കയറ്റുവാൻ ഞങ്ങൾക്കു പറ്റിയില്ല. ആ സമയത്താണ് അച്ഛന്റെ ഒരനന്തിരവൻ കേശുവേട്ടൻ അങ്ങോട്ടുവരുന്നത്. ഏട്ടന്മാരുടെ ജാള്യതയും നിസ്സഹായാവസ്ഥയും കണ്ട് കേശുവേട്ടൻ കണ്ടത്തിലേക്കിറങ്ങിവന്നു. പിന്നെ എല്ലാവരും കൂടെ ആഞ്ഞുതള്ളി വണ്ടി പഴയ സ്ഥാനത്തേയ്ക്കു കയറ്റി ഇട്ടു. വേണ്ടാത്ത കളിക്കൊന്നും പോകരുതെന്ന ഒരു ഉപദേശത്തോടെ കേശുവേട്ടൻ അകത്തോട്ടു കയറിപ്പോയി. അച്ഛന്റെ കൂട്ടുകാരനായ കറുപ്പസ്വാമി എന്ന ആളുടെ കാറായിരുന്നു അത്. ഞങ്ങളുടെ വികൃതികളൊന്നും അദ്ദേഹം അറിഞ്ഞിരുന്നില്ല. പിന്നേയും കുറേ ദിവസങ്ങൾ കഴിഞ്ഞാണ് ആ കാറ് വീട്ടിൽ നിന്നും കൊണ്ടുപോയത്.

കണ്ടത്തിന്റെ ഒരു ഭാഗത്തായി ഒരു ഈർച്ചക്കുഴിയുണ്ടായിരുന്നു. വീട്ടിലേക്കാവശ്യമുള്ള മരങ്ങളൊക്കെ പാകത്തിനു മുറിച്ചെടുക്കുന്നത് ഈ ഈർച്ചക്കുഴിയിൽ വച്ചായിരുന്നു. കുഴിയുടെ മുകളിലും താഴെയുമായി നിന്ന് വലിയ ഈർച്ചകൾ കൊണ്ട് മരംമുറിക്കുന്നതിന് ഒരു പ്രത്യേക താളമുള്ളതായി എനിക്കു തോന്നിയിട്ടുണ്ട്. ഒരു പ്രത്യേക ശബ്ദത്തിൽ മരത്തിൽ നിന്ന് പലകകൾ വേർപെടുന്നതും നോക്കി ഞാനങ്ങനെ ഇരിക്കും. ഈർച്ചപ്പൊടി അടുക്കളയിൽ തീ കത്തിക്കാൻ ജോലിക്കാരികൾ വന്ന് എടുത്തുകൊണ്ടുപോകും.

തൊടിയുടെ കിഴക്കേ അരികിൽ ഒന്നു രണ്ടു പനകൾ ഉണ്ടായിരുന്നത് ധനുമാസമാകുമ്പോഴേക്കും ഇളനീർ കൊണ്ട് നിറയും. ഇളനീർ പനയിൽ നിന്നിറക്കുന്നതും കാത്ത് കുട്ടേട്ടനും അമ്മുച്ചേച്ചിയും ഞാനും ഇരിക്കും. ഇളംപ്രായത്തിൽ നൊങ്കു മൂക്കുന്നതിനുമുമ്പ് അതിനകത്തെ കാമ്പ് വിരലുകൾകൊണ്ടടർത്തി പാത്രങ്ങളിലാക്കി കുറച്ചു പഞ്ചസാരയും ചേർത്തു കഴിക്കാൻ എന്തൊരു സ്വാദായിരുന്നു. പിൽക്കാലത്ത് ഫ്രിഡ്ജ് വന്നപ്പോൾ അതിനകത്തുവച്ച് തണുപ്പിച്ചു കഴിക്കാൻ തുടങ്ങി. പനയിൽ നിന്ന് ഇളനീരിടാൻ താമസിച്ചാൽ നൊങ്കുപഴുത്ത് പനമ്പഴമായി താഴെ വീഴും. ഇത് മണ്ണിനടിയിൽ കിടന്ന് ഉണങ്ങുമ്പോൾ ഞങ്ങൾ അത് കുഴിച്ചെടുക്കും. രണ്ട് ഇണറുകളായി ചിരട്ടയോടുകൂടിയ പനമ്പഴത്തിനെ

'പൊങ്ങ്' എന്നു പറയും. പൊങ്ങുപൊട്ടിച്ചാൽ അകത്ത് അതീവമധുര മുള്ള കാമ്പു കാണാം. ഞാനും ചേച്ചിയും പൊങ്ങിനുവേണ്ടി എപ്പോഴും വഴക്കു കൂടുമായിരുന്നു. പൊങ്ങ് മണ്ണിൽ നിന്നെടുക്കാൻ താമസിച്ചാൽ അത് മുളച്ചു തുടങ്ങും. മുള പാകമെത്തിയാൽ കൂമ്പാകും. പരുവമെത്തി യാൽ കൂമ്പു പറിച്ച് ഉപ്പിട്ടു വേവിച്ചു തിന്നാൽ നല്ല സ്വാദായിരുന്നു.

വടക്കേ തൊടിയിൽ നിറയെ കാപ്പിച്ചെടികളുണ്ടായിരുന്നു. കാപ്പി പൂക്കാൻ തുടങ്ങിയാൽ തൊടിയാകെ നല്ല മണമാണ്. ചെറിയ ചില്ലകളിൽ നെടുനീളത്തിൽ വെളുവെളുന്നനെ കാപ്പി പൂത്തുനില്ക്കുന്നതു കാണാൻ നല്ല ഭംഗിയാണ്. ശരിക്കും മുല്ലപ്പൂ പോലിരിക്കും. പൂക്കൾ മാറി പഴമാകു മ്പോഴും കാണാൻ നല്ല ചന്തമാണ്. മൂപ്പെത്തിയാൽ കാപ്പിക്കുരു കടും ചുവപ്പു നിറത്തിൽ അങ്ങനെ നില്ക്കുന്നതു കാണുമ്പോൾ തിന്നാൻ കൊതി തോന്നും. കാപ്പിക്കുരു പറിച്ച് ഉണക്കാൻ വയ്ക്കാൻ ഞങ്ങൾക്ക് നല്ല ഉത്സാഹമായിരുന്നു. കാപ്പിച്ചെടികൾക്കിടയിൽ അത്താഴച്ചക്കയും (ആത്തിപ്പഴം) ബബ്ലിമാസും ഒക്കെ നിറയെ കായ്ച്ചു നില്ക്കും. ബബ്ലിമാസിന് പടിഞ്ഞാറുമാറി ഒരു പുളിച്ചിമാവുണ്ടായിരുന്നു. പഴുക്കു മ്പോൾ മാമ്പഴം കൊണ്ട് കാളൻ വയ്ക്കും. എനിക്കും കുട്ടേട്ടനും ഏറ്റവും ഇഷ്ടമുള്ള കറിയായിരുന്നു മാമ്പഴക്കാളൻ. വലകെട്ടിയ തോട്ടികൊണ്ട് താഴെ വീഴാതെ പറിച്ചെടുക്കുന്ന ചെനച്ചമാങ്ങ വടക്കേ അറയുടെ തറ യിൽ വിരിച്ച വൈക്കോലിലാണ് പഴുക്കാൻ വയ്ക്കുന്നത്. പുളിച്ചിയും നടശ്ശാലയും നീലവും എല്ലാം ഒരുമിച്ചു പഴുക്കുമ്പോൾ വീട്ടിനകത്തു കയറുമ്പോൾത്തന്നെ ഒരു പ്രത്യേക മണമാണ്. മുറി നിറയെ മാമ്പഴ മാകുമ്പോൾ വേണ്ടപ്പെട്ടവർക്കൊക്കെ കൊടുത്തയയ്ക്കും. മാവ് കരാറെ ടുക്കാനായി മാമ്പഴക്കച്ചവടക്കാർ വരും. അന്നത്തെ കാലത്ത് അഞ്ഞൂറു രൂപയും ആയിരം മാങ്ങയും വീട്ടിൽ തന്നിട്ട് ബാക്കിയുള്ളത് കാളവണ്ടി കളിൽ കയറ്റി കൊണ്ടുപോകും കരാറുകാർ. പുളിച്ചിമാമ്പഴം എടുത്ത് അമ്മയും ചെറിയമ്മയും കൂടെ ഇരുന്ന് 'മാമ്പഴത്തെര' ഉണ്ടാക്കും. പച്ച മുളച്ചീളുകൾ കൊണ്ട് നെയ്തെടുത്ത പരമ്പിൽ അലക്കിയ മുണ്ടു വിരിച്ച് മുറ്റത്തിട്ട് മാമ്പഴം അതിലോട്ടു പിഴിയും. അതിന്റെ പുറത്ത് പഞ്ചസാരയും വിതറും - മുറ്റത്ത് ഉണങ്ങാനിടുമ്പോൾ മാമ്പഴത്തെര കൊത്താൻ കാക്കയും കോഴിയും അണ്ണാനും ഒക്കെ വരാതെ കാവലിരിക്കേണ്ട ചുമതല ഞങ്ങൾ കുട്ടികൾക്കാണ്. വേഗം ഉണങ്ങിക്കിട്ടണേ എന്ന പ്രാർത്ഥനയോടെ വെള്ളമൂറുന്ന നാക്കുമായി ഞങ്ങൾ മാമ്പഴത്തെരയ്ക്ക് കാവലിരിക്കും. കാവലിരിപ്പ് അത്രയ്ക്കു വലിയ സുഖമുള്ള ഒരു കാര്യ മൊന്നുമല്ല. നാളീകേരമുറികൾ ഉണങ്ങാനിട്ടിരിക്കുമ്പോൾ 'കാക്ക' കൊത്താതെ നോക്കാനായി കാവലിരിക്കുമ്പോഴാണ് ശരിക്കും സങ്കടം വരിക. സ്കൂൾ ഉള്ള സമയങ്ങളിൽ കാവലിരിക്കാൻ ആളില്ലാത്തപ്പോൾ നാളികേര കഷ്ണങ്ങൾക്കു മീതെ വലിയ വലവിരിച്ച് ഒരു കറുത്ത തുണിയോ കുടയോ ഒക്കെ വച്ച് കാക്കയെ ഓടിക്കുന്ന പതിവുണ്ടായി രുന്നു. മാങ്ങാത്തെരയും നാളീകേരവും ഒക്കെ ഉണങ്ങാനിടുന്നത് നാലു

കെട്ടിന്റെ പടിഞ്ഞാറെ മുറ്റത്താണ്. ആ മുറ്റത്തിന്റെ തെക്കെ അറ്റത്ത് പത്തടി ചതുരത്തിൽ കെട്ടിയ തറയുണ്ടായിരുന്നു- ചെമ്പകത്തറ- അവിടെ വലിയൊരു ചെമ്പകമരമുണ്ടായിരുന്നത്രെ. ഞാനതു കണ്ടതായി ഓർക്കുന്നില്ല. പിന്നീട്, കൃത്യം പറഞ്ഞാൽ എന്റെ തിരണ്ടുകല്ല്യാണദിവസം, അച്ഛന്റെ കൂട്ടുകാരനായിരുന്ന ദാമോദരൻ നായർ എന്ന അഗ്രിക്കൾച്ചറൽ ഇൻസ്പെക്ടർ കൊണ്ടുവന്നു തന്ന സപ്പോട്ടയുടെ തൈ ആ ചെമ്പകത്തറയിൽ എന്റെ അമ്മാമന്റെ മകൻ അപ്പൻകുട്ടിയെക്കൊണ്ട് അച്ഛൻ നടീക്കുകയുണ്ടായി. ചെമ്പകത്തറയോ, സപ്പോട്ടയോ, സർവ്വോപരി അപ്പൻകുട്ടിയോ ഇന്നില്ല - പക്ഷേ, ഇത്രയും മധുരമുള്ള സപ്പോട്ടപ്പഴങ്ങൾ നാട്ടിൽ നിന്നും പോന്നതിൽപ്പിന്നെ തിന്നിട്ടില്ല. എന്നേക്കാൾ ആറുവയസ്സിന് ഇളയതായിരുന്ന അപ്പൻകുട്ടി ഞങ്ങളെ വിട്ടുപോയിട്ട് ഒരു വർഷം കഴിഞ്ഞിരിക്കുന്നു.

എന്റെ ചേട്ടന്മാരും അയലത്തെ ലങ്കേശ്വരം ഗ്രാമത്തിലെ കൂട്ടുകാരും എന്നും വോളിബോൾ കളിച്ചിരുന്നത് ആ മുറ്റത്താണ്. അവർക്കു കളിക്കാൻ നെറ്റും ബോളും പോസ്റ്റും എല്ലാം അച്ഛൻ ശരിയാക്കിക്കൊടുത്തിരുന്നു. കളികളും പാട്ടും അച്ഛന് വല്ലാത്ത ബലഹീനതകളായിരുന്നു. അതുകൊണ്ടുതന്നെ ഞങ്ങൾ നാലുമക്കൾക്കും എല്ലാത്തരം കളിപ്പാട്ടങ്ങളും വാങ്ങിച്ചു തന്നിട്ടുമുണ്ട്. ഫുട്ബോളും അതു കളിക്കുമ്പോൾ ഇടുന്ന അടിവശത്ത് മുള്ളുകൾ പാകിയ ബൂട്സും ക്രിക്കറ്റ് കിറ്റും ഒക്കെ ചേട്ടന്മാർക്കുണ്ടായിരുന്നു. കാരംസും ചെസ്സും എന്നും എന്റെ കളികളായിരുന്നു. നാളികേരത്തിനും കൊണ്ടാട്ടത്തിനും മാങ്ങാത്തെരയ്ക്കും ഒക്കെ കാക്ക കൊത്താതെ കാവലിരിക്കുന്ന സമയത്ത് പടിഞ്ഞാറെ വരാന്തയിൽ ഞങ്ങളോടൊപ്പമിരുന്ന് കാരംസും തറയിൽ ചോക്കുകൊണ്ട് കളംവരച്ച് കോയിൻസ് ഉപയോഗിച്ചുള്ള 'ആസും' കളിക്കുന്ന അച്ഛന്റെ തിളങ്ങുന്ന രൂപം എന്റെ മനസ്സിൽ മായാതെ മറയാതെ നില്പുണ്ട്.

പടിഞ്ഞാറെ മുറ്റത്തിനും പൂജസ്ഥലമായ കുളപ്പുരയ്ക്കും ഇടയ്ക്കായി രണ്ടു കാർഷെഡ്ഡുകൾ. അതിനു കിഴക്കുമാറി വേറൊരു സപ്പോട്ടമരം. കുളപ്പുരയുടെ പടിഞ്ഞാറെ മുറ്റത്ത് വലിയ ഒരു പവിഴമല്ലിമരം. പവിഴമല്ലിമരം മുഴുവൻ ചുറ്റിപ്പടർന്നു കിടക്കുന്ന മുല്ലവള്ളികൾ. മുല്ല പൂക്കുന്ന കാലത്ത് ഞങ്ങൾ ഉച്ചയ്ക്ക് മൂന്നുമണിയ്ക്ക് പൂ പറിക്കാൻ പവിഴമല്ലിയിൽ കയറിയാൽ സന്ധ്യയാവുന്നതുവരേക്കും പറിക്കാവുന്നത്രയും മുല്ലപ്പൂക്കളുണ്ടായിരുന്നു. ഞാനും ചേച്ചിയും ചെറിയമ്മയും ജോലിക്കു നില്ക്കുന്ന തങ്കമ്മയും അമ്മിണിക്കുട്ടിയും ഒക്കെ കൂടിയാണ് പൂ പറിക്കൽയജ്ഞം. പറിക്കുന്ന പൂക്കൾകൊണ്ട് കുരുവട്ടി നിറയുമ്പോൾ പടിഞ്ഞാറുവശത്ത് പുറത്തളത്തിലിരുന്ന് നാമം ജപിക്കുന്ന അമ്മയുടെ മുമ്പിൽ കൊണ്ടിടും. കുറച്ചു കഴിഞ്ഞാൽ മാലകെട്ടാൻ അമ്മയ്ക്കൊപ്പം ചെറിയമ്മയും കൂടും. 'മൂന്നു ദിവസത്തെ മുല്ലവാഴ്ച' എന്നൊരു ചൊല്ലുണ്ട്. മാലകെട്ടി കൈ കഴയ്ക്കുമ്പോൾ ബാക്കി പൂക്കളെല്ലാം അമ്പലത്തിലും

അയലത്തെ വീടുകളിലും കൊടുക്കും ചെറിയമ്മ. മുല്ലപ്പൂ എത്ര ചൂടിയാലും മതിയാവാത്ത എനിക്ക് അവ ആർക്കും കൊടുക്കുന്നത് ഇഷ്ടമായിരുന്നില്ല.

കുളപ്പുരയ്ക്കു കിഴക്കുവശത്ത് ഒരു തുളസിമാടമുണ്ടായിരുന്നു. എന്നും ചെറിയമ്മ കുളികഴിഞ്ഞുവന്ന് തുളസിക്കു വെള്ളമൊഴിക്കും. വീടിന്റെ കിഴക്കും പടിഞ്ഞാറും മുറ്റങ്ങളിലും തുളസിമാടങ്ങൾ ഉണ്ടായിരുന്നു. പടിഞ്ഞാറെ മുറ്റത്തെ തുളസിമാടത്തിൽ എന്നും സന്ധ്യയ്ക്ക് മൺചിരാതിൽ തിരികൊളുത്തിവയ്ക്കും. കിഴക്കെ മുറ്റത്തുണ്ടായിരുന്ന തുളസിമാടം നാടശ്ശാല മാവിൽ തളച്ചിരുന്ന കുട്ടിക്കൃഷ്ണൻ എന്ന ആന തുമ്പിക്കൈകൊണ്ട് എടുത്ത് മറിച്ചിട്ടത് ഒരു കൗതുകമായി മുറ്റത്തുതന്നെ വളരെക്കാലം കിടന്നു. കുളപ്പുരമുറ്റത്തെ തുളസിമാടത്തിനു കിഴക്കുമാറി കൊയ്യാവ് (പേരമരം). കൊയ്യാവിനപ്പുറത്ത് നായ്നെല്ലി. മരുന്നിനുപയോഗിക്കുന്ന ചെറിയതരം നെല്ലിക്കയായിരുന്നു അത്. ചേട്ടന്മാരെല്ലാം പഠിത്തം കഴിഞ്ഞ് ജോലിക്കായി നാടുവിട്ടതിനുശേഷം പടിഞ്ഞാറെ മുറ്റത്തെ, അവരുടെ പഴയ വോളീബോൾ കോർട്ടിൽ ഒരു നെല്ലി നട്ടു. ആ നെല്ലിയിലുണ്ടായിരുന്ന കായ്ക്കൾക്ക് അസാധാരണമായ വലിപ്പമായിരുന്നു. അതുപോലൊരു നെല്ലി വലിയച്ഛന്റെ വീട്ടുമുറ്റത്ത് ഇന്നും ഉണ്ട്. നാട്ടുകാർക്കെല്ലാം ആ നെല്ലിക്ക ഒരദ്ഭുതമായിരുന്നു. അതുപോലെത്തന്നെ തെക്കെ മുറ്റത്തെ എലന്തിമരവും.

തെക്കെമുറ്റം മതിലുകെട്ടി മറച്ചിരുന്നത് കായ്ക്കറിത്തോട്ടത്തിൽ പശുവും ആടും കോഴിയുമൊന്നും കയറാതിരിക്കാനാണ്. ആടു കടിച്ചാൽ പിന്നെ ആ ചെടി പട്ടുപോകുമത്രെ. മതിലോരത്തായിട്ടായിരുന്നു എലന്തമരം. ആപ്പിളിന്റെ മിനിയേച്ചർ എന്നു പറയാവുന്ന ഒരു പഴമാണത്. നടുവിൽ വലിയൊരു കുരുവുണ്ട്. നാട്ടിൽത്തന്നെ വിരലിലെണ്ണാവുന്ന വീടുകളിൽ മാത്രമേ എലന്തമരം ഉണ്ടായിരുന്നുള്ളൂ. എന്റെ വീട്ടിലെ എലന്തപ്പഴങ്ങൾക്ക് മധുരം കൂടുതലായിരുന്നു. മറ്റു വീടുകളിലേതിന് പുളിപ്പും - വിശേഷപ്പെട്ട മണ്ണായതുകൊണ്ടാണ് അവിടെ ഉണ്ടാകുന്ന പഴങ്ങൾക്കെല്ലാം ഇത്ര മധുരം എന്നാണ് നാട്ടുകാർ പറയുന്നത്. എലന്തപ്പഴം പെറുക്കാനായി സ്കൂളിൽ പോകുന്ന കുട്ടികൾ പാത്തും പതുങ്ങിയും തെക്കെ തൊടിയിലെ മതിൽകയറി വരുമായിരുന്നു. വയസ്സായപ്പോൾ അച്ഛൻ എന്നും കുട്ടികൾ സ്കൂളിൽ പോകുകയും വരികയും ചെയ്യുന്ന സമയത്ത് മുണ്ടിന്റെ മടിനിറയെ എലന്തപ്പഴങ്ങളും നെല്ലിക്കയുമായി ആനപ്പടിയിൽ കുട്ടികളെ കാത്തുനില്ക്കുക പതിവായി.

എലന്തയ്ക്കു തൊട്ടടുത്തായി ലവലോളിക്ക. ചുവന്നു തുടുത്ത് കാണാൻ നല്ല ഭംഗിയാണെങ്കിലും പുളികാരണം അതുമാത്രം ആരും മോഷ്ടിക്കില്ല. ചെറിയമ്മ അത് പറിച്ച് ഉപ്പിലിടും. തെക്കെ മതിലിനോടു ചേർന്ന് കുറെ മുരിങ്ങമരങ്ങളും ഉണ്ടായിരുന്നു.

പണ്ടൊക്കെ ഓരോ കൊയ്ത്തു കഴിയുമ്പോഴും കാളവണ്ടികൾ നിറച്ച് വൈക്കോൽ വീട്ടിലെത്തും. തെക്കെ മുറ്റത്താണത്രെ ആദ്യമൊക്കെ വൈക്കോൽകുണ്ട് ഇട്ടിരുന്നത്. രണ്ടു നിലയുള്ള ഞങ്ങളുടെ നാലു കെട്ടിന്റെ പുരയേക്കാൾ ഉയരത്തിൽ നില്ക്കും വൈക്കോൽകുണ്ട്. എപ്പോഴോ ഒരിക്കൽ ആ വലിയ വൈക്കോൽകുണ്ടിന് തീപിടിച്ചു. നാട്ടു കാരെല്ലാം ചേർന്നാണത്രെ തീയണച്ചത്. ഭാഗ്യത്തിന് വീടിനു തീപിടി ച്ചില്ല. പക്ഷേ, മുകളിലത്തെ നിലയിലെ തേച്ചുമിനുക്കി കണ്ണാടിപോലെ തിളങ്ങിയിരുന്ന നിലമെല്ലാം പൊള്ളച്ചുപൊങ്ങി അടർന്നുപോയി. പിന്നീട് എത്ര പ്രാവശ്യം നേരാക്കിയിട്ടും ആ നിലം അടർന്നുകൊണ്ടേയിരുന്നു. ഏതായാലും അതോടെ തെക്കുപുറത്തെ വൈക്കോൽകുണ്ട ഏട്ടന്മാരുടെ ഫുട്ബാൾ ഗ്രൗണ്ടിലേക്കു മാറി. ഞാനും കൂട്ടുകാരും അതിൽ മലകയറി കളിച്ചു. കളി കഴിഞ്ഞിറങ്ങുമ്പോൾ ശരീരം മുഴുവൻ ചൊറിയും. പശു ക്കൾക്ക് വൈക്കോലും പരുത്തിക്കൊട്ടയും പിണ്ണാക്കും മാത്രമായിരുന്നില്ല ആഹാരം. പച്ചപ്പുല്ല് വിൽക്കാൻ പെണ്ണുങ്ങൾ വരും. ആറടിയോളം നീള ത്തിലും നല്ല വണ്ണത്തിലും പുല്ലുകൾ വച്ചുകെട്ടി തലയിൽ ചുമന്നു കൊണ്ടാണ് പെണ്ണുങ്ങൾ വരുന്നത്. അന്നത്തെ കാലത്ത് എന്നും നാലണ യ്ക്ക് പുല്ലുച്ചുമട് വാങ്ങിച്ചു കൊടുക്കുമായിരുന്നു പശുക്കൾക്ക്. പിന്നെ, അച്ഛനും അമ്മയും ചെറിയമ്മയും ചക്കപ്പഴവും വാഴപ്പഴവും നാളികേര വെള്ളവും എന്നുവേണ്ട, അവർ തിന്നുന്നതെല്ലാം പശുക്കൾക്കും കൊടുക്കും.

വേനൽക്കാലത്ത് പടിഞ്ഞാറെ മുറ്റത്തെ ആനപ്പടി മുതൽ കിഴക്കോ ട്ടുള്ള വീടിന്റെ നടപ്പടിവരെ ഒരു പത്തടി വീതിയിൽ വേനൽപ്പന്തലിടും ചൂടറിയാതിരിക്കാൻ. പന്തലിനു മുകളിൽ ചമ്പ എന്നൊരു തരം നീണ്ടു തടിച്ച പുല്ലുണ്ട്, അതാണ് കെട്ടു കെട്ടായി മൂടി ഇടുന്നത്. ചമ്പ വരുന്നത് കളത്തിൽ നിന്നാണ്. അച്ഛൻ വെള്ളം ബക്കറ്റിലെടുത്ത് ഇടയ്ക്കിടയ്ക്ക് പന്തൽ നനയ്ക്കും. വേനൽക്കാലത്ത് ജോലിക്കാരെ നിർത്തിയാണ് മുറ്റം മുഴുവൻ ചാണകം മെഴുകാറുള്ളത്. ഉണങ്ങാറായ മുറ്റത്തെ പന്തലിനു കീഴെയുള്ള ഭാഗം മുഴുവൻ ഉരുളക്കല്ലുകൾകൊണ്ട് ഉരച്ച് ചെറിയമ്മ മിനുസപ്പെടുത്തും. പന്തലില്ലാത്ത സമയത്ത് സന്ധ്യാനേരത്ത് ആ നടയിൽ പായ വിരിച്ച് അമ്മയും ചെറിയമ്മയും ചേച്ചിയും ഞാനുമൊക്കെ ഇരിക്കുകയും കിടക്കുകയും ചെയ്തിരുന്നു.

വെളുത്ത പക്ഷത്തെ ആകാശം അതിസുന്ദരമായിരുന്നു. ഞങ്ങൾ മുറ്റത്തുകിടന്ന് ചന്ദ്രനേയും സപ്തഋഷിമാരേയും അരുന്ധതിനക്ഷത്ര ത്തിനെയും നോക്കി പഠിച്ചിരുന്നു. അരുന്ധതിയെ കാണാൻ കഴിഞ്ഞാൽ അടുത്തൊന്നും മരണമില്ല എന്നാണ് പറയുക. ചന്ദ്രനുചുറ്റും പരിവേഷം വന്നാൽ മഴക്കാലത്തിന്റെ സൂചനയാണ്. ചിലപ്പോൾ സൂര്യനു ചുറ്റും പരിവേഷം വരും. ചില സന്ധ്യകളിൽ ചെമ്മാനം പൂക്കും. ചെമ്മാനം പൂത്താൽ ആ മാസം മഴയില്ല എന്നു ശാസ്ത്രം. പടിഞ്ഞാറു നിന്നടിക്കുന്ന കാറ്റ് വേനൽക്കാലത്ത് നല്ല ആശ്വാസമാണ്.

നാട്ടിലെ ഉത്സവങ്ങളായ 'കൊണ്ടൻപടയ്ക്കും' 'കതിരി'നും ഒക്കെ കൃഷിസ്ഥലങ്ങളിൽ പണിയെടുക്കുന്ന സാധുക്കളായ മലയന്മാർ കാവു തീണ്ടാൻ വരും. ഞങ്ങളുടെ കീഴിൽ പണിയെടുക്കുന്ന മലയന്മാർക്കെല്ലാം കതിരിനു രാത്രി പഴയവസ്ത്രങ്ങളും കൊണ്ടൻപടയ്ക്ക് രാത്രിയിൽ വിഭവ സമൃദ്ധമായ ഊണും കൊടുക്കുന്നത് ചാണകം മെഴുകിയ ആ പടി ഞ്ഞാറെ മുറ്റത്തായിരുന്നു. മലയന്മാർ കൊണ്ടുവരുന്ന കതിർക്കൂടുകൾ നടുമുറ്റത്തിനു ചുറ്റും തൂക്കി ഇടും. പത്തു പതിനഞ്ചടി ഉയരത്തിലുള്ള ഓലകളും പനമ്പട്ടയും കൊണ്ടുണ്ടാക്കിയ കുടകൾ മുറ്റത്ത് ഒരലങ്കാര വസ്തുവായിട്ടങ്ങനെ മതിലിൽ ചാരിവയ്ക്കും. ഓണത്തിന് കുടിയാന്മാർ കാഴ്ചക്കുലകളും അവലും കൊണ്ടുവരും. അവർക്കെല്ലാം കോറത്തുണി കൊണ്ടുള്ള മുണ്ടുകളും ഭക്ഷണവും കൊടുക്കും. വിഷുവിന് കുളത്തിൽ നിന്ന് ഒരു കാളവണ്ടി നിറയെ പച്ചക്കറികളും വേറൊരു കാളവണ്ടിയിൽ പനയിളനീരും ഒക്കെയായിട്ടായിരിക്കും കുടിയാന്മാരുടെ വരവ്.

മേടപ്പത്തിന് പാടങ്ങളിൽ വിത്തിട്ടു തുടങ്ങും. ആ സമയത്തു തന്നെ യാണ് അമ്മയും ചെറിയമ്മയും വൈക്കോൽകുണ്ട കത്തിയ തെക്കു പുറത്ത് കയ്പ, പടവലം, ചീര എന്നിവയുടെയൊക്കെ വിത്തിടുന്നത്. മാടുമേക്കുന്ന വേലായുധനോ കിട്ടുവോ നേരത്തേ തന്നെ ചീരപ്പാത്തി കൾ കിളച്ചുണ്ടാക്കിയിട്ടുണ്ടാവും. വിത്തിട്ടാൽ വെള്ളം കോരുന്നത് മാട്ടു ക്കാരന്റെ ജോലിയാണ്. പശുക്കളെ ശോകനാശിനിയുടെ ഓരത്തേക്ക് മേച്ചുകൊണ്ടുപോകുന്നതും കുളിപ്പിച്ചു വൃത്തിയാക്കി കൊണ്ടുവരുന്നതും പരുത്തിക്കൊട്ടയും പിണ്ണാക്കും അരച്ചുകലക്കി കൊടുക്കുന്നതും ഒക്കെ മാട്ടുക്കാരന്റെ ജോലിയാണ്.

കൊല്ലത്തിലൊരിക്കൽ നാൽക്കാലികൾക്കായി ഒരു പൂജയുണ്ട് - മൊണ്ട്യൻ പൂജ. കള്ളുവച്ചാണ് പൂജ കഴിക്കുന്നതെന്ന് വളരെ മുതിർന്ന പ്പോഴാണ് ഞാൻ മനസ്സിലാക്കിയത്. ആ പൂജയുടെ പൂജാരിയും മാടു മേക്കുന്ന ആളു തന്നെ. വിഷു ദിവസം നിലവിളക്കും ഉരുളിയിൽ ഒരു ക്കിയ കണി സാധനങ്ങളുമായി അമ്മയും ചെറിയമ്മയും തൊഴുത്തിലോട്ടു നടന്നുചെന്ന് പശുക്കളെ കണി കാണിക്കും.

വേനൽക്കാലത്ത് കുളത്തിൽ നിന്നും തേവുന്ന വെള്ളം ചാലുകൾ കീറി എല്ലാ തെങ്ങുകളുടെ ചുവട്ടിലും മറ്റു വൃക്ഷങ്ങളുടെ തടങ്ങളിലും കെട്ടിനിർത്താൻ മാട്ടുക്കാരനോടൊപ്പം കൈക്കോട്ടും പിടിച്ച് അച്ഛനും നില്ക്കും. ഒരു സ്കൂൾ മാഷായിരുന്ന എന്റെ അച്ഛന് വേനലവധി ക്കാലത്തെ പ്രധാന ജോലി ഇതു തന്നെ ആയിരുന്നു.

എണ്ണമെടുത്തിട്ടില്ലാത്തത്രയും തെങ്ങുകളും കമുകുകളുമായിരുന്നു തൊടി നിറയെ. വീട്ടിൽ ഒരുപാടുണ്ടായിരുന്ന മറ്റൊരു കൃഷി വാഴയാണ്. മിക്കവാറും എല്ലാ ആഴ്ചയും കാണും ഏതെങ്കിലും കുലവെട്ടാൻ. അതു കൊണ്ടുതന്നെ വാഴപ്പിണ്ടികൊണ്ടുള്ള ഉപ്പേരിയും പുളിങ്കറിയും പച്ചടിയും

ഒക്കെ അവിടുത്തെ ഒരു സ്ഥിരം ഭക്ഷണമായിരുന്നു. പഴുത്ത വാഴക്കുലകൾ, അവധിക്കാലത്ത്, കുട്ടേട്ടന്റെ മുറിയിൽ കൊണ്ടുപോയി വച്ചുകൊടുത്താൽ മതി കളികഴിഞ്ഞുവന്ന ക്ഷീണത്തിൽ ഏട്ടനും കൂട്ടുകാരും ഒറ്റയടിക്കു തീർത്തുതരും. വീടിന്റെ വടക്കേ തൊടിയിലുണ്ടായിരുന്ന ബദാമിന്റെ കുരു കല്ലുകൊണ്ടുകുത്തിപ്പൊട്ടിച്ച് അകത്തെ പരിപ്പെടുത്തു തിന്നുക എനിക്കിഷ്ടപ്പെട്ട കാര്യമായിരുന്നു.

തേങ്ങ ഇട്ടു കഴിഞ്ഞാൽ അമ്മയും ചെറിയമ്മയും ജോലിക്കാരും കൂടെ അതു മുഴുവൻ പൊതിച്ച് ഉടച്ച് വെയിലത്തു വയ്ക്കും. ഞാനും ചേച്ചിയും അവരോടൊപ്പമിരുന്ന് മത്സരിച്ചു തേങ്ങ പൊതിക്കും. പക്ഷേ, ഇക്കാര്യത്തിൽ ഒരിക്കൽപ്പോലും എനിക്കു ചേച്ചിയെ തോല്പിക്കാനായിട്ടില്ല. തേങ്ങാവെള്ളം മുഴുവൻ വലിയ വലിയ അണ്ടാവുകളിൽ ശേഖരിച്ച് പശുവിനും ആടിനും ഒക്കെ കൊടുക്കും. ചേച്ചിയുടെ പേരുള്ള ഒരു പശുവുണ്ടായിരുന്നു, കല്യാണി. കല്യാണിയുടെ മക്കളെക്കൊണ്ട് ഞങ്ങളുടെ കളം നിറഞ്ഞെന്ന് അമ്മാമൻ പറഞ്ഞു കേട്ടിട്ടുണ്ട്. ചെന വന്ന് പ്രസവമടുക്കുംവരെ പശുക്കളുടെ താമസം മൈലുകൾക്കപ്പുറത്ത് കന്നിമാരിതേക്കിലുള്ള ഞങ്ങളുടെ കൃഷിസ്ഥലങ്ങളിലാണ്. പ്രസവിക്കാറായാൽ അവ വീട്ടിൽ തിരിച്ചെത്തും. പശു പ്രസവിക്കുന്നത് ആരും, പ്രത്യേകിച്ച് കുട്ടികൾ കാണരുതെന്നാണ്. അതുകൊണ്ട് പ്രസവമടുത്താൽ ഞാനും ചേച്ചിയും നാലുകെട്ടിന്റെ മുകളിലത്തെ നിലയിലേക്കു പോകും. ഞങ്ങൾ ജനാലകളുടെ വിടവിൽകൂടി അച്ഛനമ്മമാരറിയാതെ ഒളിച്ചു നിന്ന് പ്രസവം കാണും. പശുവിന്റെ പ്രസവം കഴിഞ്ഞാൽ പിന്നെ അച്ഛനു പിടിപ്പതു ജോലിയാണ്. മാടുമേക്കുന്ന പയ്യനും അച്ഛനും കൂടിയാണ് പശുവിനെ കുളിപ്പിക്കുന്നതും ക്ടാവിനെ പാലു കുടിക്കാനായി പശുവിന്റെ അകിടിനടുത്തേക്കു കൊണ്ടു നിർത്തുന്നതും അതിന്റെ കുളമ്പു നുള്ളുന്നതും ഒക്കെ. മാച്ച് (മറുപിള്ള) വീണു കഴിഞ്ഞാൽ അതിനെ വൈക്കോലിൽ പൊതിഞ്ഞുകെട്ടി ഏതെങ്കിലും മരക്കൊമ്പിൽ തൂക്കും.

കുളിപ്പിച്ചു കഴിഞ്ഞാൽ പശുവിന്റെ ശരീരം മുഴുവൻ വേപ്പിന്റെ എണ്ണ തേച്ച് അച്ഛൻ തടവിക്കൊടുക്കും. തലപൊക്കി അതിന്റെ താടയിൽ തഴുകിക്കൊടുക്കാൻ പശു തയ്യാറായി നില്ക്കുന്നത് കാണേണ്ട ഒരു കാഴ്ചയാണ്. അവിടെ മനുഷ്യനും മൃഗവും എന്ന വ്യത്യാസം മാഞ്ഞുപോകുന്നതു കാണാം. പുറകുവശത്തും ശരീരത്തിലും ഒക്കെ വേപ്പെണ്ണ വേണ്ടുവോളം തേച്ചു തടവും അച്ഛൻ. വേപ്പെണ്ണയ്ക്ക് വല്ലാത്തൊരു നാറ്റമാണ്. എന്നും മൈസൂർ സാൻഡൽ സോപ്പിന്റെയും ചന്ദനത്തൈലത്തിന്റെയും മണവുമായി നടക്കുന്ന അച്ഛന് പശുപ്രസവം കഴിഞ്ഞാൽ കുറച്ചു ദിവസത്തേക്ക് വേപ്പെണ്ണയുടെ നാറ്റമാണ്.

വെളുത്ത മൽമൽതുണികൊണ്ടുള്ള ഒറ്റമുണ്ടും അതേ തുണികൊണ്ടുള്ള ജുബ്ബയും ആയിരുന്നു അച്ഛന്റെ സ്ഥിരം വേഷം. നല്ലതുപോലെ കഞ്ഞിയും നീലവും പിഴിഞ്ഞുണക്കിയ മുണ്ടും ജുബ്ബയും

ഉണങ്ങാനിടുന്ന സമയത്ത് അതിലൊരു ചുളിവുപോലുമില്ലാതെ അച്ഛൻ ശ്രദ്ധിക്കുമായിരുന്നു. എന്നും ഇസ്തിരിയിട്ട് തോളിലൊരു കരയുള്ള രണ്ടാംമുണ്ടും ഇട്ട് റോഡിലൂടെ നീണ്ടുനിവർന്നങ്ങനെ അച്ഛൻ നടന്നു പോകുന്നത് മനോഹരമായ ഒരു കാഴ്ചതന്നെയായിരുന്നു. ആ പൊൻ നിറവും ആണത്തമുള്ള മുഖകാന്തിയും - എന്റെ അച്ഛനെ കാണാൻ വല്ലാത്ത ചന്തമായിരുന്നു.

ഞങ്ങളുടെ കൂട്ടുകാർക്കെല്ലാം എന്റെ വീട്ടിൽ വരാൻ വലിയ ഇഷ്ട മായിരുന്നു. കളിക്കാൻ ഒരുപാടുസ്ഥലം. കൂടെ നടന്നു കളിപ്പിക്കാൻ ചെറിയമ്മ. പാലും നെയ്യും വെണ്ണയുമൊക്കെ ഇഷ്ടം പോലെ ഉള്ളതു കൊണ്ട്, ഭരണികൾ നിറയെ മധുര പലഹാരങ്ങൾ. കടച്ചക്ക (ശീമച്ചക്ക) കനം കുറച്ചരിഞ്ഞ് വെളിച്ചെണ്ണയിൽ വറുത്തെടുത്തത് എന്റെ വീട്ടിലെ എന്നത്തേയും ഒരു പലഹാരമായിരുന്നു. പ്രസിദ്ധ പിന്നണിഗായികയും സംഗീതജ്ഞയും ഒക്കെയായിരുന്ന പി.ലീല ഞങ്ങളുടെ ഒരു ബന്ധു വായിരുന്നു. അവർ മദ്രാസിൽ നിന്നും ചിറ്റൂരെത്തിയാൽ ഉടനെ ഞങ്ങൾ വിവരമറിയും - കടച്ചക്കയ്ക്കും മാമ്പഴത്തെരയ്ക്കും പുറയത്തെ വീട്ടിൽ നിന്നും ലീലച്ചേച്ചി ആളെ പറഞ്ഞു വിടും. ലീലച്ചേച്ചിയുടെ രണ്ടാമത്തെ സഹോദരി ഭാനുച്ചേച്ചിയും എന്റെ ചെറിയമ്മയും സമപ്രായക്കാരും കൂട്ടുകാരുമായിരുന്നു. അതുകൊണ്ടു തന്നെ അവരുടെ താത്പര്യമറിഞ്ഞ് വേണ്ടതെല്ലാം എത്തിച്ചുകൊടുക്കുവാൻ ചെറിയമ്മയ്ക്ക് വലിയ ഉത്സാഹ വുമായിരുന്നു. കുളപ്പുരയിൽ താമസിച്ചിരുന്ന സീതാലക്ഷ്മി അമ്മ്യാരുടെ ശിക്ഷണത്തിൽ അമ്മയും ചെറിയമ്മയും മുറുക്കും തേങ്ങാവടയും മനോഹരവും മൈസൂർപാക്കും ജിലേബിയും ലഡ്ഡുവുമൊക്കെ ഒന്നാന്തര മായി ഉണ്ടാക്കാൻ പഠിച്ചിരുന്നതുകൊണ്ട് ഞങ്ങൾക്കെന്നും ഓണമായി രുന്നു. ഞങ്ങളുടെ കൂട്ടുകാർക്കെല്ലാം വയറുനിറച്ച് ഭക്ഷണം കൊടുത്തിട്ടേ ചെറിയമ്മ തിരിച്ചയയ്ക്കൂ.

ഇന്നിപ്പോൾ തിരുവനന്തപുരത്തെ വാഹനങ്ങൾ നിറഞ്ഞ വഴികളി ലൂടെ നടന്നു നീങ്ങുമ്പോൾ, വഴിവാണിഭക്കാരുടെ ചെറിയ പെട്ടികളിൽ അടുക്കിവച്ചിരിക്കുന്ന മധുര പലഹാരങ്ങളോ, വിവിധയിനം പഴങ്ങളോ ഒക്കെ കാണുമ്പോൾ ഞാൻ ആ പഴയ കാലങ്ങളെക്കുറിച്ചൊക്കെ ഓർക്കും. നഷ്ടപ്പെട്ട തറവാടും ചെറിയമ്മയും അച്ഛനമ്മമാരും ഏട്ടന്മാരു മൊക്കെ ഒരു നിമിഷത്തേക്ക് മനസ്സിലൂടെ മിന്നിമറയും. ഒരുപാടു കണ്ടു വളർന്നതുകൊണ്ടാവാം, വഴിയിൽ കാണുന്ന ഒന്നിനോടും ഇപ്പോഴൊ രാസക്തിയും തോന്നാറില്ല.

നാട്ടിൽ പോകുമ്പോൾ, ഇടിച്ചുപൊളിച്ചു കളഞ്ഞ ആ പഴയ തറവാടി നെയോർത്ത് പരിചയക്കാരെല്ലാം സങ്കടപ്പെടുമ്പോൾ, അവിടെ ഉയർന്നു വന്നിരിക്കുന്ന പത്തോ അതിലധികമോ കോൺക്രീറ്റ് കെട്ടിടങ്ങളിലൂടെ കണ്ണു പായുമ്പോൾ മനസ്സു തേങ്ങും. ജനിച്ച മണ്ണിൽ ഒരു സെന്റ് സ്ഥലം പോലും സ്വന്തമായിട്ടില്ലല്ലോ എന്ന ചിന്ത കണ്ണു നിറയ്ക്കും. പിന്നീട്,

ഈ ശരീരംപോലും നമ്മുടെ സ്വന്തമല്ലല്ലോ എന്ന് സ്വയം ആശ്വസിക്കും. ആത്മാവ് പറന്നു പോകുമ്പോൾ വെറും ജഡമായിത്തീരുന്ന ഈ ശരീരത്തിന് ഇപ്പോൾ ആറടിമണ്ണുപോലും ആവശ്യമില്ലല്ലോ എന്നു സമാധാനിക്കും. വൈദ്യുതി ശ്മശാനങ്ങൾ ആറടിമണ്ണിനേക്കാൾ ആവശ്യമായിരിക്കുന്ന ഇക്കാലത്ത് ശ്രീകുമാരൻ തമ്പിയുടെ വരികൾപോലെ സ്വന്തമെന്ന പദത്തിനെന്തർത്ഥം എന്ന ചിന്തകൊണ്ട് മനസ്സു നിറയും. എങ്കിലും കുളപ്പുര എഴുവത്ത് എന്ന എന്റെ തറവാടും അവിടുത്തെ കുളിർമ്മയാർന്ന ഓർമ്മകളും ഇടയ്ക്കിടയ്ക്ക് ക്ഷണിക്കാതെ കയറിവന്ന് എന്നെ കോൾമയിർകൊള്ളിക്കയും കണ്ണുകളെ ഈറനാക്കുകയും ചെയ്യുന്നു.

രണ്ട്

അമ്പതു വർഷങ്ങൾക്കുശേഷം

ആയിരത്തിത്തൊള്ളായിരത്തി അറുപത്തിനാലിൽ ഗവൺമെന്റ് കോളേജ് ചിറ്റൂരിൽ നിന്ന് ഡിഗ്രി പരീക്ഷ കഴിഞ്ഞു പിരിയുമ്പോൾ ഞങ്ങൾ, ഏറ്റവും അടുത്ത സ്നേഹിതകൾ ഒരു തീരുമാനമെടുത്തു- ജോലി കിട്ടിയോ, വിവാഹിതരായോ മറ്റെന്തെങ്കിലും കാരണത്താലോ എത്ര അകലെ പോകേണ്ടിവന്നാലും വർഷത്തിലൊരിക്കലെങ്കിലും കുടുംബസമേതം, എല്ലാവരും തമ്മിൽ കാണണം- ഞങ്ങളെല്ലാവരും തന്നെ ചിറ്റൂരോ തത്തമംഗലത്തോ പട്ടഞ്ചേരിയിലോ ഒക്കെയായി വളരെ അകലെയല്ലാതെ താമസിച്ചിരുന്നവരായതുകൊണ്ട്, ഈ തീരുമാനം നടപ്പിലാക്കാനൊക്കും എന്നു തന്നെ വിശ്വസിച്ചിരുന്നവരാണ്- ജോലി കിട്ടിയോ, വിവാഹിതരായോ ഒക്കെ നാടുവിടുന്നതിനുമുമ്പ് പലപ്പോഴും ഞങ്ങൾ ആരുടെയെങ്കിലുമൊക്കെ വീടുകളിൽ ഒത്തുകൂടാറുണ്ടായിരുന്നു.

കൂട്ടത്തിൽ ആദ്യം വിവാഹിതയായത് മലയാളം പ്രധാനവിഷയമായെടുത്ത്, പ്രസിദ്ധ പണ്ഡിതനായ ശ്രീ. പന്മന രാമചന്ദ്രൻസാറിന്റെ വത്സലശിഷ്യയായി ഡിഗ്രി എടുത്ത സത്യഭാമയായിരുന്നു എന്നാണ് എന്റെ ഓർമ്മ. വിവാഹശേഷം ഭാമ എറണാകുളത്ത് താമസമായി. കെമിസ്ട്രിയിൽ ബിരുദാനന്തര പഠനത്തിനായി അമ്മുക്കാശ് എന്നു വിളിക്കുന്ന രുഗ്മിണിക്കുട്ടി ഡൽഹിയിലേക്ക് പോയി. ഓമന (കാർത്ത്യായനി)യും നാരായണിക്കുട്ടിയും ഞാനും ബോട്ടണി മെയിനും കെമിസ്ട്രി സബ്സിഡിയറായും എടുത്തു പഠിക്കാൻ ആഗ്രഹിച്ചെങ്കിലും തങ്ങൾക്ക് ഇഷ്ടപ്പെട്ട വിഷയം പഠിക്കുവാൻ ഓമനയ്ക്കും നാരായണിക്കുട്ടിക്കുമേ കഴിഞ്ഞുള്ളൂ. പഠിക്കാൻ വിദ്യാർത്ഥികളില്ലെങ്കിൽ കോളേജിന് ആ ഡിപ്പാർട്ടുമെന്റ് തന്നെ നഷ്ടപ്പെടും എന്ന ഭയം കൊണ്ടാവാം സംഗീതം, കെമിസ്ട്രി, ഇക്കണോമിക്സ്, മലയാളം, തമിഴ് എന്നീ വിഷയങ്ങൾ പഠിപ്പിച്ചിരുന്ന അദ്ധ്യാപകർ പലപ്പോഴും കുട്ടികളെ നിർബന്ധിച്ച് അവരവരുടെ വിഷയത്തിലേക്ക് ക്ഷണിച്ചിരുന്നു. അക്കൂട്ടത്തിൽ അന്ന് ചിറ്റൂർ കോളേജിൽ സംഗീതത്തിന്റെ പ്രൊഫസറായിരുന്ന ദേവകിഅമ്മയുടെ

നിർബന്ധത്തിനു വഴങ്ങിയാണ് ബോട്ടണി ഉപേക്ഷിച്ച് സംഗീതക്ലാസ്സി ലേക്ക് എനിക്കു ചെല്ലേണ്ടിവന്നത്. ഇവിടെ ആരും പുല്ലുപറിക്കാൻ പോണ്ട എന്നായിരുന്നു എന്റെ മൂത്ത ആങ്ങളയുടെ തീരുമാനം. പ്രൊഫസർ ദേവകിഅമ്മയ്ക്ക് അച്ഛനേയും ഏട്ടന്മാരേയും നല്ല പരിചയമായിരുന്നു. മാത്രമല്ല, പഠിച്ചിരുന്ന വിക്ടോറിയാ ഗേൾസ് ഹൈസ്കൂളിൽ സംഗീത മത്സരങ്ങൾക്ക് മിക്കവാറും ജഡ്ജ് ആയി വരുന്നത് ദേവകിഅമ്മടീച്ചറാ യിരുന്നതുകൊണ്ട് എന്നെയും അവർക്കു നല്ല പരിചയമുണ്ടായിരുന്നു. ഏതാണ്ട് അഞ്ചാം ക്ലാസ് മുതൽ പതിനൊന്നാം ക്ലാസ് വരെയുള്ള കാല യളവിൽ എല്ലാവർഷവും നടന്ന കർണ്ണാടകസംഗീത മത്സരങ്ങളിൽ ഒന്നാമതോ രണ്ടാമതോ ആയി വിജയിച്ചിരുന്നതും കോളേജിൽ മ്യൂസിക് എടുത്തു പഠിക്കാൻ മറ്റൊരു കാരണം ആയി. അതുകൊണ്ടു തന്നെ ബോട്ടണി ഉപേക്ഷിച്ചു. അറുപത്തിനാലിൽ സ്റ്റേറ്റിൽ നാലാം റാങ്കുകാരി യായി ഡിഗ്രി എടുക്കാൻ കഴിഞ്ഞതുകൊണ്ടാവാം അറുപത്തി അഞ്ചിൽ ത്തന്നെ ആകാശവാണി തൃശൂർ നിലയത്തിൽ ഒരു അനൗൺസറായി ജോലിക്കു കയറാൻ എനിക്കു കഴിഞ്ഞത്. പഠനം തുടങ്ങിയകാലത്ത് ചെറിയ നിരാശ തോന്നിയിരുന്നെങ്കിലും പോകെപ്പോകെ സംഗീതത്തി നോടൊപ്പം നീങ്ങുവാൻ വലിയ പ്രയാസം തോന്നിയില്ല. എന്നുതന്നെ യല്ല, ആകാശവാണിയിൽ ജോലികിട്ടാനും പി. പത്മരാജന്റെ ഭാര്യ യാകാൻ കാരണമായതും സംഗീതത്തിൽ ബിരുദമെടുക്കാൻ കഴിഞ്ഞതു കൊണ്ടുമാത്രമാണ്. സഹപാഠികൾ പഠനശേഷം വിവാഹം ചെയ്തും ഉദ്യോഗം ലഭിച്ചും ബോംബെ, മദ്രാസ്, കൽക്കത്ത തുടങ്ങിയ പല നഗര ങ്ങളിലേക്കും ചേക്കേറി. ഏറ്റവും അവസാനം വിവാഹിതരായത് ഞാനും അമ്മുക്കാശും ആയിരുന്നു.

വർഷങ്ങൾ കടന്നുപോയിക്കൊണ്ടിരുന്നു. നിർഭാഗ്യമെന്നു പറയട്ടെ, പഠിത്തം കഴിഞ്ഞ് പിരിയുന്ന സമയത്ത് ഞങ്ങളെടുത്തിരുന്ന തീരുമാനം, വർഷത്തിലൊരിക്കലുള്ള ഒത്തുകൂടൽ എന്ന സ്വപ്നം ഒരിക്കൽപ്പോലും സാക്ഷാത്കരിക്കപ്പെടുകയുണ്ടായില്ല. പല കൂട്ടുകാരേയും വർഷങ്ങൾക്കു ശേഷമാണ് വീണ്ടും കാണാൻ പറ്റിയത്. ശരിക്കു പറഞ്ഞാൽ, എന്റെ കൂട്ടുകാരിൽ ഒന്നോ രണ്ടോ പേർക്കൊഴിച്ച് ആർക്കും തന്നെ പത്മരാജനെ ഒരിക്കലെങ്കിലും കാണാനൊത്തില്ല എന്നത് വേദനയായി ഇന്നും അവ ശേഷിക്കുന്നു.

കാലം കടന്നുപോകുന്നതിനിടയിൽ പലരും അമ്മമാരും അച്ഛന്മാരും മുത്തശ്ശന്മാരും മുത്തശ്ശിമാരും ഒക്കെയായി മാറി. മക്കളുടെ വിവാഹവേള യിലെങ്കിലും കണ്ടുമുട്ടിയിരുന്നെങ്കിൽ എന്നാഗ്രഹിച്ചിരുന്നു. എല്ലാവരെയും കാണാനൊത്തില്ലെങ്കിലും എന്റെ മകളുടെ കല്യാണത്തിന് കുറച്ചുപേരെ യൊക്കെ വിളിച്ചുവരുത്താൻ പറ്റി. ഇതിനിടയിൽ ആരൊക്കെയോ ജീവിതം അവസാനിച്ച് യാത്രയായിക്കഴിഞ്ഞിരുന്നു. അക്കൂട്ടത്തിൽ ഏറെ വേദനി പ്പിച്ച വേർപാട് എന്റെ വലിയമ്മയുടെ മകളും മ്യൂസിക് ബി.എയ്ക്ക് എന്നോടൊപ്പം പഠിച്ചിരുന്ന ഓമനച്ചേച്ചി (സീതാദേവി)യുടേതായിരുന്നു.

അവസാനമായി കണ്ടത് ബോംബെയിൽ വെച്ചാണ്. മകളോടൊപ്പം ഒരിക്കൽ ബോംബെയിൽ രണ്ടാമത്തെ ചേട്ടന്റെ അടുത്തേക്കു പോയി. അന്ന് ഓമനചേച്ചി സുഖമില്ലാതെ കിടപ്പിലാണ്. തിരിച്ചുപോരാൻ നേരത്ത് എന്റെ കൈയിൽ പിടിച്ച് ഓമനച്ചേച്ചി പറഞ്ഞു 'നിന്റെ മകളുടെ കല്യാണ ത്തിന് ഒരുപക്ഷേ ഞാൻ ജീവനോടെ കണ്ടില്ലെന്നിരിക്കും. അതുകൊണ്ട് മോൾക്കായി ഞാനൊരു സമ്മാനം ഇപ്പോൾത്തന്നെ തരികയാണ്'- ഓമന ച്ചേച്ചിയുടെ വാക്കുകൾ ഞെട്ടലോടെയാണ് ഞാൻ കേട്ടത്. ഉടനെ തന്നെ ഒരു പൊതിയെടുത്ത് ഓമനച്ചേച്ചി എന്റെ മകളുടെ കൈയിൽ കൊടുത്തു - മനോഹരമായ ഒരു കാഞ്ചീപുരം സാരിയായിരുന്നു അത്. പറഞ്ഞതു പോലെത്തന്നെ സംഭവിച്ചു. മകളുടെ കല്യാണത്തിനു മുമ്പേ ഓമനച്ചേച്ചി പോയി. കല്യാണത്തലേന്ന് മോളെ ഓമനച്ചേച്ചി തന്ന സാരി ഉടുപ്പിച്ചത് നിറഞ്ഞ കണ്ണുകളോടെ മാത്രമേ എനിക്ക് ഓർക്കാൻ കഴിയൂ.

കൂടെ പഠിച്ചവരിൽ എനിക്കു മാത്രമല്ല നാരായണിക്കുട്ടി, മോഹൻ ദാസ്, കേശവൻകുട്ടി, ചന്ദ്രശേഖരൻ എന്നിവർക്കെല്ലാം തന്നെ ഇണകൾ നഷ്ടപ്പെട്ടിരിക്കുന്നു. എല്ലാവരും മക്കളോടൊത്തോ, അല്ലാതെയോ നഷ്ട ബോധത്തോടെ കഴിയുന്നു.

കഴിഞ്ഞ സെപ്തംബറിൽ സത്യഭാമയെ വിളിച്ചപ്പോഴാണ് അറിഞ്ഞത്, ചിറ്റൂർ കോളേജിൽ ഒരു അലുമ്നി അസോസിയേഷൻ രൂപീകരിച്ചിരി ക്കുന്നുവെന്ന്. ഞങ്ങളോടൊപ്പം പഠിച്ച സുരേന്ദ്രനെയും അരവിന്ദാക്ഷ നെയും വിവരങ്ങൾ അറിയിച്ചു കഴിഞ്ഞു. ഈ വിവരം മദ്രാസിലുള്ള അമ്മുക്കാശിനെ ഫോണിലൂടെ അറിയിച്ചു. ക്യൂൻമേരീസ് കോളേജിലെ കെമിസ്ട്രി പ്രൊഫസറായി റിട്ടയർ ചെയ്ത് മദ്രാസിൽത്തന്നെ സ്ഥിര താമസമാക്കിയിരിക്കുകയാണ് അമ്മുക്കാശ്.

ഞങ്ങളുടെ മറ്റൊരു ക്ലാസ്മേറ്റ് ആയിരുന്ന ഗോപിനാഥൻ മദ്രാസിൽ മറ്റേതോ കോളേജിലെ കെമിസ്ട്രി പ്രൊഫസറാണെന്നും ഒരിക്കൽ ഒരു കോൺഫറൻസിൽ വെച്ച് കണ്ടിരുന്നുവെന്നും അമ്മുക്കാശ് പറഞ്ഞി രുന്നു. അലുമ്നി അസോസിയേഷന്റെ കാര്യം പറഞ്ഞപ്പോൾ 'നമുക്കും ഒന്ന് ഒത്തുകൂടിയാലെന്താ' എന്നായി അമ്മുക്കാശ്. ആ ചോദ്യം എനിക്ക് സന്തോഷവും ഉണർവ്വും പകർന്നു. പിന്നെ താമസിച്ചില്ല, ഉടനെ തന്നെ ഫോൺനമ്പർ അറിയാവുന്ന എല്ലാ കൂട്ടുകാരെയും വിളിച്ചു. പലർക്കും അത് സന്തോഷം നൽകി എന്ന് അവരുടെ ശബ്ദത്തിൽ നിന്നും തിരി ച്ചറിഞ്ഞു. രണ്ടായിരത്തിപതിനാല് അവസാനിക്കുന്നതിനു മുമ്പുതന്നെ കൂടാം എന്ന തീരുമാനത്തിലെത്തി. ഡിസംബർ മാസത്തിലെ രണ്ടാം ശനിയാഴ്ച, പതിമൂന്നാം തിയതി ചിറ്റൂർ കോളേജിൽ വച്ചുതന്നെ തമ്മിൽ കാണാം എന്ന ധാരണയിലെത്തിയപ്പോൾ പറഞ്ഞറിയിക്കാൻ പറ്റാത്ത ഉന്മേഷം തോന്നി. കൃത്യം ഒരുമാസം മാത്രം ശേഷിക്കെ സഹപാഠികളു മായി പലപ്രാവശ്യം ഫോണിൽ സംസാരിച്ചു.

കോളേജിൽ നേരത്തെ രൂപീകരിക്കപ്പെട്ട അലുമ്നി അസോസിയേഷന്റെ സെക്രട്ടറി ജയദേവന്റെ നമ്പർ തരുന്നത് എന്റെ കസിനും ക്ലാസ്മേറ്റുമായ രമണപ്രസാദാണ്. ഉടനെതന്നെ ജയദേവനുമായി ഫോണിൽ സംസാരിച്ച് കോളേജിലെ ഇപ്പോഴത്തെ പ്രിൻസിപ്പൽ ശ്യാമളാദേവിയുടെ നമ്പർ സംഘടിപ്പിച്ചു. ജയദേവൻ പ്രിൻസിപ്പലിനെ നേരിട്ടു കണ്ട് സംസാരിച്ചോളാം എന്നും യോഗം കൂടാൻ വേണ്ട എല്ലാ ഒത്താശകളും ചെയ്തുതരാം എന്നും വാക്കുതന്നു. ഞങ്ങൾ പത്തിരുപത്തിയഞ്ചു പേർക്ക് ഒത്തുകൂടാൻ കോളേജിലെ ഏതെങ്കിലുമൊരു ക്ലാസ് മുറി മാത്രമേ വേണ്ടിയിരുന്നുള്ളൂ. രണ്ടുമൂന്നുപ്രാവശ്യം ഇക്കാര്യത്തിനായി പ്രിൻസിപ്പലിനെ വിളിക്കേണ്ടി വന്നെങ്കിലും അവസാനം, ഡിസംബർ പതിമൂന്നിനു രാവിലെ പത്തരയ്ക്ക് ഒത്തുകൂടാനുള്ള സമ്മതം പ്രിൻസിപ്പലിൽ നിന്നും ലഭിച്ചു.

ഇതിനിടയിൽ, ഞങ്ങളെ ഡിഗ്രിക്ക് ഹിന്ദി പഠിപ്പിച്ചിരുന്ന ടി.എം. രാജഗോപാൽ സാറിന്റെ ഒരു ഫോട്ടോ വനിതയിൽ കാണാനിടയായി. സാറ് തിരുവനന്തപുരം വിമൻസ് കോളേജിൽ ഉണ്ടായിരുന്ന സമയത്ത്, പത്മരാജന്റെ ചേട്ടന്റെ മകൾ ജെ.ദേവികയെ കോളേജിൽ ചേർക്കാൻ ഞാനാണ് പോയിരുന്നത്. അന്ന് ഒട്ടും പ്രതീക്ഷിക്കാതെ സാറിനെ കണ്ടുമുട്ടാൻ കഴിഞ്ഞിരുന്നു. സാറിന് താൻ പഠിപ്പിച്ച മിക്ക വിദ്യാർത്ഥികളെയും നല്ല ഓർമ്മയുണ്ട്.

വനിതയിൽ ഫോട്ടോ കണ്ട ഉടനെ സാറിന്റെ നമ്പർ അന്വേഷിച്ചു കണ്ടുപിടിച്ച് ഫോൺ ചെയ്തു. സാറിനതു കേട്ടപ്പോൾ വലിയ സന്തോഷമായി എന്നു മാത്രമല്ല, താൻ കൂടി യോഗത്തിൽ പങ്കെടുക്കുവാൻ ചിറ്റൂരെത്താം എന്ന് സമ്മതിക്കുകയും ചെയ്തു.

പിന്നീടുള്ള ദിവസങ്ങൾ ആകാംക്ഷയുടേതായിരുന്നു. പ്രായം അഞ്ചാറുവയസ്സു കുറഞ്ഞതുപോലെ തോന്നി. കൂടിച്ചേരലിന് നാലഞ്ചു ദിവസങ്ങൾ മുമ്പുതന്നെ നാട്ടിലെത്താൻ ഞങ്ങൾ തീരുമാനിച്ചു.

പക്ഷേ, വീണ്ടുമൊരിക്കൽ ഫോൺ ചെയ്തപ്പോഴാണ്, എല്ലാറ്റിനും മുൻകൈയെടുത്ത അമ്മുക്കാശിന്റെ ഭർത്താവിന് പെട്ടെന്ന് സുഖമില്ലാതെ ഐ.സി.യുവിൽ ആക്കേണ്ടി വന്ന വിവരം അറിയുന്നത്. താമസിയാതെ ഞങ്ങളെയാകെ വിഷമിപ്പിച്ചുകൊണ്ട് മറ്റൊരു വാർത്ത കൂടി എത്തി. ഞങ്ങളുടെ യോഗത്തിന് കൊഴുപ്പുകൂട്ടാനായി പാട്ടുപാടാം എന്നേറ്റ്, രണ്ടാഴ്ചയായി പഴയ സിനിമാ പാട്ടുപുസ്തകമൊക്കെ എടുത്തുവച്ച് പ്രാക്ടീസ് തുടങ്ങിയിരുന്ന സരളയുടെ തൊട്ടുതാഴെയുള്ള സഹോദരൻ പെട്ടെന്നുണ്ടായ ഹൃദയാഘാതത്തെത്തുടർന്ന് നിര്യാതനായിരിക്കുന്നു എന്ന്.

ഡോക്ടർ മോഹൻദാസിന് ഡിസംബർ പതിമൂന്നിനു തന്നെ മാറ്റി വയ്ക്കാൻ വയ്യാത്ത പ്രധാനപ്പെട്ട ഒരു കോൺഫറൻസിൽ പങ്കെടുക്കേണ്ടിയിരിക്കുന്നു എന്ന വിവരവും ചന്ദ്രശേഖരന്റെ ഏകമകൻ കുറച്ചുകാലത്തിനുശേഷം അന്നേദിവസം തന്നെ എറണാകുളത്തെത്തുന്നു എന്ന

വിവരവും പിന്നാലെ വന്ന വാർത്തകളാണ്. ഇവയെല്ലാം തന്നെ മനസ്സിനെ നൊമ്പരപ്പെടുത്തിയെങ്കിലും മുന്നോട്ടുവച്ച കാൽ പുറകോട്ടെടുക്കണ്ട എന്ന് ഞങ്ങൾ തീരുമാനിക്കുകയായിരുന്നു. എന്നോട് കൂടുതൽ അടുപ്പവും സ്നേഹവുമുള്ള കാർത്ത്യായനിക്കും നാരായണിക്കുട്ടിക്കും പങ്കെടുക്കാൻ കഴിയില്ല എന്ന വിവരംകൂടി അറിഞ്ഞപ്പോൾ മനസ്സുനൊന്തു. വരാൻ പറ്റാത്തവരെക്കുറിച്ചു വിഷമിക്കാതെ, വരുന്നവരെക്കുറിച്ചുമാത്രം ചിന്തിച്ചു കൊണ്ട് അവരെയെങ്കിലും കാണാനൊക്കുമല്ലോ എന്ന ആശ്വാസത്തിൽ നീണ്ട അമ്പതുവർഷങ്ങൾക്കുശേഷമുള്ള ഒത്തുകൂടലിനായി ഞങ്ങൾ നാട്ടിലെത്തി.

ഡിസംബർ പത്തിന് ഞാൻ എത്തുന്നതിനുമുമ്പായിത്തന്നെ അരവിന്ദാക്ഷനും സത്യഭാമയും നാട്ടിലെത്തിയിരുന്നു. നേരത്തെ പറഞ്ഞുറപ്പിച്ചതനുസരിച്ച് ഞങ്ങൾ മൂന്നുപേരും പിറ്റേന്നു കാലത്ത് പത്തുമണിക്ക് കോളേജിലെത്തി. ഞങ്ങളെ കാത്ത് ജയദേവൻ അവിടെ നില്ക്കുന്നുണ്ടായിരുന്നു. ഞങ്ങളൊരുമിച്ച് പ്രിൻസിപ്പലിന്റെ റൂമിൽ ചെന്നു. അവിടെ കിട്ടിയ സ്വീകരണം ഞങ്ങളെയൊക്കെ അദ്ഭുതപ്പെടുത്തിയ ഒന്നായിരുന്നു. പ്രിൻസിപ്പൽ ശ്യാമളാദേവി ഞങ്ങളോടൊപ്പം വന്ന് കോളേജിന്റെ മുക്കും മൂലയും വരെ കാണിച്ചുതന്നു. കോളേജിന്റെ ഇപ്പോഴത്തെ അവസ്ഥ കണ്ടപ്പോൾ മനസ്സു വല്ലാതെ വേദനിച്ചു.

ആയിരത്തിത്തൊള്ളായിരത്തി അമ്പത്തിരണ്ടിലോ മറ്റോ ആണ് ചിറ്റൂർ ഗവൺമെന്റ് കോളേജ് ഭാരതപ്പുഴയുടെ പോഷകനദിയായ ശോകനാശിനിയുടെ കരയിലുള്ള പുതിയ കെട്ടിടത്തിലേക്ക് മാറുന്നത്. ദിവാൻ പേഷ്ക്കാർ സി.പി.കരുണാകരമേനോന്റെ കാലത്ത് പനമ്പിള്ളി ഗോവിന്ദമേനോനായിരുന്നു കോളേജിന്റെ ഉദ്ഘാടനകർമ്മം നിർവ്വഹിച്ചത്. ഒരു വശത്ത് ശോകനാശിനിപ്പുഴ, മറുവശത്ത് വിശാലമായ പാടശേഖരങ്ങൾ. ചിറ്റൂരും തത്തമംഗലവും ഒരേ മുനിസിപ്പാലിറ്റിയിൽ ഉൾപ്പെടുന്ന രണ്ടു പ്രദേശങ്ങളാണ്. പുഴയാണ് രണ്ടു പ്രദേശങ്ങളുടെയും അതിർത്തി. വെളുത്തു സുന്ദരനായ ഒരു യുവാവിനെപ്പോലെ പുഴക്കരയിൽ കോളേജ് തലയെടുപ്പോടെ നിന്നിരുന്നു. കോളേജിന്റെ ഭംഗിയെ അലോസരപ്പെടുത്താതെ നോക്കെത്തും ദൂരത്തുതന്നെ ആൺകുട്ടികൾക്കും പെൺകുട്ടികൾക്കുമായുള്ള ഹോസ്റ്റലുകൾ. ഞങ്ങൾ പഠിക്കുന്ന കാലത്ത് എ.ബി.ടി എന്നൊരു ബസ്സായിരുന്നു രണ്ടു ട്രിപ്പുകളിലായി കുട്ടികളെ കോളേജിൽ എത്തിച്ചുകൊണ്ടിരുന്നത്.

ഇന്നവിടെ തലങ്ങും വിലങ്ങുമായി ഒരുപാടു കെട്ടിടങ്ങൾ വന്നിരിക്കുന്നു. ഒട്ടും സൗന്ദര്യബോധമില്ലാതെ കെട്ടിയുണ്ടാക്കിയ കെട്ടിടങ്ങൾ കോളേജിന്റെ പ്രൗഢി മുഴുവൻ കളഞ്ഞിരിക്കുന്നു. കെട്ടിടത്തിന് പെയിന്റടിച്ചിട്ടോ വൃത്തിയാക്കിയിട്ടോ കാലങ്ങളായതുപോലെ തോന്നിച്ചു. കെട്ടിടത്തിന്റെ ടെറസ്സിലും മതിലുകളിലും ഒക്കെ പുല്ലും ആലും കിളിച്ചു നിൽക്കുന്നുണ്ടായിരുന്നു.

പെൺകുട്ടികൾക്കു മാത്രമായി ഒരു കോമൺറൂമുണ്ടായിരുന്നു. ഇന്നതില്ല. പുതിയ ഡിപ്പാർട്ടുമെന്റുകളുടെ വരവോടെ ഞങ്ങളുടെ മ്യൂസിക് ക്ലാസ് മറ്റൊരു കെട്ടിടത്തിലേക്കു മാറ്റിയിട്ടുണ്ട്. പുതിയ മ്യൂസിക് ഡിപ്പാർട്ടുമെന്റിന്റെ ഓഫീസ് ചുവരിനെ അലങ്കരിച്ചുകൊണ്ട് എന്റെ രണ്ടു ഗുരുനാഥകൾ - ഫ്രെയിം ചെയ്ത ഫോട്ടോകളായി തൂങ്ങിക്കിടക്കുന്നു ണ്ടായിരുന്നു - പ്രൊഫസർ ദേവകിഅമ്മയും സുശീലടീച്ചറും - ഒരു നിമിഷം കണ്ണുകൾ നിറഞ്ഞത് അങ്ങ് ആകാശത്തിരുന്ന് അവർ അറിഞ്ഞുവോ?

സ്പോർട്സ് റൂമിന്റെ സ്ഥാനം മാറിയിട്ടില്ല. അറുപത്തിമൂന്നിൽ കോളേജിലെ വിമൺസ് അത്‌ലറ്റിക് ചാമ്പ്യൻഷിപ്പ് എനിക്കും എക്സ് പെഡിറ്റ് ഒലിമണിക്കും ഒരുമിച്ചാണ് കിട്ടിയത്. അന്ന് ഒരാൾക്ക് നാലു മത്സര ഇനങ്ങളിൽ മാത്രമേ പങ്കെടുക്കുവാൻ പറ്റുമായിരുന്നുള്ളു. ഷോട്ട് പുട്ട്, ഡിസ്കസ് ത്രോ, ജാവലിൻ ത്രോ, ഹൈജമ്പ് എന്നിവയായിരുന്നു എന്റെ ഇനങ്ങൾ. എനിക്ക് രണ്ടു ഫസ്റ്റും രണ്ടു സെക്കന്റും - ആകെ പതിനാറു പോയിന്റ്. എക്സ്പെഡിറ്റ് ഒലിമണിക്ക് മൂന്നു ഫസ്റ്റും ഒരു തേഡും - അങ്ങനെ പതിനാറുപോയിന്റ് - രണ്ടുപേർക്കും കൂടി ചാമ്പ്യൻസ് ട്രോഫി നൽകുകയായിരുന്നു. ഞങ്ങളൊരുമിച്ച് കപ്പുമായി നിൽക്കുന്ന ഒരു ഫോട്ടോ സ്പോർട്സ് റൂമിൽ കുറെക്കാലം തൂങ്ങിയിരുന്നു. അതിനും നാലുവർഷംമുമ്പ് കോളേജ് ചാമ്പ്യൻഷിപ്പിനു പുറമേ, ഇന്റിവിജ്വൽ എഫിഷ്യൻസി ടെസ്റ്റിലും ചാമ്പ്യനായിരുന്ന എന്റെ രണ്ടാമത്തെ ആങ്ങള കെ.വൈ.ശങ്കുണ്ണിയുടെ പടവും ചുമരിൽ ഉണ്ടായിരുന്നു. റൂമിൽ കയറിയ ഉടൻ എന്റെ കണ്ണുകൾ ചുവരിലേക്കു പാഞ്ഞു. പക്ഷേ, അവിടെ ആ ഫോട്ടോകൾക്കു പകരം പുതിയ ചാമ്പ്യന്മാർ ഇടംപിടിച്ചിരിക്കുന്നതു കണ്ട പ്പോൾ കാലം ഒരുപാടു കഴിഞ്ഞല്ലോ എന്ന് മനസ്സു മന്ത്രിച്ചു.

യോഗം ചേരാൻ ഉദ്ദേശിക്കുന്ന പഴയ കെമിസ്ട്രി ക്ലാസ്സിനടുത്തു നിൽക്കുമ്പോഴാണ് ഒരു കൂട്ടം വിദ്യാർത്ഥികൾ വന്ന് പ്രിൻസിപ്പലിനെ വിളിച്ചത്. അന്നവിടെ ഇന്റർ കോളേജിയറ്റ് ഷട്ടിൽ ബാഡ്മിന്റൺ ടൂർണ മെന്റ് ആരംഭിക്കുകയായിരുന്നു. അതിന്റെ ഉദ്ഘാടനസമയമായി, ഉടനെ ചെല്ലണം എന്ന് പ്രിൻസിപ്പലിനെ അറിയിക്കാനാണ് കുട്ടികൾ വന്നത്. ഉദ്ഘാടനച്ചടങ്ങിൽ പങ്കെടുക്കാൻ പ്രിൻസിപ്പൽ ഞങ്ങളെയും ക്ഷണിച്ചു. ക്ഷണം വന്നപ്പോൾ എനിക്കു മാത്രമല്ല അരവിന്ദാക്ഷനും വലിയ സന്തോഷം. എന്തെന്നാൽ രണ്ടുമൂന്നുവർഷം യൂണിവേഴ്സിറ്റി ഫുട്ബാൾ ടീമിൽ കളിച്ചയാളാണ് അരവിന്ദാക്ഷൻ. കൂടാതെ ഇന്റിവിജ്വൽ എഫി ഷ്യൻസി ചാമ്പ്യൻഷിപ്പ് അയാൾക്കും കിട്ടിയിട്ടുണ്ട്.

ഞങ്ങളെ സ്റ്റേജിൽ ഇരുത്തുക മാത്രമല്ല, രണ്ടുവാക്കു സംസാരി ക്കണം എന്ന് ആവശ്യപ്പെടുകയും ചെയ്തു പ്രിൻസിപ്പൽ. നിരനിരയായി, വിവിധയിനം ജേഴ്സികളിൽ സ്റ്റേജിനു താഴെ നിൽക്കുന്ന യുവാക്കളെ കണ്ടപ്പോൾ എന്തെന്നില്ലാത്ത ആഹ്ളാദം. നാലുവർഷക്കാലം ഓടിയും

ചാടിയും പന്തെറിഞ്ഞും കളിച്ച ആ മൈതാനം വീണ്ടും മാടിവിളിക്കുന്നതുപോലെ. തീരെ പ്രതീക്ഷിക്കാതെ വീണുകിട്ടിയ ഒരു മുഹൂർത്തമായിരുന്നു അത്. സ്പോർട്സ് റൂമും മ്യൂസിക് ക്ലാസും ലൈബ്രറിയും കയറിയിറങ്ങിയപ്പോൾ കിട്ടാത്ത ഒരു സവിശേഷ അനുഭൂതിയായിരുന്നു അപ്പോഴത്തേത്.

ഉദ്ഘാടനച്ചടങ്ങുകഴിഞ്ഞ്, എല്ലാം പറഞ്ഞുറപ്പിച്ച് പ്രിൻസിപ്പലിനോടു യാത്ര പറഞ്ഞിറങ്ങിയപ്പോൾ ഉച്ചയായി. പിറ്റേന്ന് ഡിസംബർ പതിമ്മൂന്നിന്, രണ്ടാം ശനിയാഴ്ച, രാവിലെ പത്തരയോടെ അരനൂറ്റാണ്ടിനു ശേഷം, ഞങ്ങൾ സഹപാഠികൾ ഒത്തുകൂടി. ഇക്കണോമിക്സ്, മലയാളം, മ്യൂസിക് എന്നീ വിഭാഗങ്ങളിൽ നിന്ന് ഓരോരുത്തർ - ശേഖരൻകുട്ടി, സത്യഭാമ, ഞാൻ. സുവോളജിയിൽ നിന്ന് നാലുപേർ - സുധ, എക്സ് പെഡിറ്റ് ഒലിമണി, ഡോ.സരളാദേവി, കമലാദേവി. കെമിസ്ട്രിയിൽ നിന്ന് രണ്ടുപേർ- നളിനിക്കുട്ടിയും സുരേന്ദ്രനും. ബാക്കി അഞ്ചുപേർ കോമേഴ്സുകാരായിരുന്നു- അരവിന്ദാക്ഷൻ, ശങ്കരനുണ്ണി, വിജയകൃഷ്ണൻ, മുകുന്ദൻ, പഴനിസ്വാമി. ആകെ പതിന്നാലുപേർ. കൂടാതെ ഞങ്ങളുടെ യെല്ലാം പ്രിയപ്പെട്ട അദ്ധ്യാപകൻ രാജഗോപാലൻ സാറും ഭാര്യയും. പലർക്കും പരസ്പരം പരിചയപ്പെടുത്തേണ്ടി വന്നു. ഓരോരുത്തർക്കും വന്ന മാറ്റം അത്രയ്ക്കായിരുന്നു. കാഴ്ചയ്ക്ക് വലിയ വ്യത്യാസമൊന്നും തോന്നിക്കാതെ ഇരുന്നവർ മൂന്നേമൂന്നുപേർ- നളിനിക്കുട്ടിയും സുധയും സത്യഭാമയും.

എന്റെ പ്രാർത്ഥനയുമായാണ് യോഗം ആരംഭിച്ചത്. ഞങ്ങളിൽ ഏറ്റവും മുതിർന്നയാൾ അരവിന്ദാക്ഷൻ, പ്രായം മറന്ന് എല്ലാ കാര്യങ്ങൾക്കും ഓടി നടന്നു. പഠിക്കുന്ന കാലത്ത് ഒരുപാട് ആരാധികമാരെ സൃഷ്ടിച്ച സുമുഖനായ ആ ഫുട്ബോളർ, തന്റെ ജീവിതത്തെക്കുറിച്ചു പറഞ്ഞുകൊണ്ടാണ് സ്വയം പരിചയപ്പെടുത്തൽ പരിപാടി ആരംഭിച്ചത്. അറുപത്തിനാലിലെ കോളേജ് യൂണിയൻ പ്രസിഡന്റ് അരവിന്ദാക്ഷനായിരുന്നു. നിറഞ്ഞ മനസ്സുകളോടെ കഴിഞ്ഞവർഷങ്ങളിലേക്കും തങ്ങളുടെ ജീവിതങ്ങളിലേക്കും ഇറങ്ങിച്ചെല്ലുമ്പോൾ പലരും വികാരഭരിതരാകുന്നുണ്ടായിരുന്നു. തിരുവനന്തപുരത്ത് ചിന്മയാമിഷന്റെ പ്രധാനപ്രവർത്തകരിൽ ഒരാളായ ശേഖരൻകുട്ടി ഐ.എ.എസ് പരീക്ഷ ജയിച്ച് അവസാനത്തെ മെഡിക്കൽ ചെക്കപ്പിൽ കണ്ണിന്റെ കാഴ്ചയ്ക്കുള്ള ചെറിയ ഒരു തകരാറിന്റെ പേരിൽ പിൻതള്ളപ്പെട്ട കഥ കേട്ടപ്പോൾ ഞങ്ങളേ വരുടെയും മനസ്സുനൊന്തു. പക്ഷേ, ആ പരാജയത്തിൽ തളരാതെ ഒരു യർന്ന ബാങ്ക് ഓഫീസറായി ജീവിതവിജയം നേടാൻ അയാൾക്കു കഴിഞ്ഞത് ആശ്വാസമായി.

അവസാനം പ്രസംഗിച്ചത് രാജഗോപാലൻ സാറായിരുന്നു. എന്നും തുറന്ന ചിരിയുമായി മാത്രമേ സാറിനെ ഞങ്ങൾ കണ്ടിട്ടുള്ളൂ. കടന്നു പോയ വഴിത്താരകൾ ദുരിതങ്ങൾ നിറഞ്ഞവയായിട്ടും ആ മുഖത്ത് ഇന്നും

ആ നിറഞ്ഞ ചിരിയുണ്ട്. ഒരു കണ്ണിന്റെ കാഴ്ച ഗ്ലോക്കോമ വന്ന് അദ്ദേഹ ത്തിനു നഷ്ടപ്പെട്ടിരുന്നു. ഒടിഞ്ഞുപോയ ഒരു കാലിന്റെ ബലക്കുറവും അദ്ദേഹത്തെ തളർത്തിയിട്ടില്ല. സാറിന്റെ എല്ലാ വയ്യായ്മയ്ക്കും താങ്ങും തണലുമായി അസാമാന്യ ധൈര്യശാലിയും റിട്ടയേഡ് പ്രൊഫസറുമായ അദ്ദേഹത്തിന്റെ ഭാര്യയുമുണ്ടായിരുന്നു കൂടെ. അദ്ദേഹത്തിന്റെ പ്രസംഗം ഒരു മണിക്കൂറും കഴിഞ്ഞു നീണ്ടുപോയത് ഞങ്ങളറിഞ്ഞില്ല. എൺപത്തി രണ്ടാംവയസ്സിലും തളരാത്ത മനസ്സുമായി അദ്ദേഹം ഞങ്ങൾക്കു മുമ്പിൽ നിന്നു.

വിഭവസമൃദ്ധമായ ഭക്ഷണത്തിനും ഫോട്ടോ എടുപ്പിനും ശേഷം വൈകുന്നേരത്തോടെ പിരിയുമ്പോൾ വിഷമം തോന്നി. എങ്കിലും മനസ്സിന് പറഞ്ഞറിയിക്കാനാവാത്ത ഉന്മേഷവും ഊർജ്ജവും ലഭിച്ചതുപോലെ അനുഭവപ്പെട്ടു. വീണ്ടും രണ്ടായിരത്തിപതിനഞ്ച് ഡിസംബറിൽ രണ്ടാം ശനിയാഴ്ച തമ്മിൽ കാണാം എന്നു പറഞ്ഞാണ് പിരിഞ്ഞത്. പക്ഷേ, അതിൽ പങ്കെടുക്കാൻ ആരൊക്കെ ജീവനോടെ അവശേഷിക്കും എന്ന് മനസ്സ് ചോദിച്ചുകൊണ്ടേയിരിക്കുന്നു. എഴുപതു വയസ്സു കഴിഞ്ഞവരുടെ ഒരു കൂട്ടായ്മയാണല്ലോ കഴിഞ്ഞുപോയത്.

മൂന്ന്

ഞവരയ്ക്കൽ തറവാട്ടിലെ അമ്മ

ഗൾഫിൽ മക്കളോടൊപ്പം താമസമാക്കിയ ഒരു കൂട്ടുകാരി നാലഞ്ചു വർഷങ്ങൾക്കുശേഷം എന്നെ കാണാൻ വന്നു. ഞാനപ്പോൾ പൂജപ്പുര യിലുള്ള എസ് എം എസ് എസ് ഹിന്ദുമഹിളാമന്ദിരം ഓർഫനേജിൽ ഇരിക്കുകയായിരുന്നു. തൊണ്ണൂറ്റിയേഴു വർഷത്തെ പഴക്കമുള്ള ഓർഫ നേജിനെക്കുറിച്ചും അവിടുത്തെ അന്തേവാസിനികളെക്കുറിച്ചുമൊക്കെ ഞാൻ കൂട്ടുകാരിയോട് വിശദമായി പറഞ്ഞു. ഇപ്പോൾ ഞാനാണ് അതിന്റെ പ്രസിഡന്റ് എന്നും, മഹിളാമന്ദിരത്തിനെ ഏതെങ്കിലും വിധ ത്തിൽ സഹായിക്കണമെന്നും പറഞ്ഞപ്പോൾ, ഇത്തവണ തിരുവോണ ദിവസത്തെ മന്ദിരത്തിന്റെ ചെലവുമുഴുവൻ താനെടുത്തോളാമെന്നും ഓണസ്സദ്യ അവിടെ കുട്ടികളോടൊപ്പമാകാം എന്നും വളരെ സന്തോഷ ത്തോടെ അറിയിച്ചു. ഒരൊറ്റ നിബന്ധന മാത്രമേയുള്ളൂ, അന്നേദിവസം കുഞ്ഞുങ്ങളൊടൊപ്പമിരുന്ന് ഓണസ്സദ്യയുണ്ണാൻ ഞാൻ കൂടി വേണം. അതു കേട്ടപ്പോൾ ഞാനാകെ വല്ലാതെയായി. എന്തെന്നാൽ, ഓണനാളു കളിൽ പതിവായി ഞാനെന്നും പത്മരാജന്റെ തറവാട്ടിലായിരിക്കും. ഇക്കുറിയാണെങ്കിൽ, ഒരു വിവാഹത്തിൽ കൂടി പങ്കെടുക്കേണ്ടതുണ്ട്. വിവരം പറഞ്ഞപ്പോൾ കൂട്ടുകാരിയുടെ മുഖം വാടി എങ്കിലും ഓണാ ഘോഷം മഹിളാമന്ദിരത്തിൽതന്നെയാക്കാം എന്നു സമ്മതിച്ചിട്ടാണ് യാത്ര യായത്.

കൂട്ടുകാരി യാത്രപറഞ്ഞ് പരിഞ്ഞപ്പോൾ എന്റെ മനസ്സിൽ പൊയ് പ്പോയ ഓണനാളുകൾ ഓടിയെത്തി. വിവാഹശേഷം ഒന്നോ രണ്ടോ തവണയൊഴിച്ച് ഒരൊറ്റ ഓണത്തിനും ഞാൻ തിരുവനന്തപുരത്തുണ്ടാ യിട്ടില്ല. നാല്പത്തഞ്ചു വർഷങ്ങൾക്കു മുമ്പ് വിവാഹിതയായി നാടുവിട്ട തിൽ പിന്നെ, വിരലിലെണ്ണാവുന്നത്രയും പ്രാവശ്യം മാത്രമേ ഞാൻ പിറന്ന വീട്ടിൽപോലും ഓണമുണ്ടിട്ടുള്ളൂ. എല്ലാ ഓണത്തിനും അമ്മയോടും പെങ്ങന്മാരോടും അനന്തിരവരോടും ഒപ്പമിരുന്ന് അമ്മ വിളമ്പിത്തരുന്ന സദ്യ ഉണ്ണുക എന്നതായിരുന്നു എന്റെ പ്രിയതമന്റെ ആഗ്രഹവും നിശ്ചയവും. ജീവിച്ചിരുന്നത്രയും കാലം, ഒന്നുരണ്ടുതവണയൊഴിച്ച്

ബാക്കി ഓണങ്ങളെല്ലാം മുതുകുളത്ത് അമ്മയോടൊപ്പമായിരുന്നു. അദ്ദേഹം പോയിട്ടും ഞാനും മക്കളും ഇന്നും ഓണത്തിന് ഊണുകഴിക്കാൻ ഞവരയ്ക്കൽ തറവാട്ടിലെത്തുന്നു.

പെട്ടെന്ന് ഞാനോർത്തുപോകുന്നത്, മുതുകുളത്തെ എന്റെ വർണശബളമായ ആദ്യ ഓണത്തെക്കുറിച്ചാണ്. മാദോരും (മഹാദേവർ) നഞ്ചുണ്ടന്മാരും ഓണക്കളികളും ഒക്കെയുള്ള ചിറ്റൂരിലെ തറവാട്ടിൽനിന്ന് മുതുകുളത്തെത്തുമ്പോൾ, അതേപോലെ ഒരോണത്തെക്കുറിച്ചായിരുന്നു എന്റെ സങ്കല്പം. അറുപത്തിയാറു മുതൽ എഴുപതു വരെയുള്ള കാലത്ത്, അതായത് ആകാശവാണി തൃശൂർ നിലയത്തിൽ നിന്ന് രാജി വച്ച് ചിറ്റൂരിലെ തറവാട്ടിലെത്തി തകർന്ന മനസ്സുമായി കഴിച്ചുകൂട്ടിയ നാലുകൊല്ലക്കാലത്ത്, നീണ്ട കത്തുകളിലൂടെ മാത്രം ഞങ്ങളുടെ പ്രേമബന്ധം നിലനിന്നിരുന്ന സമയത്ത് ഞങ്ങൾ തമ്മിൽ ചർച്ച ചെയ്യാത്ത വിഷയങ്ങളില്ല എന്നുതന്നെ പറയാം. ഓണം, വിഷു, തിരുവാതിര തുടങ്ങിയ ആഘോഷങ്ങളും ചിറ്റൂരിന്റേതുമാത്രമായ കൊണ്ടൻപട, കതിര്, കുളത്തേര്, വിഷുവേല, ശൂരൻപോര്, കണ്യാർകളി, മലമ, കുമ്മാട്ടി തുടങ്ങിയ ഉത്സവങ്ങളുമൊക്കെ ഞാനയച്ച കത്തുകളിൽ നിറഞ്ഞുനിന്നു. ഞവരയ്ക്കലെ സർപ്പക്കാവും ഈരേഭഗവതിയുടെ പറയും ഹരിപ്പാട്ടെ തൈപ്പൂയവും കുട്ടനാടിന്റെ വള്ളംകളിയും കർക്കടകബലിയും എന്നുവേണ്ട, മദ്ധ്യതിരുവിതാംകൂറിന്റെ ആഘോഷപ്പൊലിമകൾ മുഴുവൻ അദ്ദേഹത്തിന്റെ കവിതാമയമായ മനോഹരമായ കത്തുകളിലൂടെ ഞാനും അറിഞ്ഞു. പക്ഷേ, മുതുകുളത്തെ ഓണാഘോഷങ്ങളെക്കുറിച്ച് അദ്ദേഹം ഒരിക്കൽ പോലും എഴുതിയില്ല. വള്ളുവനാടിന്റെ ഓണാഘോഷങ്ങളെക്കുറിച്ച് ആദ്യമറിയുന്നത്, മാതൃഭൂമി ആഴ്ചപ്പതിപ്പിന്റെ മുഖചിത്രങ്ങളിൽ നിന്നാണെന്ന് അദ്ദേഹമെന്നോട് പറഞ്ഞിട്ടുണ്ട്. അതുകൊണ്ട് വിവാഹശേഷമുള്ള ആദ്യത്തെ ഓണത്തിന് മുതുകുളത്തെത്തുമ്പോൾ ജന്മനാട്ടിലെ ഓണംപോലെ തന്നെയായിരിക്കും അവിടെയും എന്നായിരുന്നു എന്റെ സങ്കല്പം. വിവാഹത്തിനു മുമ്പുതന്നെ രണ്ടുപേരുടെയും വീടും നാടും പരിസരവും ബന്ധുക്കളും എല്ലാം രണ്ടുപേർക്കും നല്ലപോലെ പരിചിതവുമായിരുന്നു.

വിവാഹം വൈകുന്നതിനെ ചൊല്ലി അദ്ദേഹത്തിന്റെ അമ്മ എന്റെ അമ്മയ്ക്ക് കത്തയ്ക്കാൻ തുടങ്ങിയതോടെ, ഒരു കച്ചിത്തുരുമ്പു കിട്ടിയതുപോലെ ഞാൻ അദ്ദേഹത്തിന്റെ അമ്മയ്ക്ക് കത്തുകളെഴുതിത്തുടങ്ങി. വിവാഹംവരെ ആ കത്തിടപാടുകൾ തുടർന്നു. ഒരിക്കൽപ്പോലും തമ്മിൽ കാണുകയോ പരിചയപ്പെടുകയോ ചെയ്യാത്ത മകന്റെ കാമുകിക്ക് തുടർച്ചയായി കത്തെഴുതുന്ന ഒരമ്മയെപ്പറ്റി എനിക്കതിനു മുമ്പ് കേട്ടറിവുപോലുമുണ്ടായിരുന്നില്ല. മൂത്ത സഹോദരനായ പത്മജൻ ചേട്ടനും മൂത്ത സഹോദരിയായ പത്മിനിചേച്ചിയും എന്റെ മാനസികാവസ്ഥ മനസ്സിലാക്കി, എന്നെ സമാധാനിപ്പിച്ചുകൊണ്ട്, വിവാഹത്തിനു മുമ്പ് എനിക്ക് കത്തയച്ചിട്ടുണ്ട്. അവർക്കെല്ലാം എന്നെക്കുറിച്ച് ഉള്ളിൽ സ്നേഹവും

മതിപ്പും ഉണ്ടാക്കുവാൻ വിവാഹത്തിനുമുമ്പു അദ്ദേഹത്തിനു കഴിഞ്ഞിരുന്നു എന്നതാണ് സത്യം. സ്കൂളിൽ പോയി പഠിച്ചിട്ടില്ലാത്ത മുതുകുളത്തമ്മ ശരിക്കും അറിവിന്റെ കൂടാരമായിരുന്നു. എൺപതാം വയസ്സിലും ഏറ്റവും പുതിയ സാഹിത്യസൃഷ്ടികളും സിനിമാലേഖനങ്ങളും ഹിന്ദി നോവലുകളും സംസ്കൃതപുരാണങ്ങളും വായിക്കുമായിരുന്നു അമ്മ. മക്കൾക്ക് എന്തു സംശയം വന്നാലും അത് തീർത്തുകൊടുക്കുവാൻ തക്കമുള്ള അറിവ് അമ്മയ്ക്കുണ്ടായിരുന്നു എന്നത് പലപ്പോഴും എന്നെ അദ്ഭുതപ്പെടുത്തിയിട്ടുണ്ട്. സംസ്കൃതപണ്ഡിതൻ ചേപ്പാട് അച്യുത വാര്യർ ഞവരയ്ക്കൽ താമസിച്ചായിരുന്നത്രെ അമ്മയെ സംസ്കൃതം പഠിപ്പിച്ചത്. അതുപോലെ അവിടെ എപ്പോഴും വന്നുപോകുന്ന ഹിന്ദി സാറും വീട്ടിൽതന്നെ താമസിച്ച് സംഗീതം അഭ്യസിപ്പിച്ചിരുന്ന കുളഞ്ഞി രാമൻപിള്ള സാറും എന്റെ ഓർമ്മയിലുണ്ട്. അമ്മ നല്ലതുപോലെ വയലിൻ വായിക്കുമായിരുന്നു. ഫിഡിൽ വായിക്കാൻ അമ്മ ഇളയമകൾ പത്മപ്രഭയെ കുറച്ചു പഠിപ്പിച്ചിട്ടുണ്ട്. പത്മധരൻ ചേട്ടനും പത്മരാജനും പത്മപ്രഭയും പത്മാവതിയും പത്മിനിച്ചേച്ചിയുടെ മക്കളായ ചന്ദ്രനും (ശരത് ചന്ദ്രൻ) പ്രേമയും ഭാമയും ഒരുമിച്ചിരുന്ന് കുളഞ്ഞിസാറിന്റെ കീഴിൽ സംഗീതം അഭ്യസിച്ച ദിവസങ്ങളെക്കുറിച്ച് പറഞ്ഞ്, സംഗീതത്തിൽ വലിയ വാസനയില്ലാത്ത പ്രേമയും പത്മാവതിയുമൊക്കെ പാട്ടുപഠിത്തത്തിനിടയിൽ കാട്ടിക്കൂട്ടുന്ന കുസൃതികളെക്കുറിച്ചു പറഞ്ഞ് അദ്ദേഹവും ചന്ദ്രനും ഒരുപാട് ചിരിച്ചിട്ടുണ്ട്. ജീരകവെള്ളമാണെന്നു പറഞ്ഞ് അധ്യാപകനെ മൂത്രം കുടിപ്പിച്ച പത്മരാജന്റെ വികൃതികളെക്കുറിച്ച് പറഞ്ഞ് അമ്മയും പഴയ കഥകളുടെ കെട്ടഴിച്ചിട്ടുണ്ട്.

കഥകളുടെ രാജകുമാരി എന്നൊക്കെ വിളിക്കാൻ പറ്റിയ ഒരാളായിരുന്നു അമ്മ. ഞങ്ങളൊത്തുകൂടുമ്പോൾ എല്ലാ കുഞ്ഞുങ്ങളും അമ്മയ്ക്കു ചുറ്റുമായിരിക്കും. കൊച്ചുകൊച്ചു സംഭവങ്ങൾപോലും ചമത്കാരപൂർവം വലിയ കഥയായി പെരുപ്പിച്ച് കുഞ്ഞുങ്ങൾക്കു മുമ്പിൽ അവതരിപ്പിക്കാനുള്ള അമ്മയുടെ അസാധാരണമായ കഴിവിന്റെ ഒരംശം മാത്രമാണ് മകനിൽ പ്രതിഫലിച്ചുകണ്ടത്. താൻ പറയുന്നത് ശരിയാണെന്നുള്ള അസാമാന്യമായ ആത്മവിശ്വാസവും ധൈര്യവും ആജ്ഞാശക്തിയും അമ്മയ്ക്ക് ജന്മനാ കിട്ടിയ കഴിവുകളായിരുന്നു. അമ്മ പറയുന്നത് എതിരു പറയാൻ മക്കളാരുംതന്നെ ധൈര്യപ്പെട്ടിരുന്നില്ല എന്നതാണ് മറ്റൊരു കാര്യം. മക്കളായാലും മരുമക്കളായാലും അമ്മ വരച്ച വരയ്ക്കപ്പുറം കടക്കാൻ ശ്രമിച്ചിരുന്നില്ല എന്നതും ഒരു സത്യമാണ്.

മുതുകുളത്തെ എന്റെ ആദ്യ ഓണത്തെക്കുറിച്ചായിരുന്നല്ലോ പറഞ്ഞു തുടങ്ങിയത്. എന്റെ പൂത്തിരുവോണം ഞങ്ങളുടെ നാട്ടിൽനിന്ന് തികച്ചും വ്യത്യസ്തമായിരുന്നു മദ്ധ്യതിരുവിതാംകൂറിലെ ഓണാഘോഷം. ചിറ്റൂര് ഓണത്തിന് ഒരാഴ്ച മുമ്പേ തുടങ്ങും കുടിയാന്മാരുടെ വരവ്. ഞങ്ങളുടെ കൃഷിസ്ഥലങ്ങളൊക്കെ നോക്കി നടത്തുന്നവർ കാഴ്ചക്കുലകളും (നേന്ത്രക്കുല) അവലുമായി വന്നെത്തുമ്പോൾ, നേരത്തേതന്നെ വാങ്ങിച്ചു

വച്ചിരിക്കുന്ന ജഗന്നാഥന്റെ (കോറത്തുണി) മുണ്ടുകൾ അമ്മയോ അച്ഛനോ അവർക്ക് കൊടുക്കും. ഉത്രാടം നാൾ മുതൽ തലയിൽക്കെട്ടും കൈകളിൽ തുണിയും ഊന്നുവടിയുമായി പാട്ടുംപാടി പണ്ടാരന്മാർ ദാനം വാങ്ങാനായി എത്തിത്തുടങ്ങും. അവരെ നഞ്ചുണ്ടന്മാർ എന്നാണ് വിളിച്ചിരുന്നത്. ഉപയോഗിച്ചു പഴകിയ, അലക്കി വെളുപ്പിച്ച മുണ്ടുകൾ അവർക്ക് കൊടുക്കാനായി നേരത്തേതന്നെ തയ്യാറാക്കിവച്ചിരിക്കും. പാട്ടുംപാടി കൂട്ടത്തോടെയാണ് ഇവർ വരുന്നത്. മഹാബലിയുടെ ഓർമ്മയ്ക്കായിട്ടാവും ഇങ്ങനെയൊരു ചടങ്ങ്. ഞങ്ങളുടെയൊക്കെ തറവാടുകളിൽ ഇങ്ങനെ ദാനം കൊടുക്കാനായിട്ടു മാത്രമായിരുന്നു ഓണക്കോടികൾ വാങ്ങിച്ചിരുന്നത്. വീട്ടിലുള്ളവർക്ക് ഓണപ്പുടവകൾ പതിവില്ലായിരുന്നു.

പൂത്തിരുവോണത്തിന് മുതുകുളത്തേക്ക് പുറപ്പെടുമ്പോഴാണ് ഇവിടെ ബന്ധുക്കൾക്കൊക്കെ ഓണക്കോടി വാങ്ങിക്കണമെന്ന കാര്യം ഞാനറിയുന്നത്. അമ്മയ്ക്കും ധരൻ കൊച്ചേട്ടനും അനിയത്തി പ്രഭയ്ക്കും ഒക്കെ കൊടുക്കാനുള്ള പുത്തനുടുപ്പുകളുമായിട്ടാണ് ഞങ്ങളന്ന് മുതുകുളത്തേക്ക് പോയത്.

ഓണത്തിന് അവിടെ മാദോരും നഞ്ചുണ്ടന്മാരുമൊന്നുമില്ലെന്നറിഞ്ഞപ്പോൾ എനിക്കദ്ഭുതം, ലേശം നിരാശയും. ഓണക്കളി കാണുമല്ലോ എന്നു കരുതി അമ്മയോടന്വേഷിച്ചപ്പോൾ ഊണു കഴിഞ്ഞാൽ എല്ലാവരും ഓണം കളിക്കാൻ പോകും എന്നായി അമ്മ. ചിറ്റൂരിൽ ഉത്രാടം തുടങ്ങി അവിട്ടം അസ്തമിക്കുന്നതു വരെ ഏതെങ്കിലും വീടുകളിൽ നാട്ടുകാരെല്ലാം ഒത്തുകൂടി ഓണക്കളി (കൈകൊട്ടിക്കളി) കളിക്കുമായിരുന്നു.

ഗണപതിസ്തുതിയിൽ തുടങ്ങി സരസ്വതിയും കൃഷ്ണനും ശിവനും കടന്ന് കുമ്മിയടിയിൽ അവസാനിക്കുന്ന ഞങ്ങളുടെ ഓണക്കളി, തിരുവിതാംകൂറിൽ തിരുവാതിര എന്നാണറിയപ്പെട്ടിരുന്നത് എന്നെനിക്കറിയില്ലായിരുന്നു. ആദ്യത്തെ ഓണത്തിന് ഓണക്കളിക്കുപോകാൻ ഞാൻ തയ്യാറായി. വേഗം ഊണുകഴിച്ച് വീട്ടിൽനിന്നിറങ്ങാം എന്നു കരുതിയപ്പോഴാണ് അടുക്കളയിൽ വയ്പു തുടങ്ങിയിട്ടേയുള്ളൂ എന്ന് മനസ്സിലാക്കുന്നത്. മാത്രമല്ല തിരുവോണനാളുകളിൽ ഇറച്ചിയും മീനുമൊക്കെയായിട്ടായിരിക്കും ഊണ് എന്ന സത്യവും ഞാൻ അന്നാണറിയുന്നത്. അക്കാലംവരെ മീനോ ഇറച്ചിയോ കൈകൊണ്ടുതൊടുകയോ, വീടിന്റെ പരിസരത്തുപോലും കടത്തുകയോ ചെയ്യാത്ത ഒരു കുടുംബത്തിൽ നിന്നും വന്നവളായതുകൊണ്ട്, ആ അറിവ് എന്നെ ഞെട്ടിച്ചു എന്നുതന്നെ പറയാം. ഓണത്തിന് നാലുകറികളും പപ്പടവും പഴംനുറുക്കും പായസവും വച്ചുള്ള സദ്യമാത്രം കണ്ടു വളർന്ന എനിക്ക് മുതുകുളത്തെ ഓണസ്സദ്യ വല്ലാത്തൊരു ഷോക്കായി. ഓണക്കളി എന്നാൽ ബന്ധുവീടുകൾ തോറും കയറിയിറങ്ങുക എന്നതാണെന്ന അറിവ് അതിലും വലിയ ഷോക്കായി.

മൂന്നുമണിയോടെ ഊണുകഴിഞ്ഞ് അമ്മയുടെ നേതൃത്വത്തിൽ ബന്ധുവീടുകൾ സന്ദർശിക്കാനിറങ്ങിയത് ഇന്നും ഓർമ്മയിലുണ്ട്. ഞങ്ങളിറങ്ങുമ്പോഴേക്കും അയലത്തു താമസിക്കുന്ന അക്കമ്മയുടെ (അമ്മയുടെ ചേച്ചി)

മക്കളായ ഉണ്ണിയും മുരളിച്ചേട്ടനും കൂട്ടുകാരൻ ഡോ. രാമകൃഷ്ണ പിള്ളയും അയലത്തെ വിജയനും ചന്ദ്രനും മുറുക്കാനും ചവച്ചു തുപ്പി മുറ്റത്തെ മാവിൻചുവട്ടിൽ മേശയും കസേരയും പിടിച്ചിട്ട് ചീട്ടുകെട്ടുകളുമായി ഓണക്കളിക്ക് തയ്യാറാവുന്നുണ്ടായിരുന്നു.

റോഡിൽവച്ചാണ് ഒരുകൂട്ടം ചെറുപ്പക്കാരും കുട്ടികളും സായിപ്പിന്റെയും പുലിയുടെയും വേഷത്തിൽ കൊട്ടുംപാട്ടുമൊക്കെയായി പോകുന്നതു കണ്ടത്. ഞങ്ങൾ ചെന്നുകയറിയ പല ബന്ധുവീടുകളിലും അത്തപ്പൂക്കളങ്ങളും ഊഞ്ഞാലുകളും ഉണ്ടായിരുന്നു. ഞവരയ്ക്കലെ അമ്മയെ കണ്ടപ്പോൾ പലർക്കും വലിയ സന്തോഷം. പല വീടുകളിലും മുറുക്കും കളിയടയ്ക്കയും കഴിക്കാൻ തന്നു. പച്ചപ്പാക്ക് ചെറുതായരിഞ്ഞ് ഉണക്കിയെടുത്ത് കളി തിരുമ്മി (പ്രത്യേക കൂട്ടുകൾ) വെറ്റിലയോടൊപ്പം കഴിക്കാൻ തമ്പാളത്തിൽ വയ്ക്കുന്നതായിരുന്നു പാലക്കാടൻ ഗ്രാമങ്ങളിലെ കളിയടയ്ക്ക. പക്ഷേ, മദ്ധ്യതിരുവിതാംകൂറിൽ അത്, ഞങ്ങൾ പാലക്കാട്ടുകാർ ചീഡ എന്നു പറയുന്ന കൊച്ചുകൊച്ചു ഉരുളകളായി എണ്ണയിൽ വറുത്തെടുത്ത പലഹാരമാണ്. മുതുകുളത്ത് കത്തി എന്നാൽ ഷൗരം ചെയ്യുന്ന കത്തിയാണ്. മലക്കറി അരിയുന്നത് പിച്ചാത്തികൊണ്ടാണ്. ചിറ്റൂർകാർ കായ്കറി അരിയുന്നത് കത്തിയോ പീശാംകത്തിയോ കൊണ്ടാണ്. ഞങ്ങൾ നാളികേരം പൊതിക്കുന്നത് കൊടുവാളോ കടപ്പാറയോ കൊണ്ടാണ്. പക്ഷേ, മുതുകുളത്തുകാർ തേങ്ങ തൊലിക്കുന്നത് വെട്ടുകത്തിയോ പാരയോ കൊണ്ടാണ്. ആദ്യമൊക്കെ ഞാനെന്തു പറഞ്ഞാലും അമ്മയും പെങ്ങന്മാരും ചിരിക്കുമായിരുന്നു. തിരുവിതാംകൂറും കൊച്ചിയും തമ്മിലുള്ള ഭാഷാപരമായ വ്യത്യാസങ്ങളെക്കുറിച്ച് എനിക്ക് വിശദമായി പറഞ്ഞു മനസ്സിലാക്കിത്തന്നത് ഞവരയ്ക്കലെ അമ്മയാണ്.

മുതുകുളത്തെ അടുക്കളയിൽ എനിക്ക് ചെയ്യാനൊന്നും ഉണ്ടായിരുന്നില്ല. അടുക്കളക്കാരികൾ രണ്ടുപേർ - ഓമനയും ദേവകിയും. പതിനൊന്നു മണി കഴിയുമ്പോഴാണ് അമ്മ അന്നത്തെ കറികളെക്കുറിച്ചു പറയുക. അമ്മ കൂടെ ഇരുന്നാണ് കറി വയ്ക്കാനുള്ള മലക്കറി അരിയുക. എന്നും കാണും തീയലും അവിയലും തോരനും ഒഴിച്ചുകൂട്ടാനുമൊക്കെ. തോരന് കുനുകുനാന്ന് അമ്മ അരിയുന്നതു കണ്ട് ഞാൻ അദ്ഭുതപ്പെട്ടിരുന്നിട്ടുണ്ട്. തീയൽ എന്ന കറി ചിറ്റൂർ ഞാൻ കഴിച്ചിട്ടില്ല. ഏകദേശം തീയലിന്റെ നിറത്തിൽ തേങ്ങ ചേർക്കാതെ വയ്ക്കുന്ന ഒരു കറിയുണ്ട് - മസാലപ്പുളി. അല്ലാതെ തേങ്ങ വറത്തരച്ച തീയൽ ഞങ്ങളുടെ നാട്ടിൽ പതിവില്ല. പിന്നെ അവിയലാണെങ്കിൽ സദ്യയ്ക്കു മാത്രമേ പതിവുള്ളൂ. അമ്മയും അടുക്കളക്കാരികളും കഷ്ണം മുറിക്കുന്നതു കാണാൻ നിലത്ത് ഒരു പലകയും ഇട്ട് ഞാനിരിക്കും. എന്റെ വീട്ടിൽ അടുക്കളപ്പണി ചെയ്തിട്ടില്ലാത്തതുകൊണ്ടു മാത്രമല്ല, ഞങ്ങളുടെ പാചകത്തിൽനിന്ന് വളരെ വ്യത്യസ്തമായ പാചകരീതിയായതുകൊണ്ടുകൂടിയാവാം, കണ്ടിരിക്കാ നല്ലാതെ കറിക്കരിയാനോ കറി വയ്ക്കാനോ എന്നെയോ പത്മജന്റെ

ചേട്ടന്റെ ഭാര്യ മണിച്ചേച്ചിയേയോ അമ്മ അനുവദിച്ചിരുന്നില്ല. വെളുത്തുള്ളി ചേർത്തുണ്ടാക്കുന്ന പരിപ്പുകറിയും തോരനുമൊക്കെ ഞാനാദ്യം കാണുന്നത് മുതുകുളത്താണ്. എന്റെ വീട്ടിൽ വെളുത്തുള്ളി ഒരു കറിക്കും ഉപയോഗിക്കുമായിരുന്നില്ല. എന്നുമാത്രമല്ല മുതുകുളത്തെപ്പോലെ അഞ്ചും ആറും കറികൾ ദിവസേന പാചകം ചെയ്യുന്ന പതിവും ഉണ്ടായിരുന്നില്ല. പിൽക്കാലത്ത് അമ്മയുടെ അഞ്ചുമക്കൾക്കും ഹൃദയത്തിനു പ്രശ്നമുണ്ടായപ്പോൾ അതിന്റെ പ്രധാന കാരണം ഞവരയ്ക്കലെ കൊഴുപ്പു നിറഞ്ഞ ആഹാരരീതിയായിരിക്കാം എന്ന് എനിക്ക് തോന്നിയിട്ടുണ്ട്. ആൺമക്കൾ ഊണുകഴിക്കാനിരിക്കുമ്പോൾ, അവർക്കടുത്തിരുന്ന് അമ്മ വീണ്ടും വീണ്ടും കറികൾ വിളമ്പിക്കൊടുക്കുന്നത് കാണാൻ തന്നെ നല്ല ചേലായിരുന്നു. വിളമ്പുന്നിതിനിടയിലായിരിക്കും പലപ്പോഴും അമ്മയുടെ കഥപറച്ചിലുകൾ. ഊണുകഴിഞ്ഞ് എഴുന്നേൽക്കാൻ തന്നെ ഒരുപാട് നേരമെടുക്കും. ഞങ്ങളുടെ വീട്ടിലൊക്കെ ഒരുപാടുനേരം ഭക്ഷണത്തിനു മുമ്പിലിരുന്നാൽ മുത്തശ്ശി പറയുമായിരുന്നു ഇരുന്നുണ്ണരുത് എന്ന്. ഏതായാലും എല്ലാവരും ഒത്തിരുന്ന് ഊണു കഴിക്കുന്നതു കാണാൻ നല്ല രസമായിരുന്നു.

ആളുകൾ നിറഞ്ഞ കൂട്ടുകുടുംബത്തിന്റെ മനോഹരമായ ഒരു ചിത്രമായിരുന്നു മുതുകുളത്തെ ഞവരയ്ക്കൽ തറവാടിന്റേത്. കാവും കുളവും നെൽപാടങ്ങളും തെങ്ങും മറ്റു ഫലവൃക്ഷങ്ങളും നിറഞ്ഞ വലിയ പുരയിടവും പഞ്ചാരമണൽ വിരിച്ച മുറ്റവും തെക്കുനിന്നടിക്കുന്ന കാറ്റും മകരമഞ്ഞിൽ കുളിച്ചു നിൽക്കുന്ന പാടങ്ങളും എല്ലാം കണ്ടാസ്വദിച്ചുകൊണ്ട് അതിരാവിലെ ഇറങ്ങിനടക്കുന്ന അമ്മയും അമ്മ പറയുന്ന നാട്ടുവർത്തമാനവും കഥകളും കേട്ട് പുറകെ നടക്കുന്ന സാഹിത്യകാരനായ മകനും എല്ലാമെല്ലാം മനസ്സിൽ ഒരു ചലച്ചിത്രത്തിലെന്നപോലെ തെളിഞ്ഞുവരുന്നു. പൊതുവെ, വൈകി ഉറക്കമുണരുന്ന സ്വഭാവമുള്ളവളായതുകൊണ്ട് മുതുകുളത്ത് പലപ്പോഴും ഞാൻ രാവിലെ ഉണരുന്ന സമയത്ത് അദ്ദേഹത്തെ കിടക്കയിൽ കാണാറില്ല. എഴുന്നേറ്റു ചെന്നു നോക്കുമ്പോൾ, കഥപറഞ്ഞുതന്ന്, കഥപറഞ്ഞുതന്ന് തന്നെ കഥാകാരനാക്കി മാറ്റിയ ഞവരയ്ക്കൽ കെ. ദേവകിയമ്മയുടെ പുറകിലായി തന്റെ സംശയങ്ങൾ തീർത്തുകൊണ്ട് ഒരു കൊച്ചു കുഞ്ഞിനെപ്പോലെ ദൂരെ പാടവരമ്പുകളിലൂടെ പത്മരാജൻ നടന്നുനീങ്ങുന്നതു കാണാം.

അസാമാന്യമായ ഓർമശക്തിയായിരുന്നു അമ്മയ്ക്ക്. പുരാണങ്ങളെക്കുറിച്ചൊക്കെ എന്തു സംശയം വന്നാലും അമ്മയോടു ചോദിച്ചാൽ കൃത്യമായ ഉത്തരം കിട്ടും. അത് ശ്ലോകങ്ങൾ ഉദ്ധരിച്ചുകൊണ്ടുതന്നെ വിശദീകരിച്ചു തരും.

ഞങ്ങളുടെ മകൻ കൊച്ചുപപ്പന് എന്നും സംശയങ്ങളായിരുന്നു. അവന്റെ എല്ലാ സംശയങ്ങളും തീർത്തുകൊടുത്തിരുന്നത് അമ്മയാണ്. അമ്മൂമ്മ ഒരു സർവ്വവിജ്ഞാനകോശമാണെന്ന് അവൻ പറയും. അറിവിന്റെ അപാരതകൊണ്ടാവാം ഉയർന്ന വിദ്യാഭ്യാസം നേടിയ

മരുമക്കൾക്കോ ബന്ധുക്കൾക്കോ ഒന്നുംതന്നെ ആ വ്യക്തിത്വത്തെ കീഴ്പെടുത്താൻ കഴിഞ്ഞിട്ടില്ല. അമ്മയോളം ക്ഷമാശീലമുള്ള സ്ത്രീകളെ ഞാനധികം കണ്ടിട്ടില്ല.

പക്ഷേ, ആ അമ്മയുടെ ക്ഷമാശീലത്തെ അങ്ങേയറ്റം പരീക്ഷിക്കാനെന്നവണ്ണം വിധി അവരെ വേട്ടയാടിക്കൊണ്ടേയിരുന്നു. അമ്മയുടെ എട്ടു മക്കളിൽ (എട്ടു പത്മങ്ങളിൽ) ഏറ്റവും സുന്ദരമായ കണ്ണുകളുള്ള രണ്ടാമത്തെ മകനായ പത്മാക്ഷൻ ചേട്ടനോട് അമ്മയ്ക്ക് സ്വല്പം സ്നേഹക്കൂടുതലുണ്ടായിരുന്നോ എന്ന് ഞങ്ങൾക്ക് തോന്നിയിട്ടുണ്ട്. അതുകൊണ്ടുതന്നെയാവാം,ചേട്ടന്റെ നാല്പതാം വയസ്സിൽ, ഒന്നും നാലും വയസ്സു പ്രായമുള്ള രണ്ടു പെൺകുഞ്ഞുങ്ങളെയും ഭാര്യയെയും തനിച്ചാക്കിക്കൊണ്ട് വിധി ചേട്ടനെത്തന്നെ ആദ്യം അമ്മയിൽനിന്ന് തട്ടിയെടുത്തുകൊണ്ടു പോയത്. പക്ഷേ, മകന്റെ ജീവനില്ലാത്ത ശരീരം കാണാൻ കൂട്ടാക്കാതെ, വാവിട്ടു കരയുന്ന മക്കളെയും വേണ്ടപ്പെട്ടവരെയും സമാധാനിപ്പിച്ചുകൊണ്ട് ഒരു വൻശക്തിയായി അമ്മ നിലകൊണ്ടു. പരീക്ഷിത്ത് മഹാരാജാവിന്റെ കഥ പറഞ്ഞ് എല്ലാവരെയും ആശ്വസിപ്പിക്കാൻ ശ്രമിച്ചു. ആരു വിചാരിച്ചാലും മരണത്തെ തടഞ്ഞുനിർത്താൻ കഴിയില്ലെന്ന് തറപ്പിച്ചുപറഞ്ഞുകൊണ്ട് മക്കളെയും (തന്നെത്തന്നെയും) സമാധാനിപ്പിക്കാൻ നോക്കി.

അതുകൊണ്ടൊന്നും വിധി അടങ്ങിയിരുന്നില്ല. അച്ഛൻ പോയശേഷം അമ്മയ്ക്ക് ഏറ്റവും വലിയ താങ്ങായി മാറിയ മൂത്തമകൻ പത്മജൻ ചേട്ടനെയും മൂന്നുവർഷത്തിനകം ഹൃദയാഘാതത്തിന്റെ രൂപത്തിൽ മരണം പിടിച്ചുകൊണ്ടുപോയി. എത്രയൊക്കെ ശ്രമിച്ചിട്ടും സ്വയം നിയന്ത്രിക്കാൻ കഴിയാഞ്ഞിട്ടാവും, രാധേ നിന്റെ ഗതിയും ഇതുതന്നെ എന്ന് അമ്മ പൊട്ടിത്തെറിച്ചു. കേട്ടുനിന്നവരെല്ലാം ഞെട്ടിനിൽക്കെ, അമ്മയുടെ മുഖത്തുനിന്നും വലിയൊരു തേങ്ങൽ പുറത്തുവന്നു. പക്ഷേ, അമ്മ പിടിവിട്ടില്ല. കണ്ണിൽനിന്നും ഒരു തുള്ളിവെള്ളം പോലും പുറത്തുപോകാൻ അനുവദിക്കാതെ അവിടെ ഒന്നും സംഭവിക്കാത്ത മട്ടിൽ അമ്മ സ്വന്തം കാര്യങ്ങൾ നോക്കി. മരണമെന്ന യാഥാർത്ഥ്യത്തെ തുറിച്ചുനോക്കി എന്തു ചെയ്യണമെന്നറിയാതെ നാലു പെൺമക്കളും അവരുടെ രണ്ട് ആങ്ങളമാരും നിന്നു. എന്നാൽ അവിടെകൊണ്ടവസാനിക്കുന്നതായിരുന്നില്ല വിധിയുടെ പരീക്ഷണങ്ങൾ.

വർഷങ്ങൾ മൂന്നുനാല് കടന്നുപോയി. എൺപത്തിരണ്ട് ഓഗസ്റ്റിലോ മറ്റോ ആണെന്നാണ് ഓർമ്മ. മുതുകുളത്ത് നിന്ന് ധരൻ കൊച്ചേട്ടൻ വിളിച്ചു പറഞ്ഞു. അമ്മയ്ക്ക് തീരെ വയ്യ, യൂറിനറി ഇൻഫെക്ഷനാണ്. ഇവിടെ ഡോക്ടർമാരുടെ മരുന്നിലൊന്നും കുറയുന്നില്ല.

കേട്ടയുടൻതന്നെ പത്മരാജൻ ഓഫീസിൽനിന്ന് ലീവെടുത്ത് കാറുമായി മുതുകുളത്തു ചെന്ന് അമ്മയെ തിരുവനന്തപുരത്തേക്ക് കൊണ്ടുവന്നു. അന്നുതന്നെ ഡോക്ടർ കൃഷ്ണദാസിനെ കാണിക്കാനായി

അമ്മയെയും കൊണ്ട് ഞങ്ങൾ പോയി. അദ്ദേഹം മരുന്നുകളൊക്കെ സജസ്റ്റ് ചെയ്തു – യൂറോലുക്കോസിൽ, അൽക്കാസിം, കൂടെ ലാസ്സിക്സും. മരുന്നു കഴിച്ചുതുടങ്ങി രണ്ടാമത്തെ ദിവസം അമ്മയുടെ ബോധം നഷ്ടപ്പെട്ടു. പെട്ടെന്നുതന്നെ ഞങ്ങൾ അമ്മയെ മെഡിക്കൽകോളേജിൽ അഡ്മിറ്റു ചെയ്തു. വീട്ടിൽ അടിക്കടി ഉണ്ടായ ദുരിതങ്ങൾ അമ്മയെ കടുത്ത ഒരു ബ്ലഡ്പ്രഷർ രോഗിയാക്കിയിരുന്നു. പേവാർഡൊന്നും ഒഴിവില്ലാതിരുന്നതിനാൽ ജനറൽ വാർഡിൽതന്നെ മറ്റുരോഗികളോടൊപ്പം അമ്മയെയും കിടത്തുകയായിരുന്നു.

പത്മജൻ ചേട്ടന്റെയും മണിച്ചേച്ചിയുടെയും സഹപാഠിയായ ഡോ. മാത്യു റോയിയും ഡോ. കൃഷ്ണദാസും തങ്ങളാൽ കഴിയുന്നതു മുഴുവൻ അമ്മയ്ക്കുവേണ്ടി ചെയ്തു. പിന്നീട് പത്മരാജനെ വിളിച്ചറിയിച്ചു. ഇരുപത്തിനാലു മണിക്കൂർ കഴിയുമോ എന്നു സംശയമാണ്. ദൂരെയുള്ള ബന്ധുക്കളെയെല്ലാം അറിയിച്ചുകൊള്ളൂ.

നാട്ടിൻപുറത്തുള്ള മക്കളും കൊച്ചുമക്കളുമെല്ലാം പിറ്റേന്നുതന്നെ തിരുവനന്തപുരത്തെത്തി. ആംബുലൻസ് വരെ ഏർപ്പാട് ചെയ്ത് ഞങ്ങൾ എന്തിനും തയ്യാറായി നിന്നു.

ഒമ്പതു ദിവസത്തേക്ക് യാതൊരു ബോധവുമില്ലാതെ അമ്മ ഒറ്റകിടപ്പ് കിടന്നു. ജനറൽ വാർഡിൽ ഞങ്ങൾ മൂന്നു സ്ത്രീകൾ വീതം മാറി മാറി അമ്മയ്ക്കു കാവലിരുന്നു. ഞാനും പ്രഭയും പ്രേമയുമായിരുന്നു എന്നും രാത്രിയിൽ. ജനറൽ വാർഡിൽ രോഗിക്ക് കൂട്ടിരിക്കാൻ ഒരാൾക്കുമാത്രമേ അനുവാദമുണ്ടായിരുന്നുള്ളൂ. സെക്യൂരിറ്റിക്കാർ ചെക്കിംഗിനു വരുമ്പോൾ ഞങ്ങളിൽ ഒരാൾ മാത്രം അമ്മയുടെ അടുത്തുനിന്ന് മറ്റു രണ്ടുപേർ ബാത്റൂമിലും മറ്റുമായി ഒളിച്ചിരുന്ന് സെക്യൂരിറ്റിയെ പറ്റിക്കുമായിരുന്നു. സെറിബറൽ ഹെമറേജിൽ നിന്ന് അദ്ഭുതകരമായി രക്ഷപ്പെട്ട്, പത്താം ദിവസം അമ്മയ്ക്ക് ബോധം വന്നു. പിന്നെയും ഒരുമാസക്കാലം പേവാർഡിൽ കിടക്കേണ്ടി വന്നു അമ്മയ്ക്ക്. ഭാഗ്യമെന്നു പറയട്ടെ, അത്രയും ദിവസത്തെ ചികിത്സകൊണ്ട് അമ്മ അസുഖത്തിൽനിന്ന് പൂർണ്ണമായി വിമുക്തയാവുകയും മക്കളും കൊച്ചുമക്കളുമൊക്കെ അവരവരുടെ ഇടങ്ങളിലേക്ക് തിരിച്ചുപോവുകയും ചെയ്തു.

അയൽമുറികളിലെ രോഗികളുടെ കൂട്ടിരിപ്പുകാർ അമ്മയുടെ മുറിയിലെ ബന്ധുക്കളുടെ തിരക്കും ബഹളവും കണ്ടിട്ട് ചോദിച്ചു. അമ്മയ്ക്ക് എത്ര മക്കളാണ് എന്ന്. അവരോട് അമ്മ തമാശയായി പറഞ്ഞു. ഞാനാദ്യം നാലുപേരെ പ്രസവിച്ച് ഇനി പ്രസവം വേണ്ടെന്നു വച്ചതാണ്. പക്ഷേ, ആറുവർഷം കഴിഞ്ഞപ്പോൾ വീണ്ടും പ്രസവം തുടങ്ങി. നാലുപേരെക്കൂടി പ്രസവിച്ചു. അതുകൊണ്ടാണല്ലോ മൂത്ത രണ്ടാൺമക്കൾ പോയാലും വേറെ രണ്ടാൺകുട്ടികൾ എന്നെ നോക്കാനുണ്ടായത് എന്ന്.

അസുഖം മാറി കുറെ മാസങ്ങൾ അമ്മ തിരുവനന്തപുരത്തുതന്നെ ഉണ്ടായിരുന്നു. ഇടയ്ക്കിടയ്ക്ക് ചെക്കപ്പാവശ്യമായിരുന്നു അമ്മയ്ക്ക്.

ഒരിക്കൽ ചെക്കപ്പിനായി ഞങ്ങൾ ഡോ. കൃഷ്ണദാസിന്റെ അടുത്തു ചെന്നപ്പോൾ ഡോക്ടർ പത്മരാജനെ ഉപദേശിച്ചു. എപ്പോഴും മദ്രാസിൽ പോകുന്ന ആളല്ലേ, ഇനി ചെല്ലുമ്പോൾ അപ്പോളോ ഹോസ്പിറ്റലിൽ ഒരു കംപ്ലീറ്റ് ചെക്കപ്പ് നടത്തുന്നത് നന്നായിരിക്കും. പക്ഷേ ഡോക്ടറുടെ വാക്കുകൾ അദ്ദേഹത്തെ വല്ലാതെ വേദനിപ്പിക്കുകയാണ് ഉണ്ടായത്. അന്ന് ഡോക്ടർ പറഞ്ഞത് അനുസരിക്കാൻ അദ്ദേഹം തയ്യാറായില്ല എന്നത് ഒരിക്കലും മാറാത്ത വേദനയായി ഇന്നും മനസ്സിൽ കിടക്കുന്നു.

വർഷങ്ങൾ കടന്നുപോയ്ക്കൊണ്ടിരുന്നു. അമ്മ ഞവരയ്ക്കൽ വീട്ടിൽ പതിവുപോലെ പ്രകൃതിയുമായി സംവദിച്ച്, പരിചാരകർക്ക് നിർദ്ദേശങ്ങൾ നൽകി, കൊച്ചുമക്കളുടെ മക്കൾക്ക് കഥകൾ പറഞ്ഞുകൊടുത്ത് തന്റെ ജീവിതം വായനയിലും വീട്ടുകാര്യങ്ങളിലും ഒതുക്കി സമാധാനമായി കഴിഞ്ഞുകൊണ്ടിരുന്ന കാലത്ത് വീണ്ടും വന്നു അപകടം. ഇക്കുറി അത് ഒരു വീഴ്ചയുടെ രൂപത്തിലായിരുന്നു.

ഞവരയ്ക്കലെ മുൻവശത്തെ വരാന്തയിൽനിന്ന് മുറ്റത്തേക്കിറങ്ങുന്ന നടപ്പടിയിൽ കാൽ തട്ടിവീണു. കാലിൽ എത്ര ഒടിവുകളുണ്ടായിരുന്നു എന്ന് ഓർമ്മയില്ല. ആംബുലൻസിൽ തിരുവനന്തപുരത്ത് കൊണ്ടുവന്ന് മെഡിക്കൽ കോളേജിൽ അഡ്മിറ്റ് ചെയ്യുമ്പോൾ, എന്തുചെയ്യണമെന്നറിയാതെ പകച്ചുനിന്ന മക്കളോടും മരുമക്കളോടും, പേടിക്കാനൊന്നുമില്ല ഇതു വേഗം ശരിയായിക്കോളും എന്നു പറഞ്ഞ് അമ്മ ഞങ്ങളെ അമ്പരപ്പിച്ചു.

പത്മരാജൻ പറയുമായിരുന്നു, നമ്മുടെ കാറിന് കീ കൊടുത്തു വിട്ടാൽ അത് നേരെ ചെന്ന് മെഡിക്കൽകോളേജിൽ നിൽക്കും എന്ന്. അത്തരമൊരവസ്ഥയിലൂടെയാണ് പിന്നീട് കുറെ വർഷങ്ങൾ കടന്നുപോയത്. ആശുപത്രിയിൽ അമ്മയ്ക്കു തുണയിരിക്കുവാൻ മക്കളും മരുമക്കളും കൊച്ചുമക്കളുമായി ഒരു പാടുപേർ.

അമ്മ ആ ഒടിവിൽനിന്ന് രക്ഷപ്പെട്ടു വരാൻ അഞ്ചാറുമാസങ്ങളെടുത്തു. ഒടുവിലത്തെ മകൾ പത്മപ്രഭയോടൊപ്പം പൂജപ്പുരയിലെ ഞവരയ്ക്കൽ വീട്ടിൽ അമ്മ കഴിഞ്ഞു. ആ പുരയിടത്തിൽതന്നെ പുറകിലായിട്ടാണ് ഞങ്ങളുടെ വീടും. ഒടുവിലത്തെ പുത്രനും പുത്രിയും അമ്മയുടെ കാര്യങ്ങൾ നോക്കി നടത്തി. ചേച്ചിമാരും ധരൻ കൊച്ചേട്ടനും മാറി മാറി നാട്ടിൽ നിന്നു വന്ന് അമ്മയെ ശുശ്രൂഷിച്ചു. പക്ഷേ, അമ്മ നടക്കാറായപ്പോഴാണ് ഒടിഞ്ഞുപോയ കാലിന് ഒരിഞ്ചിലധികം നീളക്കുറവ് വന്നിരിക്കുന്ന വിവരം ഞങ്ങൾ മനസ്സിലാക്കുന്നത്.

വിവരമറിഞ്ഞപ്പോൾ പത്മരാജൻ ചെരുപ്പുകുത്തിയോടു പറഞ്ഞ് അമ്മയ്ക്ക് പ്രത്യേകം ചെരുപ്പുകൾ ഉണ്ടാക്കിച്ചു. നടക്കാൻ വാക്കർ സംഘടിപ്പിച്ചു. സാവകാശം എല്ലാം ശരിയായി. ഒരുവിധം സമാധാനമായ ഘട്ടത്തിലാണ് വേറൊരു ദുർവിധി ഒരശനിപാതം പോലെ കുടുംബത്തിനുമേൽ വന്നുവീണത്.

എൺപത്തിയാറിലെ ഓണക്കാലം. ചിങ്ങം ഒന്നിനു മുമ്പുതന്നെ എല്ലാവർക്കും ഓണക്കോടിയും മറ്റും വാങ്ങിച്ച് ഓണമാഘോഷിക്കാൻ തയ്യാറായിരിക്കുകയായിരുന്നു. ആഗസ്റ്റ് പതിനെട്ടിന് രാവിലെ ഞങ്ങളെയെല്ലാം മൃതപ്രായരാക്കിക്കൊണ്ട് മദ്രാസിൽനിന്നൊരു വാർത്തയെത്തി, അമ്മയുടെ മൂത്തമകൾ പത്മിനിച്ചേച്ചിയുടെ ഇളയമകൻ സാബുക്കുട്ടൻ ഒരു ബൈക്ക് അപകടത്തിൽ മരിച്ചിരിക്കുന്നു എന്ന്. പത്താംക്ലാസ് കഴിഞ്ഞ് അഞ്ചുവർഷക്കാലം ഞങ്ങളോടൊപ്പം താമസിച്ചാണ് ആർട്സ് കോളേജിൽ നിന്ന് സാബു ഡിഗ്രി എടുക്കുന്നത്. ബിരുദാനന്തരം അവൻ മൂത്ത സഹോദരി പ്രേമയുടെ അടുത്തേക്ക് പോയി. മദ്രാസിൽ ജോലി ചെയ്തുകൊണ്ട് സി.എ.യ്ക്കു പഠിക്കുകയായിരുന്നു. ജോലി ചെയ്യുന്ന ഓഫീസിൽനിന്നിറങ്ങി, മുൻവശത്തെ ചായക്കടയിൽനിന്ന് ചായയും കുടിച്ച് ഒപ്പമുണ്ടായിരുന്ന കൂട്ടുകാരന് രണ്ടു മിഠായികളും കൊടുത്ത് വേറൊരു സഹപ്രവർത്തകനെ തന്റെ ബൈക്കിന്റെ പുറകിൽ കയറ്റി വീട്ടിലേക്കു പുറപ്പെട്ടതാണ്. അത് വൺവേ ആയിരുന്നു. പക്ഷേ, വിധിവൈപരീത്യം എന്നു പറയട്ടെ, റോങ്ങ് സൈഡിൽ കൂടി പാഞ്ഞുവന്ന ഒരു പാൽവണ്ടി അവനെ ഇടിച്ചു തെറിപ്പിച്ച് കടന്നുപോയി. സംഭവസ്ഥലത്തുവച്ചുതന്നെ സാബുക്കുട്ടന്റെ ജീവൻ പോയി. ഭാഗ്യംകൊണ്ട്, പുറകിലിരുന്ന ആൾ പരിക്കൊന്നും കൂടാതെ രക്ഷപ്പെട്ടു. സാബുക്കുട്ടന് അന്ന് 29 വയസ്സായിരുന്നു. പത്മിനിചേച്ചിയുടെ നാലു മക്കളിൽ ഏറ്റവും ഇളയവൻ. വയ്യാത്ത കാലും വച്ച്, ഒരു വാക്കറിന്റെ സഹായത്തോടെ നടന്ന് പത്മിനിച്ചേച്ചിയെ സമാധാനിപ്പിക്കുവാൻ ശ്രമിക്കുന്ന അമ്മയുടെ ചിത്രം ഇന്നും കണ്ണീരോടു കൂടിയല്ലാതെ ഓർക്കാൻ വയ്യ.

ഇക്കുറി മരണം റാഞ്ചിയത് കൊച്ചുമോനെയാണെങ്കിൽ അടുത്ത ഇര അമ്മയുടെ രണ്ടാമത്തെ മകൾ പത്മകുമാരിച്ചേച്ചിയുടെ നാലുമക്കളിൽ ഏകപെൺതരിയായ സുധയുടെ ഭർത്താവ് രാജഗോപാലനാണ്. രാജൻ അന്ന് എം.ജി. കോളേജിലെ അദ്ധ്യാപകനായിരുന്നു. നാല്പതുവയസ്സുകാരനായ രാജനെ ആക്രമിച്ചത് രക്താർബുദം എന്ന മാരകരോഗമാണ്. രക്തം വറ്റിയ മുഖവുമായി രാജൻ മെഡിക്കൽകോളേജിൽ കിടക്കുന്ന സമയത്താണ് പത്മരാജന് ബ്ലഡ് പ്രഷർ തുടങ്ങുന്നത്.

എല്ലാ മരണത്തെയും പോലെ ഈ മരണത്തെയും അമ്മ സംയമനത്തോടെ അഭിമുഖീകരിച്ചു. 75-നും 86-നും ഇടയ്ക്ക് അമ്മയ്ക്കു നഷ്ടപ്പെട്ടത് രണ്ടാൺമക്കളും ഒരു കൊച്ചുമോനും ഒരു കൊച്ചുമോളുടെ ഭർത്താവും ആയിരുന്നു. അമ്മയുടെ സഹനശക്തി പരീക്ഷിച്ചുകൊണ്ട് ഓരോ മരണവും കടന്നുപോയി.

ഞവരയ്ക്കലെ കുടുംബാംഗങ്ങൾ ക്രമേണ എല്ലാം മറക്കുകയോ മറക്കാൻ ശ്രമിക്കുകയോ ചെയ്തിരുന്ന കാലഘട്ടം.

ഓണക്കാലത്ത് തളത്തിൽ തൂക്കിയ തൂക്കുമഞ്ചലിൽ (ആട്ടുകട്ടിൽ) കുഞ്ഞുങ്ങൾ ഉറക്കെ ബഹളം വച്ച് ആടിപ്പാടി കളിക്കുന്ന ശബ്ദം കേട്ട്

ഭയന്ന്, വീണ്ടും ഒരു മരണം പ്രതീക്ഷിച്ച് ഓടിയെത്തിയ അയൽക്കാർ ഒന്നും മിണ്ടാതെ തിരിച്ചുപോയതും അമ്മ കൊച്ചുമക്കൾക്ക് വീണ്ടും കഥകൾ പറഞ്ഞുകൊടുത്ത് അദ്ഭുതപ്പെടുത്തിയതും ഒക്കെ മങ്ങാത്ത ഓർമകൾ.

സംഭവബഹുലമായിരുന്നു അമ്മയുടെ ജീവിതം, ഞങ്ങളുടേതും. പതിനെട്ടാമത്തെ വയസ്സൽ കീരിക്കാട് തുണ്ടത്തിൽ വീട്ടിൽ അനന്തപത്മനാഭപിള്ളയുടെ ഭാര്യയായിട്ടാണ് അമ്മ കുടുംബജീവിതം തുടങ്ങുന്നത്. മുതുകുളത്തെ പേരെടുത്ത തറവാടായ ചെന്നാട്ടു കുടുംബത്തിലെ അംഗമായ അമ്മയ്ക്ക് സാമാന്യം നല്ല ഭൂസ്വത്തുക്കൾ ഉണ്ടായിരുന്നു. പൊതുവെ കൃഷിക്കാരായിരുന്നു ചെന്നാട്ടുകാർ. കാർത്തികപ്പള്ളി താലൂക്കിൽനിന്ന് ആദ്യമായി ഡിഗ്രിയെടുത്ത മൂന്നുപേരിൽ ഒരാളായിരുന്നു പത്മരാജന്റെ അച്ഛൻ. ഐഎഎസ്സുകാരനായ സി.പി.നായരുടെ അച്ഛനും പ്രസിദ്ധ സാഹിത്യകാരനുമായ എൻ.പി. ചെല്ലപ്പൻനായരായിരുന്നു മറ്റൊരാൾ.

അദ്ദേഹത്തിന് കൃഷിയോടായിരുന്നു താത്പര്യം. ഉന്നത വിദ്യാഭ്യാസം നേടിയ ആളുകൾ അന്ന് തിരുകൊച്ചിയിൽ വളരെ അപൂർവമായിരുന്നതുകൊണ്ട് ബ്രിട്ടീഷ് ഗവൺമെന്റിന്റെ കീഴിൽ ജോലിയിൽ കയറുക എന്നത് എളുപ്പമായിരുന്നെങ്കിലും ആരുടെയും കീഴിൽ ജോലി നോക്കാൻ താത്പര്യമില്ല എന്ന കാരണം പറഞ്ഞ് അദ്ദേഹം കൃഷിക്കാരനായി മാറുകയായിരുന്നത്രെ. വിവാഹശേഷം ഞവരയ്ക്കലെ കൃഷിക്കാര്യങ്ങളെല്ലാം നോക്കിനടത്തിയിരുന്നത് അച്ഛനും അമ്മയും കൂടിയായിരുന്നു. അച്ഛനെക്കാൾ ഭരണശേഷിയുണ്ടായിരുന്നു അമ്മയ്ക്ക്. ജോലിക്കാരെ നിലയ്ക്ക് നിർത്താനും പണിയെടുപ്പിക്കാനും അമ്മയ്ക്ക് സവിശേഷമായ കഴിവുണ്ടായിരുന്നു. എന്നാൽ, സ്നേഹം കൊടുത്ത് അവരെയെല്ലാം തന്നോടൊപ്പം തന്നെ നിർത്താനും അമ്മ സമർത്ഥയായിരുന്നു. ഞവരയ്ക്കലെ അമ്മ എന്ന് ഭയഭക്തിബഹുമാനങ്ങളോടെയാണ് നാട്ടുകാർ അമ്മയെ വിളിച്ചിരുന്നത്.

അനന്തപത്മനാഭപിള്ള - ദേവകി അമ്മ ദമ്പതിമാർക്ക് എട്ടുമക്കൾ പിറന്നു. നാല് ആണും നാല് പെണ്ണും. പെൺമക്കളിൽ അവസാനത്തെ സന്തതിയായ പത്മപ്രഭ ഒഴിച്ചുള്ള മൂന്നുപേരും പത്താംക്ലാസു വരെ മാത്രമേ വിദ്യാഭ്യാസം നേടിയുള്ളൂ. അവരെയൊക്കെ കൊച്ചുപ്രായത്തിൽ തന്നെ വിവാഹം കഴിപ്പിച്ചയച്ചു അച്ഛൻ. പഠിക്കാൻ മിടുക്കനായ മൂത്ത മകൻ പത്മജൻചേട്ടനെ തിരുവനന്തപുരം മെഡിക്കൽ കോളേജിൽ പഠിക്കാനയച്ചതും ഇളയ മക്കളായ പത്മധരനെയും പത്മരാജനെയും പഠിപ്പിച്ചോളാം എന്ന് മൂത്തമകനെക്കൊണ്ട് സമ്മതിപ്പിച്ചതും അമ്മയാണ്. പത്മജൻ ചേട്ടന്റെ ഒപ്പം പഠിച്ച ജയകുമാരിയെ (മണിച്ചേച്ചി) പുത്രവധുവാക്കുന്നതിൽ ഒട്ടും താത്പര്യമില്ലായിരുന്നു അച്ഛന്. അനിയന്മാരെ അവർ പഠിപ്പിച്ചോളും എന്ന് വാക്കു കൊടുത്താണ് അമ്മ അച്ഛനിൽനിന്നും ആ വിവാഹത്തിന് സമ്മതം നേടിയത്.

പിൽക്കാലത്ത് സൗഹൃദസംഭാഷണങ്ങൾക്കിടയിൽ മണിച്ചേച്ചി എപ്പോഴും പറയുമായിരുന്നു, ഞങ്ങൾ വൈവാഹിക ജീവിതം ആരംഭിക്കുന്നതുതന്നെ പതിനഞ്ചും പതിമൂന്നും വയസ്സുള്ള രണ്ടു മക്കളുമായിട്ടാണെന്ന്.

ഇണങ്ങിയും പിണങ്ങിയുമൊക്കെ അമ്മയുടെ ജീവിതം വലിയ കുഴപ്പങ്ങളൊന്നുമില്ലാതെ കഴിഞ്ഞുപോയി. അമ്മയുടെ അമ്മാവനായ ഞവരയ്ക്കൽ കൃഷ്ണപിള്ള വലിയൊരു കലാകാരനും കലാസ്വാദകനും ആയിരുന്നു. അതുകൊണ്ടുതന്നെ, ഞവരയ്ക്കൽ തറവാട് കലാകാരന്മാരുടെ ഒരു സംഗമവേദി കൂടിയായിരുന്നു. അക്കാലത്ത് ആ പരിസരത്തുള്ള മിക്ക കലാകാരന്മാരും ഞവരയ്ക്കൽ തറവാട്ടിൽ വന്ന് അവിടത്തെ സന്ധ്യകൾ സംഗീതസാന്ദ്രമാക്കുമായിരുന്നെന്ന് അമ്മ പറഞ്ഞിട്ടുണ്ട്. കൊട്ടും പാട്ടും കഥകളിയും ഒക്കെ കണ്ടും കേട്ടും വളർന്ന ഒരു ബാല്യമായിരുന്നു അമ്മയുടേത്. അതുകൊണ്ടുതന്നെ സംഗീതവാസന അമ്മയ്ക്ക് ജന്മനാ കിട്ടിയ ഒരനുഗ്രമായി. സാഹിത്യത്തിലും വൈദ്യത്തിലും അതീവ താത്പര്യമുണ്ടായിരുന്ന അമ്മയുടെ സഹോദരൻ ചന്ദ്രശേഖര പിള്ള സംസ്കൃതത്തിൽ നല്ല പാണ്ഡിത്യമുള്ള ആളായിരുന്നതുകൊണ്ട് തറവാട്ടിൽ ഒരുപാട് പുസ്തകങ്ങൾ ശേഖരിച്ചുവച്ചിരുന്നു. വായനാശീലം പൊതുവെ കുടുംബത്തിലെല്ലാവർക്കും പാരമ്പര്യമായി കിട്ടിയതാവണം. അമ്മയുടെ ജ്യേഷ്ഠത്തി പാറുക്കുട്ടിയമ്മയും കിട്ടുന്നതെന്തും വായിക്കുന്ന കൂട്ടത്തിലായിരുന്നു. ഞവരയ്ക്കലെ നിലവറയിൽ സൂക്ഷിച്ചിരുന്ന ഒരുപാട് പുസ്തകങ്ങൾ ചിതലെടുത്ത് നഷ്ടപ്പെട്ടുപോയി.

അച്ഛൻ ഭാഗ്യവാനായിരുന്നു എന്ന് എല്ലാവരും പറയും. 72-ാമത്തെ വയസ്സിൽ പക്ഷാഘാതം വന്ന് അച്ഛൻ മരിക്കുന്നതിനു മുമ്പുതന്നെ ഇളയ മകൾ പത്മപ്രഭയൊഴിച്ചുള്ളവരെല്ലാം സ്വന്തമായ ജീവിതം തുടങ്ങിയിരുന്നു. പത്മരാജൻ കഥ എഴുതിത്തുടങ്ങുന്നത് (പ്രസിദ്ധീകരിച്ചു തുടങ്ങുന്നത്) അറുപത്തിയഞ്ചിലാണ്. 67-ലാണ് അച്ഛന്റെ മരണം. അദ്ദേഹത്തെ കാണാനുള്ള ഭാഗ്യം എനിക്കുണ്ടായില്ല. വയ്യാതെ കിടക്കുന്ന അച്ഛനെ കാണാനായി തൃശൂരുനിന്ന് വീട്ടിലേക്ക് വന്നതിനെ ആധാരമാക്കി അച്ഛൻ എന്നൊരു കഥ പത്മരാജൻ എഴുതിയിട്ടുണ്ട്. ഏതായാലും ദുരിതങ്ങളൊന്നും കാണാനിടവരാതെ, മക്കളെല്ലാം സന്തോഷമായിരിക്കുന്നതു കണ്ടുകൊണ്ട് അച്ഛൻ പോയി; ദുഃഖങ്ങളെല്ലാം അമ്മയ്ക്ക് വിട്ടുകൊടുത്തുകൊണ്ട്.

പത്മരാജൻ ഷൂട്ടിംഗിനു പോകുമ്പോൾ പലപ്പോഴും അത് ആലപ്പുഴ വഴിയാണെങ്കിൽ, ഞവരയ്ക്കൽ ചെന്ന് അമ്മയെ കണ്ട് അനുഗ്രഹം വാങ്ങിക്കുമായിരുന്നു. അദ്ദേഹം ചെയ്യുന്ന ഓരോ സിനിമയെക്കുറിച്ചും അമ്മയ്ക്ക് വ്യക്തമായി അഭിപ്രായങ്ങളുണ്ടായിരുന്നു. മകന്റെ സംവിധാനത്തിൽ ഇറങ്ങിയ ചിത്രങ്ങളിൽ അമ്മയ്ക്ക് ഏറ്റവുമിഷ്ടപ്പെട്ടത് ഒരിടത്തൊരു ഫയൽവാൻ ആയിരുന്നു. ഫയൽവാനിൽ കുഞ്ഞൂഞ്ഞ് എന്ന

കഥാപാത്രത്തെ അവതരിപ്പിച്ച കൃഷ്ണൻകുട്ടിനായരെ അമ്മയ്ക്ക് വളരെ ഇഷ്ടപ്പെട്ടു. ഒന്നു കാണണമെന്നാവശ്യപ്പെട്ടപ്പോൾ, അമ്മ തിരുവനന്ത പുരത്തുണ്ടായിരുന്ന സമയത്ത്, അദ്ദേഹം കൃഷ്ണൻകുട്ടിനായരെയും കൊണ്ട് അമ്മയുടെ അടുത്ത് വന്നത് ഞാനോർക്കുന്നു. പടം കണ്ടു കഴിഞ്ഞതും അമ്മ പറഞ്ഞു, നിനക്ക് ഈ പടത്തിനു അവാർഡു കിട്ടും എന്ന്. പക്ഷേ കേരളത്തിലെയോ ഇന്ത്യയിലെ തന്നെയോ അവാർഡ് ജൂറി അംഗങ്ങളുടെ മനസ്സിൽ ഒരു ചലനവും സൃഷ്ടിക്കാൻ ആ പടത്തിനു കഴിഞ്ഞില്ല. എങ്കിലും ഇന്ത്യൻ പനോരമയിൽ അതിന് സെലക്ഷൻ കിട്ടു കയും ഒരുപാട് വിദേശ മേളകളിൽ പ്രദർശിപ്പിക്കാൻ കഴിയുകയും ചെയ്തത് വലിയൊരാശ്വാസമായി. വളരെക്കാലം ഫയൽവാന്റെ പ്രിന്റ് വീട്ടിൽത്തന്നെയാണ് സൂക്ഷിച്ചിരുന്നത്. കോലാലംപൂരിൽ വച്ചു നടന്ന ഏഷ്യൻ ഫെസ്റ്റിവലിൽ ആ പടം ഇന്ത്യയുടെ എൻട്രിയായി മത്സരവിഭാഗ ത്തിൽ പ്രദർശിപ്പിച്ചതും ഏറ്റവും നല്ല ചിത്രത്തിനും തിരക്കഥയ്ക്കുമുള്ള അന്താരാഷ്ട്ര പുരസ്കാരം ലഭിച്ചതും അന്നത്തെ ഇന്ത്യൻ ഹൈക്കമ്മീഷ ണർ പുരസ്കാരം ഏറ്റുവാങ്ങിയതും പിന്നീടുള്ള കഥ.

സ്വർണനിർമിതമായ ആ രണ്ടു മെമന്റോകളും ഞങ്ങളുടെ കൈയി ലെത്തുന്നത് വീണ്ടും അഞ്ചാറുമാസങ്ങൾക്കു ശേഷമാണ്. കൈയിൽ കിട്ടുമ്പോൾ അതിലൊരു മെമന്റോയിൽ നിന്ന് ഒരു കക്ഷണം ആരോ മുറിച്ചെടുത്തിരുന്നു. ആ സമയത്ത് അമ്മ പൂജപ്പുരയിൽ പ്രഭയുടെ അടുത്തുണ്ട്. ഞങ്ങൾ മെമൊന്റോകൾ രണ്ടും കൈയിലെടുത്ത് അമ്മ യുടെ അടുക്കലേക്ക് ചെന്നതും ഒരിക്കലും നിറയാത്ത അമ്മയുടെ കണ്ണു കൾ സന്തോഷംകൊണ്ട് നിറഞ്ഞതും മറക്കാനാവാത്ത ചിത്രമായി ഇന്നും മനസ്സിലുണ്ട്.

തൊണ്ണൂറ്റിയൊന്ന് ജനുവരി ഇരുപത്തിമൂന്നിന് എന്നത്തെയുംപോലെ അമ്മ ആകാശവാണിയിലെ വാർത്തകൾ കേൾക്കുന്നതിനിടയിൽ അമ്മ യുടെ ഇളയമകന്റെ മരണവാർത്തയും ആ ചെവികളിലെത്തി. അതുകേട്ട് അമ്മയ്ക്ക് ഒന്നും മനസ്സിലായില്ല. അല്ലെങ്കിൽ ആ വാർത്ത വിശ്വസിക്കാൻ അമ്മയ്ക്ക് താത്പര്യമുണ്ടായിരുന്നില്ല. തന്നെ താങ്ങാൻ ഇനിയും രണ്ടു പേരുണ്ടല്ലോ എന്നാശ്വസിച്ചിരുന്ന അമ്മയിൽനിന്ന്, അതിൽ ഒന്നിനെ വിധി ക്രൂരമായി തട്ടിയെടുത്തിരിക്കുന്നു എന്ന സത്യം മനസ്സിലാക്കിയ നിമിഷം മുതൽ, അതുവരെ സംഭരിച്ചു വച്ച എല്ലാ ബലവും ശക്തിയും ചോർന്നു പോയി.

1994 വരെ അമ്മ പിടിച്ചുനിന്നു. നേരത്തെതന്നെ ബ്ലഡ് പ്രഷറുണ്ടാ യിരുന്നു അമ്മയ്ക്ക്. അതിയായ മാനസിക സമ്മർദ്ദം ക്രമേണ അമ്മയെ ഓർമത്തെറ്റിലേക്കും അവിടെനിന്ന് ഒന്നും സംസാരിക്കാനാവാത്ത നില യിലേക്കും കൊണ്ടെത്തിക്കുകയായിരുന്നു. പിന്നീട് സംസാരശേഷി വീണ്ടുകിട്ടിയില്ല. മക്കൾ വളരെ നന്നായി ശുശ്രൂഷിച്ചു. ഇനി വലുതായി ട്ടൊന്നും അനുഭവിക്കാനില്ലാത്ത അവസ്ഥയിലേക്കെത്തിയിരുന്നു അമ്മ. ഒന്നും പറയാനോ, എഴുന്നേറ്റു നടക്കാനോ കഴിയാതെ ഒന്നരക്കൊല്ലം.

തൊണ്ണൂറ്റിനാല് മാർച്ച് ഇരുപത്തിയൊന്നിന് തിരുവനന്തപുരത്ത് ആ വാർത്ത എത്തി. ഇനി അമ്മയില്ല. സ്നേഹിക്കാനും ശാസിക്കാനും ഉപദേശിക്കാനും സംശയം തീർക്കാനും അറിവു പകർന്നുതരാനും ഒന്നിനും ഇനി അമ്മയില്ല. കൊച്ചുകുഞ്ഞുങ്ങൾക്കു നഷ്ടപ്പെട്ടത് അറിവിന്റെ ഭണ്ഡാരമാണ്, ഒരു എൻസൈക്ലോപീഡിയയാണ്. ഒരു ദിവസം മകൻ പപ്പൻ എന്നോടു ചോദിച്ചു, ഇനി സംശയം തോന്നിയാൽ ആരോടു ചോദിക്കുമമ്മേ എന്ന്. എനിക്കൊരുത്തരമേയുള്ളൂ. എന്റെ സംശയങ്ങളെല്ലാം തീർന്നിരിക്കുന്നു, എനിക്കിനി ഒന്നും അറിയാനില്ല.

ഇപ്പോൾ ഞവരയ്ക്കൽ തറവാട്ടിൽ കുടുംബാംഗങ്ങളൊന്നും താമസമില്ല. ധരൻ കൊച്ചേട്ടൻ പുതിയ വീടു വച്ച് താമസം മാറിയപ്പോൾ, പ്രഭയുടെ ഓഹരിയിലുള്ള ഞവരയ്ക്കൽ തറവാട് അനാഥമായി കുറെ വർഷങ്ങൾ അടഞ്ഞുകിടന്നു. അച്ഛനും അമ്മയും മക്കളും ഉറങ്ങിക്കിടക്കുന്ന തെക്കേ പറമ്പും പാമ്പിൻകാവും താമരക്കുളവും അനാഥമായി. വിത്തും വിളയും കൃഷിയുമില്ലാതെ പാടങ്ങളെല്ലാം ഉണങ്ങി വരണ്ടു. മഴക്കാലത്തു കിളിർക്കുന്ന പുല്ലുകൾക്കും പാഴ്ചെടികൾക്കും ഇടയിൽ പാമ്പും ചേരയും മറ്റ് ഇഴജന്തുക്കളും സ്വതന്ത്രമായി വിഹരിച്ചു. കുളത്തിൽ താമരയ്ക്കു പകരം കുളവാഴയും നീർക്കോലികളും പരസ്പരം കഥ പറഞ്ഞു. പ്രധാന കഥപറച്ചിലുകാരി എന്നന്നേക്കുമായി പൊയ്പ്പോയ കഥ.

കഴിഞ്ഞ രണ്ടുമൂന്നു വർഷങ്ങൾക്കു മുമ്പായി ബ്രഹ്മകുമാരികളുടെ രൂപത്തിൽ ഞവരയ്ക്കൽ തറവാടിന് വീണ്ടും ജീവൻ വച്ചു. മരപ്പട്ടിയും എലിയും ചിതലുമൊക്കെ സുഖവാസം തുടങ്ങിയ തറവാടിന് പെട്ടെന്നാണ് വല്ലാത്തൊരു മാറ്റം സംഭവിച്ചത്. ഇപ്പോഴവിടെ ശുഭ്രവസ്ത്രധാരികളായ ബ്രഹ്മകുമാരികൾ യോഗയും ഗീതയും പഠിപ്പിക്കുന്നു. വഴിയിലൂടെ നടക്കുന്നവർക്ക് കണ്ണിനും മനസ്സിനും കുളിർമ്മ നിറച്ച് ഒരു ശിവലിംഗ പ്രതിമ അവിടെ അറയിൽ പ്രകാശിക്കുന്നു. ഓം എന്ന മന്ത്രധ്വനി താഴ്ന്ന സ്ഥായിയിൽ അവിടെങ്ങും മുഴങ്ങുന്നു. കാടുകൾ വെട്ടിത്തെളിച്ചിരിക്കുന്നു. ഇഴജന്തുക്കൾ എവിടെയോ പോയൊളിച്ചിരിക്കുന്നു.

സന്ധ്യാവേളകളിൽ ഭക്തജനങ്ങൾ ഗീതോപദേശം കേൾക്കാൻ അവിടെയെത്തുന്നു. ഭക്തിനിർഭരമായ ദിനരാത്രങ്ങൾ ഞവരയ്ക്കൽ തറവാടിന് മോക്ഷം കൊടുത്തിരിക്കുന്നു.

അമ്മയുടെ ആത്മാവ് ആശ്വസിക്കുന്നുണ്ടാവുമോ?

ഏതായാലും ഇത്തവണത്തെ ഓണത്തിനും ഞവരയ്ക്കലെത്തണം - ഓർമകൾ പുതുക്കാൻ, വേണ്ടപ്പെട്ടവരുറങ്ങുന്ന മണ്ണിൽ ഒന്നു നമസ്കരിക്കാൻ.

നാല്

ദാമ്പത്യജീവിതം - ആദ്യവർഷങ്ങൾ

ആയിരത്തിത്തൊള്ളായിരത്തി എഴുപതിൽ വിവാഹിതയായി, വീടും നാടും വിട്ട്, അച്ഛനമ്മമാരുടെയും ചെറിയമ്മ, ചേച്ചി എന്നിവരുടെയും സ്നേഹശാസനങ്ങളിൽ നിന്നകന്ന് തിരുവനന്തപുരത്ത് താമസം തുടങ്ങുമ്പോൾ മനസ്സിൽ ഒരൊറ്റ സ്വപ്നമേ ഉണ്ടായിരുന്നുള്ളൂ.പത്മരാജന്റെ സ്നേഹത്തിന്റെ തണലിൽ സന്തുഷ്ടമായൊരു ജീവിതം. മുതുകുളത്ത് ഞവരയ്ക്കൽ വീട്ടിൽ എനിക്കു കിട്ടിയ സ്വീകരണം എന്റെ പ്രതീക്ഷയ്ക്കും അപ്പുറത്ത് നിൽക്കുന്ന ഒന്നായിരുന്നു. തിരുവനന്തപുരത്ത് എത്തിയപ്പോൾ , ആകാശവാണിയിലെ പ്രതാപവർമ്മ, പാലാ രവി, കറന്റ് സോമൻ, ശങ്കരൻ നായർ, അടൂർ ഗോപാലകൃഷ്ണൻ, എം.ജി.രാധാകൃഷ്ണൻ തുടങ്ങി ഒട്ടനവധി സുഹൃത്തുക്കൾ ഉണ്ടായിരുന്നു ഞങ്ങളെ സ്വാഗതം ചെയ്യാൻ. പഴവിള രമേശനും ജി. വിവേകാനന്ദനും ഒക്കെ അടങ്ങുന്ന ആ സൗഹൃദക്കൂട്ടായ്മയിൽ മുതുകുളത്തുകാരൻ കൂടിയായി മറ്റൊരു സുഹൃത്തുകൂടിയുണ്ടായിരുന്നു പത്മരാജന്.

മേൽപ്പറഞ്ഞവരെല്ലാം അദ്ദേഹത്തെക്കാൾ മുതിർന്നവരായിരുന്നു എങ്കിൽ മുതുകുളത്തുകാരനായ സുഹൃത്ത് നാലഞ്ചുവയസ്സിന് ഇളപ്പമുള്ള, ഒരു കൊച്ചുപയ്യൻ എന്ന് ഒറ്റനോട്ടത്തിൽ എനിക്കു തോന്നിയ, ഒരു എഞ്ചിനീയറിങ്ങ് ബിരുദധാരിയായിരുന്നു. ചിത്രലേഖാ ഫിലിം സൊസൈറ്റിയിലെ ആക്റ്റീവ് മെമ്പർ അടൂർ ഗോപാലകൃഷ്ണന്റെ സ്വയംവരം എന്ന പടത്തിന്റെ പിന്നണി പ്രവർത്തകരിൽ ഒരാൾ. പേര് പുരുഷോത്തമൻ - ചെട്ടിക്കുളങ്ങര നിന്ന് മറ്റൊരു ഉറ്റ സുഹൃത്തുകൂടി ഉണ്ടായിരുന്നു - ശ്രീധരക്കുറുപ്പ്. കൊച്ചിലേ തന്നെ പോളിയോ വന്ന് തളർന്നുപോയ കാലുകളും വച്ച് ശ്രീധരക്കുറുപ്പ് ചെയ്യാത്ത പ്രവർത്തികളില്ല. എന്റെ ഓർമ്മ ശരിയാണെങ്കിൽ വലതു കമ്യൂണിസ്റ്റ് പാർട്ടിയുടെ അനുഭാവിയും പ്രവർത്തകനുമായിരുന്നു കുറുപ്പ്.

വളർന്നുവരുന്ന ഒരു സാഹിത്യകാരന്റെ ഭാര്യയായിട്ടാണ് ഞാൻ തിരുവനന്തപുരത്ത് താമസം തുടങ്ങുന്നത്. പൂജപ്പുരയിലെ കമലാലയം

എന്ന വീട്ടിൽ താമസിക്കുമ്പോൾ പത്മരാജൻ ധാരാളം ചെറുകഥകളും രണ്ടുമൂന്നു നോവലുകളും ഒക്കെ എഴുതി പ്രസിദ്ധീകരിച്ച് എഴുത്തുകാർക്കിടയിൽ മെല്ലെ മെല്ലെ പേരെടുത്തു തുടങ്ങി. 'നക്ഷത്രങ്ങളേ കാവൽ' എന്ന നോവൽ കുങ്കുമത്തിൽ ഖണ്ഡശഃയായി പ്രസിദ്ധീകരിച്ചു തുടങ്ങിയതോടെയാണ് അദ്ദേഹം ഏറെക്കുറെ പ്രശസ്തനായിത്തുടങ്ങുന്നത്. വെറും മുന്നൂറ്ററുപതുരൂപ മാത്രം മാസശമ്പളം വാങ്ങുന്ന ഒരു സാധാരണ ഗവൺമെന്റുദ്യോഗസ്ഥനായിരുന്നു അന്ന് പത്മരാജൻ. നൂറുരൂപ വീട്ടുവാടക കഴിഞ്ഞാൽ ബാക്കിയുള്ള തുക കൊണ്ട് വലിയ ബദ്ധപ്പാടൊന്നും കൂടാതെ ജീവിതം കൊണ്ടുപോകാൻ കഴിയുമായിരുന്ന കാലം. പണത്തിന് അത്യാവശ്യം വരുമ്പോൾ പത്തോ പതിനഞ്ചോ രൂപയൊക്കെ ഞങ്ങൾക്ക് കടം തന്നുകൊണ്ടിരുന്നത് കറന്റ് ബുക്സിലെ സോമനായിരുന്നു. സാഹിത്യകാരൻ എന്ന നിലയ്ക്ക് പേരെടുത്തു തുടങ്ങിയപ്പോൾ, മാതൃഭൂമി, മലയാളനാട്, കുങ്കുമം, കേരളശബ്ദം മുതലായ വാരികകളിലൊക്കെ കഥകൾ വന്നു തുടങ്ങി. ആ വാരികകളിൽ നിന്നൊക്കെ പതിനഞ്ചും ഇരുപതും മുപ്പതും രൂപ പ്രതിഫലമായി കിട്ടിത്തുടങ്ങിയപ്പോൾ വീട്ടുകാര്യങ്ങൾ ലാവിഷായി നടത്താമെന്നായി. അരിയും തേങ്ങയും ചിറ്റൂരിൽ നിന്നും മുതുകുളത്തുനിന്നും ടി.വി. എസ്സിൽ അയച്ചു തരും. വീട്ടിൽ മിക്കവാറും വിരുന്നുകാർ കാണും. കറന്റ് സോമനും ഭാര്യയും പാലാരവിയും ഭാര്യയും അടൂർ ഗോപാലകൃഷ്ണനും ഭാര്യയും പഴവിള രമേശനും ഭാര്യയും ആകാശവാണിയിലെ പ്രതാപവർമ്മയും കുടുംബവും എം.ജി.രാധാകൃഷ്ണൻ, ശ്രീധരക്കുറുപ്പ് തുടങ്ങിയവർ - അങ്ങനെയങ്ങനെ ഒരുപാടു കുടുംബങ്ങളുമായി ഞങ്ങൾക്ക് വളരെ അടുത്ത ബന്ധമുണ്ടായിരുന്ന കാലം. കൂട്ടുകുടുംബങ്ങളിലും കുടുംബബന്ധങ്ങളിലും ഒരുപാടു വിശ്വസിച്ചിരുന്ന കാലം.

പത്മരാജനില്ലാതായിട്ട് ഈ വരുന്ന ജനുവരി ഇരുപത്തിനാലിന് ഇരുപത്തിനാലുവർഷം പിന്നിടുകയാണ്. എഴുപതു മാർച്ചിൽ തിരുവനന്തപുരത്ത് പൂജപ്പുരയിൽ ഞങ്ങൾ താമസം തുടങ്ങുമ്പോഴുണ്ടായിരുന്ന പല സുഹൃത്തുക്കളും ഇന്നില്ല. അദ്ദേഹം പോയിക്കഴിഞ്ഞ് നാല്പതാം നാളിലോ മറ്റോ ആണ് ഞങ്ങൾ ഗുരുജി എന്നു വിളിച്ചിരുന്ന പ്രസിദ്ധ സംവിധായകനും ചെറിയമനുഷ്യരുടെയും വലിയ ലോകത്തിന്റെയും കഥ പറഞ്ഞ് വായനക്കാരെ ചിരിപ്പിക്കുകയും ചിന്തിപ്പിക്കുകയും ചെയ്തിരുന്ന അരവിന്ദൻ പോയത്. തുടർന്ന് നികുഞ്ജം കൃഷ്ണൻ നായർ, ആകാശവാണിയിലെ വാർത്താവായനക്കാരനും പത്മരാജൻ കഥകളുടെ ഇംഗ്ലീഷ് പരിഭാഷകനും സർവ്വോപരി അദ്ദേഹത്തിന്റെ ഉറ്റസുഹൃത്തും ആയിരുന്ന പ്രതാപവർമ്മ എന്നിവർ യാത്രയായി. താമസിയാതെ, പത്മരാജനെ തിരക്കഥാകൃത്താക്കിയ, ആദ്യം സിനിമയിലെത്തിയ ചിത്രകാരനും പ്രിയകൂട്ടുകാരനുമായ ഭരതൻ പോയി. പത്മരാജനെ സ്ഥിരം സിനിമാക്കാരനാക്കി മാറ്റിയ സുപ്രിയയുടെ ഹരിപോത്തൻ, പത്മരാജനെക്കൊണ്ട് ആദ്യതിരക്കഥ (അതു സിനിമയായില്ലെങ്കിലും) എഴുതിച്ച ശങ്കരണ്ണൻ എന്ന് ഞങ്ങൾ

വിളിച്ചിരുന്ന എൻ.ശങ്കരൻ നായർ എന്ന പണ്ഡിതനായ സംവിധായകൻ, സുപ്രിയയുടെ മണിയൻ എന്ന മണികണ്ഠൻ നായർ, അങ്ങനെ ഒരു കാലത്ത് പത്മരാജന്റെ ജീവിതത്തിൽ അങ്ങേയറ്റത്തെ അടുപ്പമുണ്ടായിരുന്ന കറന്റ് സോമനും എം.ജി. രാധാകൃഷ്ണനും അടക്കമുള്ളവർ അരങ്ങൊഴിഞ്ഞു. ഡൽഹിയിലെ വീട്ടിൽ എപ്പോൾ വന്നാലും താമസിക്കാൻ 'ഒരു മുറി മാത്രം നിനക്കായിവയ്ക്കാം ഞാൻ' എന്നു പാടി കാണാമറയത്ത് എവിടെയോ കഴിയുന്ന മാവേലിക്കര രാമചന്ദ്രനെക്കുറിച്ച് ഇടയ്ക്കിടയ്ക്ക് ഓർമ്മ വരും. കൊച്ചേട്ടൻ എന്നായിരുന്നു ഞങ്ങളദ്ദേഹത്തെ വിളിച്ചിരുന്നത്. 'ഒരിടത്തൊരു ഫയൽവാൻ' എന്ന പടത്തിലെ അടയ്ക്കാമോഷ്ടിക്കുന്ന കള്ളനായി വേഷമിട്ടതിനു ശേഷമാണ് മാവേലിക്കര രാമചന്ദ്രൻ ഞങ്ങളുടെ കള്ളൻ കൊച്ചേട്ടനായി മാറിയത്. മാവേലിക്കരയിൽ താമസമായതിനുശേഷം ഇടയ്ക്കൊക്കെ 'പപ്പാജി'യുടെ കുടുംബത്തെ അന്വേഷിച്ച് പൂജപ്പുരയിൽ അദ്ദേഹം വരുമായിരുന്നു. ട്രിപ്പിൾ എം.എക്കാരനായ രാമചന്ദ്രന് അറിയാൻ വയ്യാത്തതായി ഒന്നുമുണ്ടായിരുന്നില്ല എന്നു വേണമെങ്കിൽ പറയാം. പ്രായം തെറ്റിയിട്ടും അവിവാഹിതനായിക്കഴിഞ്ഞിരുന്ന രാമചന്ദ്രനുവേണ്ടി പെണ്ണുകാണാൻ പോയ കഥകൾ പത്മരാജൻ പലപ്പോഴും എന്നോടു പറഞ്ഞ് ചിരിക്കുമായിരുന്നു. പക്ഷേ, ഒരു പെണ്ണും അദ്ദേഹത്തിനു കൂട്ടായി ജീവിതത്തിലുണ്ടായില്ല. ഉണ്ടായിരുന്നെങ്കിൽ, ഒരുപക്ഷേ ഇത്തരത്തിലൊരു അജ്ഞാതവാസം രാമചന്ദ്രനു വേണ്ടി വരുമായിരുന്നില്ല.

സ്പോണ്ടിലോസിസ് വന്ന് കഴുത്ത് നേരെ നിൽക്കാതായ രാമചന്ദ്രനെ സ്റ്റാച്യുവിൽ വച്ച് കണ്ടതും റോഡ് ക്രോസ് ചെയ്ത് 'അരുൾജ്യോതി' എന്ന ഹോട്ടലിൽ കൊണ്ടു ചെന്നാക്കി സഹായിച്ചതുമായ കഥ പത്മരാജന്റെ അനന്തിരവൻ ഹരി എന്നോടു പറഞ്ഞിട്ടുണ്ട്. അന്ന് ശംഖുമുഖം കടൽപ്പുറത്തിനടുത്തെവിടെയോ ഒരു സുഹൃത്തിനോടൊപ്പം താമസിക്കുകയായിരുന്നു രാമചന്ദ്രൻ. ഏകദേശം കേൾവിശക്തി പൂർണ്ണമായും തന്നെ നഷ്ടപ്പെട്ട അവസ്ഥയിലായിരുന്നു അദ്ദേഹം. എഴുത്തുമാത്രമായിരുന്നു അദ്ദേഹത്തിനു ചെയ്യാനൊക്കുന്ന ജോലി. അടൂർ ഗോപാലകൃഷ്ണനെക്കുറിച്ചൊരു പുസ്തകം എഴുതിക്കൊണ്ടിരിക്കുകയായിരുന്നു എന്ന് ആരോ പറയുന്നതു കേട്ടു. ഡൽഹിയിലേക്കു ചെല്ലുന്ന എല്ലാ സിനിമാക്കാർക്കും കേരളാ ഹൗസിൽ താമസസൗകര്യം കിട്ടാത്ത രാഷ്ട്രീയക്കാർക്കും മാവേലിക്കര രാമചന്ദ്രൻ ഒരാശ്രയമായിരുന്നു. മനസ്സു നിറഞ്ഞ സ്നേഹത്തോടെ അദ്ദേഹം എല്ലാവരേയും സ്വീകരിക്കുകയും സഹായിക്കുകയും ചെയ്യുമായിരുന്നു. അവസാനമായി കൊച്ചേട്ടനെ ബോംബെയിൽ വെച്ചാരോ കണ്ടെന്നു കേട്ടു. അദ്ദേഹത്തെക്കുറിച്ചന്വേഷിക്കുവാൻ ഗവൺമെന്റ് ഏർപ്പെടുത്തിയിരുന്നവർ തന്റെ ശ്രമം മതിയാക്കി എന്ന് ഈയിടെ പത്രത്തിൽ കണ്ടു. വേറൊരു കൂട്ടർ അന്വേഷണം ഏറ്റെടുത്തു എന്നും കേട്ടു. എത്രയും വേഗം അദ്ദേഹത്തെ കണ്ടുകിട്ടണേ എന്നു പ്രാർത്ഥിക്കുന്നു.

പത്മരാജൻ വേർപിരിഞ്ഞിട്ട് കാൽനൂറ്റാണ്ടിലേക്കു കടക്കുന്ന ഈയവസരത്തിലും അദ്ദേഹത്തെക്കുറിച്ച് ഒരുപാടുപേർ സംസാരിക്കുന്നു. അദ്ദേഹത്തിന്റെ കഥകളെയും സിനിമകളെയും കുറിച്ച് ചർച്ച ചെയ്യുന്നു എന്നത് അദ്ദേഹത്തിന്റെ കുടുംബത്തിലുള്ളവർക്ക് ഏറെ സന്തോഷകരമാണ്, അഭിമാനമാണ്. അദ്ദേഹത്തിന്റെ കഥകൾ സിനിമയാക്കണമെന്ന ആവശ്യവുമായി ഇപ്പോഴും ഒത്തിരിപ്പേർ സമീപിക്കുന്നുണ്ട്. ജീവിച്ചിരുന്ന കാലത്ത് അദ്ദേഹത്തെ വെറും സിനിമാക്കാരനാക്കി മാറ്റിനിർത്തിയവർ ഇപ്പോൾ അദ്ദേഹത്തെ എഴുത്തുകാരനായി അംഗീകരിക്കുന്നു എന്നതിന്റെ തെളിവാണിത്. കാലമാണ് ഓരോരുത്തരും ആരായിരുന്നു എന്ന് കാട്ടിത്തരുന്നത് എന്ന ചൊല്ല് തികച്ചും സത്യമായിത്തീരുന്ന ഒരവസ്ഥ. ഞാനെന്നും അദ്ദേഹത്തെ ഒരെഴുത്തുകാരനായി കാണാനായിട്ടാണ് ആഗ്രഹിച്ചിരുന്നത്. മനസ്സിലുള്ളതു മുഴുവൻ തുറന്നുകാട്ടാൻ എഴുത്തിനു കഴിയും. പുളിയറക്കോണത്തുണ്ടായിരുന്ന ആളൊഴിഞ്ഞ പുരയിടത്തിൽ ഒരു കൊച്ചുവീടുണ്ടാക്കി, തിരക്കുകളില്ലാത്ത, ശാന്തമായ ഒരു ജീവിതം അദ്ദേഹം ആഗ്രഹിച്ചിരുന്നു. വല്ലപ്പോഴും കാറ്റിൽ ഒഴുകിവരുന്ന സംഗീതവും തൊട്ടടുത്തുകൂടി ഒഴുകുന്ന ആറിൽ നിന്നുള്ള ജലമർമ്മരങ്ങളും തന്റെ കൈകൾകൊണ്ട് നട്ടുവളർത്തുന്ന ചെടികളുടെയും മരങ്ങളുടെയും പച്ചപ്പും എല്ലാം കണ്ടുകൊണ്ട് തികച്ചും സമാധാനപൂർണ്ണമായ ഒരു ജീവിതം. അതിനു സമയം നൽകാതെ വിധി അദ്ദേഹത്തെ കൊണ്ടുപോയി. പക്ഷേ, ഇപ്പോഴും ജനമനസ്സുകളിൽ ചുറുചുറുക്കുള്ള കലാകാരനായി അദ്ദേഹം ജീവിക്കുന്നു.

മൺമറഞ്ഞുപോയ സുഹൃത്തുക്കളെക്കുറിച്ച് വല്ലപ്പോഴുമൊക്കെ ഞാനോർത്തുപോകുന്നു. ശ്രീധരക്കുറുപ്പും ജി. വിവേകാനന്ദനും ഒരു കാലത്ത് അദ്ദേഹത്തിന്റെ വളർച്ചയിൽ ഒപ്പം നിന്നവരാണ്. പഴയ സുഹൃത്തുക്കളിൽ പഴവിള രമേശനും പുരുഷോത്തമനും പാലാ രവിയും അടൂർ ഗോപാലകൃഷ്ണനും അവരവരുടേതായ ലോകത്ത് ഒതുങ്ങിക്കഴിയുന്നു. ഇവരെയൊക്കെ വല്ലപ്പോഴും ഞാനും മക്കളും കാണാറുണ്ട്. പത്മരാജന്റെ സ്മരണകൾക്ക് ഊർജ്ജം നൽകിക്കൊണ്ട് ഓരോ കണ്ടുമുട്ടലും അവസാനിക്കുന്നു. അവരാരും പത്മരാജന്റെ കുടുംബത്തെ മറന്നിട്ടില്ല എന്നത് നന്ദിപൂർവം ഓർക്കുന്നു. എഴുപതുകളിലെ ബന്ധങ്ങൾ പത്തുനാല്പത്തഞ്ചുവർഷങ്ങൾക്കിപ്പുറം പാടേ ഇല്ലാതായിട്ടില്ല എന്നത് ഒരുപാടു സന്തോഷം തരുന്നു. പത്മരാജൻ ഇവർക്കെല്ലാം വേണ്ടപ്പെട്ടവനായിരുന്നു എന്ന് ഒരിക്കൽകൂടി ഓർമ്മിപ്പിച്ചുകൊണ്ട് ഓരോ ജനുവരി ഇരുപത്തിമൂന്നും കടന്നുപോകുന്നു.

അഞ്ച്

എഴുത്തച്ഛന്റെ ഗുരുമഠം

ഞങ്ങൾ പാലക്കാട്ടുകാർക്ക് കന്നി മാസത്തിലെ നവരാത്രിപൂജകൾ വലിയ ഉത്സവം പോലെയാണ്. ഞങ്ങളുടെ നാട്ടിൽ, ചിറ്റൂരിൽ കുറെ അഗ്രഹാരങ്ങളുണ്ട് - തെക്കേഗ്രാമം, ലങ്കേശ്വരം, ദുർഗാകോഷ്ഠം എന്നിങ്ങനെ. പത്തുവർഷം മുമ്പുവരെ ഈ അഗ്രഹാരങ്ങളിൽ ബ്രാഹ്മണ കുടുംബങ്ങൾ തിങ്ങിപ്പാർക്കുകയായിരുന്നു. വരെവരെ (തുടർന്ന്) ഉദ്യോഗാർത്ഥം അവരിൽ പലരും മുംബൈയ്ക്കും ചെന്നൈയിലേക്കും നാടുവിട്ടുപോയി. അഗ്രഹാരങ്ങളിൽ പലതും മറ്റുള്ളവർ സ്വന്തമാക്കി.

ലങ്കേശ്വരം ഗ്രാമത്തിന്റെ രക്ഷിതാവ് ലങ്കേശ്വരത്തപ്പനാണ്, അതായത് ഭഗവാൻ പരമശിവൻ. ഈ ശിവക്ഷേത്രവും അതിനു തൊട്ടുമുമ്പിലുള്ള പെരുങ്കുളം എന്ന അമ്പലക്കുളവും കുളത്തിനു തെക്കും വടക്കും കിഴക്കും കിടക്കുന്ന പാടശേഖരവുമൊക്കെ എഴുവത്തെ കുടുംബവകയായിരുന്നു. കുളത്തിനു തെക്കുവശത്തുള്ള കുളപ്പുര എഴുവത്ത് തറവാട്ടിലാണ് ഞാൻ ജനിച്ചു വളർന്നത്. എന്റെ ജനനത്തിനൊക്കെ എത്രയോ മുൻപു തറവാട്ടിന്റെ ഭാഗം കഴിഞ്ഞ് അംഗങ്ങൾ വേറെ വേറെ താമസം തുടങ്ങിയിരുന്നു. വീതം വയ്പിനുശേഷമായിരിക്കാം തറവാട്ടുവകയായിരുന്ന ലങ്കേശ്വരം ക്ഷേത്രവും പെരുങ്കുളവും ദേവസ്വത്തിലേക്കു കൈമാറിയത്. എങ്കിലും ഒന്നേകാൽ ഏക്കർ വരുന്ന കുളപ്പുര എഴുവത്തെ തെങ്ങിൻ പുരയിടത്തിലേക്കു കുളത്തിൽനിന്ന് ആവശ്യത്തിനു വെള്ളം തേവിയെടുക്കാൻ ദേവസ്വം അനുമതി നൽകിയിരുന്നു. മാത്രമല്ല, കന്നിമാസത്തിൽ നവരാത്രിപൂജ തുടങ്ങിയാൽ ലങ്കേശ്വരം ക്ഷേത്രത്തിലെ 'ഷഷ്ഠി വിളക്കും' ഞങ്ങളുടെ കുടുംബത്തിന്റെ വകയായിരുന്നു. അന്നത്തെ ദിവസത്തെ ത്രികാലപൂജയും ചുറ്റുവിളക്കും മുഴുവൻ ചെലവുകളും ഞങ്ങളുടെ വക തന്നെ. ഷഷ്ഠിവിളക്കിനു നൈവേദ്യം ഉണ്ടാക്കുന്നത് ഞങ്ങളുടെ തറവാടിന്റെ 'ഔട്ട്ഹൗസ്' എന്നുപറയാവുന്ന 'കുളപ്പുര' എന്ന ചെറിയ വീട്ടിലായിരുന്നു. വലിയൊരു ഹാളും മൂന്നുവശത്തും വരാന്തയും വടക്കുഭാഗത്ത് അടുക്കളയുമായിട്ടൊരു കൊച്ചുവീട്. ഹാളിന്റെ തെക്ക് നടുവിൽ

ഹോമകുണ്ഡം. എല്ലാ ദ്വാദശിക്കും അമ്പലത്തിൽനിന്ന് എമ്പ്രാന്തിരി വന്നു രാവിലെ ദ്വാദശിപൂജ കഴിക്കും. കർക്കടകമാസത്തിൽ ഒരാഴ്ച നീണ്ടു നിൽക്കുന്ന ഗണപതിഹോമവും ഭഗവതിസേവയും. സൂര്യനുദിക്കുന്ന സമയത്തു കുളി കഴിഞ്ഞ് ഒരുപാത്രം പാലുമായി ലങ്കേശ്വരത്തു തൊഴാൻ പോകുന്ന അമ്മയെയും ചെറിയമ്മയെയും കണ്ടുകൊണ്ടാണ് ഞാനും കൂടപ്പിറപ്പുകളും വളർന്നത്.

നാലുകെട്ടിന്റെ വടക്കുപടിഞ്ഞാറു മാറിയാണ് 'കുളപ്പുര'. ഓർമ വച്ച നാൾമുതൽ അവിടെ സീതാലക്ഷ്മി അമ്യാർ എന്നൊരു ബ്രാഹ്മണ വിധവ യാണു താമസിച്ചിരുന്നത്. മറ്റു ജാതിക്കാർ അവരെ തൊടാൻ പാടില്ല. തൊട്ടാൽ അശുദ്ധമാകും. അശുദ്ധമായാൽ പെരുങ്കുളത്തിൽച്ചെന്നു മുങ്ങിക്കുളിക്കണം. അതറിയാവുന്നതുകൊണ്ട് കുട്ടിയായിരിക്കുമ്പോൾ അവരെ തൊടാനായി ഞാൻ പുറകേ നടക്കുമായിരുന്നു.

നവരാത്രി തുടങ്ങിയാൽ എല്ലാവരും പുലർന്നു തുടങ്ങുമ്പോൾ കുളി തേവാരങ്ങൾ കഴിഞ്ഞ് അമ്പലത്തിലേക്കു ചെല്ലും. അമ്പലത്തിലെ പഞ്ചഗവ്യം സേവിച്ചിട്ടേ അമ്മയും ചെറിയമ്മയും ആഹാരം കഴിക്കൂ. അപ്പോഴേക്കും സമയം പത്തു പത്തരയാകും. വീണ്ടും വൈകുന്നേരം അമ്പലത്തിൽ. ചിത്തിര തുടങ്ങി തിരുവോണം വരെ ഓരോരുത്തരുടെ വകയായിട്ടാണ് അമ്പലത്തിലെ വിളക്കും പൂജകളും. അഞ്ചുമണിക്കു തുടങ്ങും ചുറ്റമ്പലത്തിലെ ഇരുമ്പു ചെരാതുകളിൽ തിരിയിട്ട് നല്ലെണ്ണ യൊഴിച്ചു വിളക്കു കൊളുത്താൻ. ആറരയ്ക്കു ദീപാരാധനയ്ക്കു നട അടയ്ക്കുമ്പോഴേക്കും ചുറ്റുവിളക്കുകൾ മുഴുവൻ കത്തിച്ചിരിക്കും. അമ്പല നടയ്ക്ക് ഇരുവശവുമായി വരിവരിയായി നിന്ന് ആൺകുട്ടികൾ ശംഭോ ശങ്കര ഗൗരിമനോഹര എന്ന ഭജനകീർത്തനം ഉച്ചത്തിൽ പാടും. പതിനെട്ടു മുഴം പട്ടുപുടവ ചുറ്റിയ ബ്രാഹ്മണ സ്ത്രീകൾ തങ്ങളെ മറ്റു ജാതിക്കാരാരും തൊടാത്തവിധത്തിൽ ഒതുങ്ങി കൈകൂപ്പി നിൽക്കും. എപ്പോഴും കൂടെ യിരുന്നു പഠിക്കുകയും കളിക്കുകയുമൊക്കെ ചെയ്യുന്ന പട്ടത്തിക്കുട്ടി കൾക്ക് അമ്പലത്തിനകത്തു കയറിയാൽ ഭയങ്കര തലക്കനമാണ്. എന്തിനാണിത്ര അഹങ്കാരം എന്ന് എനിക്കൊരിക്കലും മനസ്സിലായില്ല. ശുദ്ധിയിലും വൃത്തിയിലുമാണെങ്കിൽ അവരെക്കാൾ എത്രയോ മുകളി ലായിരുന്നു ഞങ്ങളൊക്കെ.

നവരാത്രി പൂജയുടെ ഒൻപതു ദിവസവും സന്ധ്യാദീപാരാധന കഴിഞ്ഞാൽ അഗ്രഹാരങ്ങളിലെ കുട്ടികൾ വന്നു കൊലുവു കാണാൻ ക്ഷണിക്കും. ആൺകുട്ടികൾ അതിനിടയ്ക്ക് പ്രസാദമായി കിട്ടുന്ന കടല ചുണ്ടലിനും ശർക്കരയിട്ടു വേവിച്ച പയറിനും പായസത്തിനുംവേണ്ടി അടി പിടി തുടങ്ങിയിട്ടുണ്ടാവും. ഞങ്ങൾ കൊലുവു കാണാൻ അഗ്രഹാര ങ്ങളിൽ കയറിയിറങ്ങും. കൊലുവു കണ്ടാൽ പാട്ടുപാടണം. ഓർമവച്ച കാലം മുതൽ നാട്ടിലെത്തുന്ന ഏതെങ്കിലുമൊക്കെ ഭാഗവതരന്മാരുടെ കീഴിൽ കർണാടക സംഗീതം പഠിച്ചുകൊണ്ടിരുന്ന എനിക്കും ചേച്ചിക്കും

പത്തുദിവസം പാട്ടുത്സവമാണ്. മഹാനവമിക്ക് പൂജയ്ക്കു പുസ്തകങ്ങൾ വച്ച് വിജയദശമിക്ക് തിരിച്ചെടുക്കുമ്പോൾ കഴിഞ്ഞുപോയ ഒൻപതു നാളുകളെക്കുറിച്ചോർത്ത് വല്ലാത്ത നഷ്ടബോധം തോന്നും.

എഴുത്തച്ഛന്റെ മഠം

മഹാനവമി കഴിഞ്ഞ് വിജയദശമി എന്റെ രണ്ടാമത്തെ ചേട്ടന്റെ പിറന്നാളാണ്. അന്നു കുളിച്ച് പുത്തനുടുപ്പിട്ട് ഞങ്ങൾ തൊഴാൻ പോകുന്നത് തെക്കേ ഗ്രാമത്തിലുള്ള ഗുരുമഠത്തിലാണ് - തുഞ്ചത്തെഴുത്തച്ഛന്റെ ഗുരുമഠം. അന്ന് അവിടെ ഒരുപാടു കുട്ടികളെ എഴുത്തിനിരുത്തും. ഞങ്ങളുടെ അമ്മാവന്മാരും വലിയച്ഛനും ചമ്പത്തെ മന്നാടിയാന്മാരും എല്ലാവരും ചേർന്നാണ് ഗുരുമഠം നടത്തിയിരുന്നത്. തുഞ്ചത്തെഴുത്തച്ഛന്റെ മെതിയടിയും എഴുത്താണിയും വച്ചാണ് ഗുരുമഠത്തിലെ പൂജ. 'ഹരിഃ ശ്രീഗണപതയേ നമഃ' എന്ന് എഴുതിയ പനയോല എഴുത്തിനിരിക്കാൻ വരുന്ന കുട്ടികൾക്ക് കൊടുക്കും. കുഞ്ഞുങ്ങളെ അവരുടെ അമ്മാവന്മാരുടെയോ അച്ഛന്മാരുടെയോ മടിയിൽ രണ്ടു വരിയിലായി ഇരുത്തി, മുന്നിൽ കുറച്ചു മണൽ വിരിക്കും. ഒരു തട്ടത്തിൽ പച്ചരിയുമായി, ഗുരുമഠത്തിന്റെ കാര്യങ്ങൾ നോക്കുന്ന, പൂജാദികൾ ചെയ്യുന്ന ആളാണ് ഓരോരുത്തരുടെയും അരികിൽ വന്ന് മണലിലും അരിയിലും പിന്നെ പൊൻമോതിരം കൊണ്ടു കുഞ്ഞിന്റെ നാവിലും ഹരിഃശ്രീ എഴുതിക്കുന്നത്. എല്ലാം കഴിഞ്ഞാൽ അവിടെനിന്നു കിട്ടുന്ന പഞ്ചാമൃതത്തിന് നല്ല സ്വാദായിരുന്നു. കൊച്ചമ്മാവനായ കുളപ്പുര എഴുവത്ത് ഇട്ടിനാൻകുട്ടി മേനോന്റെ മടിയിലിരുന്നാണ് ഞാൻ ആദ്യക്ഷരം കുറിച്ചത്. അന്നു കഴിച്ച പഞ്ചാമൃതത്തിന്റെ മധുരം ഇന്നും നാവിലുണ്ട്. കൈയിൽ പനയോലയുമായി ചുറ്റിലും അലമുറയിട്ടു കരയുന്ന സമപ്രായക്കാരായ കുട്ടികളെ അദ്ഭുതത്തോടെ നോക്കി അച്ഛന്റെ വിരലിൽ തൂങ്ങി നിന്നതും ഓർമ്മയുണ്ട്.

ഞാൻ ചിറ്റൂർ കോളേജിൽ ബി.എ. മ്യൂസിക്കിനു പഠിക്കുന്ന കാലം. അന്നു ഞങ്ങളുടെ സംഗീതാധ്യാപകരായി പ്രൊഫസർ ദേവകിയമ്മയും സുശീല ടീച്ചറും ഉണ്ട്. പന്മനരാമചന്ദ്രൻ നായർ സാറും 'മണികണ്ഠവിജയം' ആട്ടക്കഥ രചിച്ച പ്രൊഫസർ വി. വിജയൻമാഷും അന്നു ഞാൻ പഠിച്ചിരുന്ന ചിറ്റൂർ ഗവൺമെന്റ് കോളേജിലെ മലയാളം അധ്യാപകരായിരുന്നു. രണ്ടുപേരും സാഹിത്യവും സംഗീതവും കലക്കിക്കുടിച്ചവരായതുകൊണ്ട് കോളേജിലെ പല ആഘോഷങ്ങൾക്കും ഗാനമേളയോ നൃത്തനാടകങ്ങളോ ഒക്കെ അവതരിപ്പിക്കാനായി മ്യൂസിക് വിദ്യാർത്ഥിനികളായ ഞങ്ങളെ ക്ഷണിക്കുമായിരുന്നു. അതുകൊണ്ടുതന്നെ കലാകാരന്മാരായ അധ്യാപകർക്കെല്ലാം ഞങ്ങൾ പരിചിതരുമായിരുന്നു.

1963ൽ ആണെന്നാണ് ഓർമ, ഒരു ദിവസം തികച്ചും അപ്രതീക്ഷിതമായി പന്മന രാമചന്ദ്രൻനായർ സാറും ബോട്ടണി അധ്യാപകനായ കൃഷ്ണപ്രസാദ് സാറും കൂടി എന്റെ വീടായ കുളപ്പുര എഴുവത്തേക്കു

വന്നു. അച്ഛനെ അവർക്ക് പരിചയമുണ്ടായിരുന്നു. അവരുടെ ആ വരവ് എന്നെ തികച്ചും അദ്ഭുതപ്പെടുത്തി. കാര്യമറിയാതെ അമ്പരന്നു നിൽക്കുമ്പോൾ പന്മനസാറ്, 'കുളപ്പുര' എന്ന ഞങ്ങളുടെ ചെറിയ കെട്ടിടം ഒന്നു കാണണം എന്നാവശ്യപ്പെട്ടു. അച്ഛനും ഞാനും സന്തോഷത്തോടെ അവരെ തറവാടിന്റെ തെക്കുപടിഞ്ഞാറായി കിടക്കുന്ന ആ കെട്ടിടത്തിലേക്കു കൊണ്ടുപോയി. കൈയിലിരുന്ന ക്യാമറ വച്ച് അവർ ആ വീടിന്റെ കുറെ ഫോട്ടോകൾ എടുത്തു. അതു 'മലയാള രാജ്യം' വാരികയ്ക്കു കൊടുക്കാനാണെന്നു പന്മനസാറ് പറഞ്ഞു. അദ്ഭുതപ്പെട്ടുനിൽക്കുന്ന എന്നോട് അതിന്റെ കാരണം സാർ പറഞ്ഞുതന്നു. മലയാളഭാഷയുടെ പിതാവുകൂടിയായ തുഞ്ചത്തെഴുത്തച്ഛൻ വന്നു താമസിച്ച വീടാണിത് എന്ന്. എന്റെ അദ്ഭുതങ്ങൾക്കോ സംശയങ്ങൾക്കോ ഒരതിരില്ലായിരുന്നു. പക്ഷേ, കൂടുതലൊന്നും മനസ്സിലാക്കാൻ അന്നെനിക്കു കഴിഞ്ഞില്ല. താമസിയാതെ, കൊല്ലത്തു നിന്ന് ഇറങ്ങുന്ന 'മലയാള രാജ്യം' വാരികയിൽ പന്മനസാറിന്റേതായി ഒരു ലേഖനം ഫോട്ടോസഹിതം പ്രസിദ്ധീകരിച്ചു വന്നതായി അറിയാൻ കഴിഞ്ഞു. ഞാനതു വായിച്ചതായി ഓർക്കുന്നില്ല.

തറവാട്ടിലെ പടിഞ്ഞാറ്റകത്ത് പിത്തള കെട്ടിയ വലിയ പെട്ടകങ്ങളിൽ നിറഞ്ഞു കിടന്ന തുഞ്ചത്തെഴുത്തച്ഛന്റെ പടത്തിന്റെ കോപ്പികളും പെട്ടകപ്പുറത്തെ മുളകൊണ്ടു വരിഞ്ഞ പേഴയിൽ അടച്ചു സൂക്ഷിച്ചിരുന്ന രുദ്രാക്ഷം കൊണ്ടുള്ള വലിയ ജപമാലയും ഭാഗംവാങ്ങി കുളത്തിനു വടക്കുപുറത്തെ തോട്ടത്തിലെ വീട്ടിലേക്കു താമസം മാറിയ അമ്മുമുത്തിയുടെ പെട്ടകത്തിലെ പൊന്നെഴുത്താണിയും ഒക്കെ ഒറ്റയടിക്ക് എന്റെ മനസ്സിലേക്ക് ഓടിയെത്തി. അതെല്ലാം ഭാഷാപിതാവിന്റേതായിരുന്നോ എന്നതായിരുന്നു എന്റെ സംശയം. പക്ഷേ, ആ സംശയം തെറ്റായിരുന്നു എന്നു പിന്നീടു മനസ്സിലായി.

പത്തൊമ്പതാം നൂറ്റാണ്ടിൽ എന്റെ വീട്ടിൽ ഒരെഴുത്തുകാരൻ ജീവിച്ചിരുന്നു - കുളപ്പുര എഴുത്തവ് നാണുക്കുട്ടി മേനോൻ. ചമ്പത്തു ചാത്തുക്കുട്ടി മന്നാടിയാരുടെയൊക്കെ സമകാലികൻ. അദ്ദേഹം 'ഭാഗവതസാര സംക്ഷേപം' എന്ന പേരിൽ ഒരു കിളിപ്പാട്ട് രചിക്കുകയുണ്ടായി. ഞങ്ങളുടെ പടിഞ്ഞാറ്റകത്തെ പെട്ടകത്തിലൊന്നിൽ ആ ഭാഗവതത്തിന്റെ ഒരുപാടു കോപ്പികൾ ഉണ്ടായിരുന്നു. പുസ്തകത്തിന്റെ മൂന്നാം പതിപ്പ് ഇറക്കിയത് വീണ്ടും രണ്ടുമൂന്നു തലമുറകൾക്കുശേഷം പിറന്ന നാണുക്കുട്ടിമേനോൻ എന്നു പേരുള്ള വേറൊരു വലിയമ്മാവനായിരുന്നു. രുദ്രാക്ഷത്തിന്റെ ജപമാലയും പൊന്നെഴുത്താണിയും മറ്റും അദ്ദേഹത്തിന്റേതായിരുന്നുവത്രേ. തുഞ്ചത്തെഴുത്തച്ഛന്റെ കാലം പതിനാറാം നൂറ്റാണ്ടായിരുന്നു എന്നാണ് പറയുന്നത്.

വർഷങ്ങൾ കടന്നു. ഞാൻ പത്മരാജന്റെ ഭാര്യയും രണ്ടു മക്കളുടെ അമ്മയുമായി. പത്മരാജന്റെ രചനകൾ പകർത്തിയെഴുതുന്ന, തുഞ്ചത്തെഴുത്തച്ഛനെ വർഷത്തിലൊരിക്കൽ വിജയദശമി നാളിൽ മാത്രം

ഓർക്കുന്ന വെറും ഒരു വീട്ടമ്മയായി. വർഷങ്ങൾ പാഞ്ഞുപോകുന്നതി നിടയിൽ പത്മരാജൻ സാഹിത്യകാരനും തിരക്കഥാകൃത്തും സിനിമാ സംവിധായകനുമായി മാറി. ഏറെ പുരസ്കാരങ്ങൾ അദ്ദേഹത്തെ തേടി വന്നു. പെട്ടെന്നായിരുന്നു അദ്ദേഹത്തിന്റെ വളർച്ച. അതുപോലെ ഒരു തണുത്ത വെളുപ്പാൻ കാലത്ത് രണ്ടു മക്കളെ എന്നെ ഏല്പിച്ച് പെട്ടെന്നൊരു ദിവസം അദ്ദേഹം നിദ്രയിൽ ലയിച്ചു.

വായന മാത്രമായിരുന്നു എന്റെ ആശ്വാസം. പിന്നീട് കെ.പി. അപ്പൻ എന്റെ ശ്രദ്ധ വല്ലതും കുത്തിക്കുറിക്കുന്നതിലേക്കു തിരിച്ചുവിട്ടു. എം.ടി. വാസുദേവൻ നായരും സി. രാധാകൃഷ്ണനും മാധവിക്കുട്ടിയും എം. സുകു മാരനും ഒ.വി. വിജയനും സക്കറിയയും മുകുന്ദനും കുഞ്ഞബ്ദുള്ളയു മൊക്കെ എഴുതിയ മിക്ക പുസ്തകങ്ങളും തേടിപ്പിടിച്ച് ഞാൻ വായിച്ചു. അക്കൂട്ടത്തിൽ 2003 ലാണ് എന്നാണെന്റെ ഓർമ്മ, സി. രാധാകൃഷ്ണന്റെ 'തീക്കടൽ കടഞ്ഞ് തിരുമധുരം' എന്ന നോവൽ ഖണ്ഡശ്ശയായി മാതൃ ഭൂമി പത്രത്തിന്റെ വാരാന്തപ്പതിപ്പിൽ പ്രസിദ്ധീകരിച്ചു തുടങ്ങിയത് ആകാംക്ഷയോടെ കാത്തിരുന്നാണ് വായിച്ചു തീർത്തത്. ഒരു വർഷ ത്തോളം നീണ്ടുനിന്നു ആ കാത്തിരിപ്പ്. വായിച്ചു തീർന്നപ്പോൾ ഞാനാദ്യം ഓർത്തത് പന്മനസാറിനെയാണ്. എഴുത്തച്ഛന് അഭയംകൊടുത്ത വീടാണിത് എന്നദ്ദേഹം പറഞ്ഞത് ഓർമയിൽ നുരച്ചുപൊന്തി. കോപ്പമ്മാമ എന്ന എഴുവത്തു ഗോപാലമേനോന്റെ രൂപം ഞാൻ മനസ്സിൽ സങ്കല്പി ക്കാൻ ശ്രമിച്ചു.

ഈ കഴിഞ്ഞ ഒക്ടോബർ ഇരുപത്തിമൂന്നിന്, വിജയദശമി ദിവസം 'തീക്കടൽ കടഞ്ഞ് തിരുമധുരം' വീണ്ടുമെടുത്തു - ഭാഷാപിതാവിന്റെ ജീവചരിത്രം ഒന്നുകൂടി മനസ്സിലേക്ക് ആവാഹിക്കാൻ.

'വേദം പഠിച്ച ധിക്കാരിയായ ശൂദ്രനെ' ചക്ക് ആട്ടി ജീവിതം കഴി ക്കാൻ ശിക്ഷിച്ച സാമൂതിരിയെക്കുറിച്ചുള്ള ചിന്ത മനസ്സിനെ അസ്വസ്ഥ മാക്കിയെങ്കിലും ആ ശിക്ഷയിൽ നിന്നു മലയാള ഭാഷയ്ക്കു ലഭിച്ച നിധി യെപ്പറ്റി ഓർത്ത് കോൾമയിർകൊള്ളുകയും ചെയ്തു. ശ്രീരാമരാമരാമ ശ്രീരാമചന്ദ്രജയ എന്ന പ്രാർത്ഥനയോടെ കാളയില്ലാത്ത ചക്കിനു വലം വച്ച് എള്ള് ആട്ടുമ്പോൾ അദ്ദേഹത്തിന്റെ ആത്മാവിൽനിന്ന് ഊർന്ന് വീണത് അധ്യാത്മരാമായണത്തിന്റെ മുത്തുമണികൾ. രാമായണം കഴിഞ്ഞപ്പോൾ, ചക്കുകുറ്റിയിൽ ഭഗവാനെ ദർശിച്ച അദ്ദേഹം 'ജ്ഞാന മാർഗക്കാർക്കുവേണ്ടി വ്യാസഭഗവാൻ രചിച്ച മഹാഭാരതത്തെ ഭക്തിമാർ ഗക്കാർക്കുവേണ്ടി രൂപാന്തരപ്പെടുത്തി' എടുത്തതും എള്ള് ആട്ടി എണ്ണ യാക്കുന്നതിനിടയിൽതന്നെ.

'യജ്ഞയാഗാദികളൊന്നും വേണ്ട, രാമനാമം ജപിച്ചാൽ മതി,

ഏതു മഹാപാപിക്കും മോക്ഷം കിട്ടാൻ'

എന്നെഴുതിയ ശൂദ്രന് വീണ്ടും കിട്ടി ശിക്ഷ. അദ്ദേഹത്തിന്റെ രചന കൾ മുഴുവൻ തപ്പിപ്പിടിച്ച് തീയിട്ടു തുടങ്ങി സാമൂതിരിയും കൂട്ടരും. വേദം

കൈകൊണ്ടു തൊടാൻപോലും അധികാരമില്ലാത്ത ശൂദ്രന് ദേശദ്രോഹത്തിന് ശിരച്ഛേദമാണ് ശിക്ഷ എന്നിരിക്കെ ആഴ്‌വാഞ്ചേരി തമ്പ്രാക്കളുടെ കൈത്താങ്ങിൽ എഴുത്തച്ഛന്റെ ശിക്ഷ നാടുകടത്തിലേക്ക് ഒതുങ്ങി. തിരൂർ നിന്ന് ചമ്രവട്ടത്തെ ചക്കുപുരയിലേക്കും അവിടെനിന്നു വീണ്ടും പരദേശത്തേക്കും ഉള്ള യാത്ര. കലാപം നിറഞ്ഞ പല ദേശങ്ങളും കടന്നുപോയി. കൂട്ടിന്, തമിഴകത്തെ ആ ദിനത്തിൽ കണ്ടുമുട്ടിയ സൂരി എന്ന തുല്യദുഃഖിതനുമുണ്ടായിരുന്നു - മംഗലംകുന്നത്തെ കളരിയാശാന്റെ ഏകമകൻ സൂര്യനാരായണൻ.

യാത്രയുടെ അവസാനം അവർ ചെന്നെത്തിയത് ശോകനാശിനിപ്പുഴയുടെ തീരത്ത്. ഉപേക്ഷിച്ചുപോന്ന സ്വന്തം കുടുംബത്തിന്റെ വിവരങ്ങൾ അറിയാനായി സൂരിയെ പറഞ്ഞുവിട്ട് എഴുത്തച്ഛൻ ശോകനാശിനിയിൽ കണ്ട ഒരു പാറപ്പുറത്ത് ക്ഷീണം തീർക്കാനായി കണ്ണടച്ചിരുന്ന് ധ്യാനം തുടങ്ങി. ആ ധ്യാനം എത്ര നീണ്ടുപോയി എന്നദ്ദേഹം അറിഞ്ഞില്ല. 'ഒരുപാടു നേരമായി അനങ്ങാതെ ഒരേ ഇരിപ്പിരിക്കുകയാണല്ലോ, അങ്ങാരാണ്?' എന്ന ചോദ്യമാണ് ധ്യാനത്തിൽനിന്നുണർത്തിയത്. പാറയ്ക്കരുകിൽ പുഴയിൽ മുങ്ങിക്കുളിച്ചുകൊണ്ട് കുറെ ആളുകൾ കാഴ്ചക്കാരായുണ്ടായിരുന്നു.

ചിറ്റൂർ എഴുവത്തെ വീട്ടിലെ കാരണവരായ ഗോപാലമേനോനായിരുന്നു ചോദ്യക്കാരൻ. എഴുത്തച്ഛൻ തന്റെ പഴങ്കഥ അവരോടു പറഞ്ഞു. ആളറിഞ്ഞപ്പോൾ ചുറ്റുമുള്ളവർ വിനയാന്വിതരായി. കോപ്പൻ എന്നു വിളിപ്പേരുള്ള ഗോപാലമേനോൻ അദ്ദേഹത്തെ തന്റെ കുടുംബത്തിലേക്കു ക്ഷണിച്ചു. ശോകനാശിനിക്കരയിൽനിന്ന് എഴുവത്തെ വീട്ടിലേക്ക് ഒരുപാടു ദൂരമില്ല. എഴുത്തച്ഛൻ ക്ഷണം സ്വീകരിച്ചു. അപ്പോഴേക്കും നാട്ടിലേക്കു പോയിരുന്ന സൂരിയും തിരിച്ചെത്തി.

എഴുത്തച്ഛൻ സൂരിയോടൊപ്പം എഴുവത്തെ തറവാട്ടിലെത്തി, അവിടത്തെ പത്തായപ്പുരയിൽ താമസിച്ച് എഴുതാനുള്ള സൗകര്യം കോപ്പൻ മേനോൻ ശരിപ്പെടുത്തിക്കൊടുത്തു. കിളിപ്പാട്ടുകളുടെ (രാമായണത്തിന്റെയും മഹാഭാരതത്തിന്റെയും) പകർപ്പെടുത്ത് കാരണവർ എഴുവത്തെ പടിഞ്ഞാറ്റകത്തു സൂക്ഷിച്ചുവച്ചു. രാമായണവും ഭാരതവും എഴുതിത്തീർത്ത നിലയ്ക്ക് ഇനി ഭാഗവതം കൂടി എഴുതിക്കൂടെ എന്നായി കാരണവർ. എഴുത്തച്ഛൻ അതു നേരത്തേ ചിന്തിച്ചിരുന്ന കാര്യമാണ്. ഗുരുവിന്റെ സഹായത്തിനായി, സൂരിക്കു മുമ്പുതന്നെ കളരിയുണ്ടായിരുന്ന കരുണാകരൻ എന്ന ആളെ കണ്ടുപിടിച്ച് എഴുത്തച്ഛന്റെ അടുത്ത് എത്തിക്കുന്നതും എഴുവത്തെ കാരണവരാണ്.

ചിറ്റൂരിൽ ഒരു കളരി തുടങ്ങിയാലോ എന്നതായി അടുത്ത ചിന്ത. അതിനുവേണ്ട സ്ഥലത്തെക്കുറിച്ച് സൂചിപ്പിച്ചതു സൂരിയാണ്. അവിടം സൂരിക്ക് നേരത്തതന്നെ പരിചിതമായിരുന്നു. 'കൊല്ലങ്കോട് പാടത്തിനും ശോകനാശിനിയുടെ വടക്കേക്കരയ്ക്കുമിടയിൽ കിഴക്ക് പുളിങ്കോൽത്തോടു

മുതൽ പടിഞ്ഞാറ് പട്ടഞ്ചീരിപ്പാതവരെയുള്ള കാട്' പറ്റിയ സ്ഥല മാണെന്നു സൂരി പറഞ്ഞു. പിന്നെ താമസിച്ചില്ല. ചമ്പത്ത് മന്നാടിയാന്മാരുടെ ഉടമസ്ഥതയിലുള്ള ആ സ്ഥലം, ഗുരുകുലം തുടങ്ങുന്നതിനായി വേണ്ടതെല്ലാം ചെയ്തു വാങ്ങിക്കാൻ സഹായിച്ചത് കോപ്പൻ മേനോൻ.

അമ്പലത്തിന്റെ പണിയായിരുന്നു ആദ്യം തുടങ്ങിയത്. പഠനത്തിനായി പതിമൂന്നു ശാലകളാണത്രേ പണിയിച്ചത്. എല്ലാറ്റിനും നാട്ടുകാർ ഉത്സാഹിച്ചു കൂടെ നിന്നു. പണി കഴിഞ്ഞപ്പോൾ ഓരോ വിഷയവും പഠിപ്പിക്കാനായി പണ്ഡിതന്മാരായ ഗുരുക്കന്മാരെയും ഏർപ്പാടാക്കി. പുഴക്കരയിൽ ഒരു ആലിൻ തൈ നട്ട് അതിനുചുറ്റും ഒരു തറ കെട്ടിയുണ്ടാക്കി. എഴുത്തച്ഛൻ, ആദ്യംവന്നു ധ്യാനമിരുന്ന പാറയിലായിരുന്നു പിന്നീട് സ്ഥിരമായി ധ്യാനിച്ചുകൊണ്ടിരുന്നത്. ജപപ്പാറ എന്ന പേരിലാണ് ഇപ്പോഴും ആ പാറ അറിയപ്പെടുന്നത്. മഴക്കാലത്ത് ശോകനാശിനിയിൽ വെള്ളം പൊങ്ങി പാറ മുങ്ങുമ്പോൾ, സമാധാനമായിരുന്ന് ധ്യാനിക്കാൻ ഒരു സ്ഥലവും തണലുമായിരുന്നു ആൽത്തറ കെട്ടിയുണ്ടാക്കുമ്പോൾ അദ്ദേഹത്തിന്റെ മനസ്സിൽ.

എല്ലാ പണികളും തീർന്ന് ഉദ്ഘാടനത്തിന് തയ്യാറായി എഴുത്തച്ഛനും കൂട്ടരും ഉത്സാഹത്തോടെ നിൽക്കുമ്പോഴാണ് നാട്ടുകാർ എഴുവത്തെ വീട്ടിലേക്ക് ഓടി വരുന്നത്. ശോകനാശിനിയുടെ അക്കരെ നിന്നു പന്തം കൊളുത്തിവന്ന സാമൂതിരിയുടെ പട ഗുരുകുലത്തിനു തീയിട്ടിരിക്കുന്നു. താന്നിയൂരിലും തിരൂരിലും ഇതിനുമുമ്പും തീയിട്ടപ്പോഴൊന്നും നശിക്കാതെ സൂക്ഷിക്കാൻ കഴിഞ്ഞ പല ഓലകളും കത്തിച്ചു ചാമ്പലായിരിക്കുന്നു. രചന തുടങ്ങി പകർത്തിയെഴുതാനായി ഗുരുകുലത്തിൽ കൊണ്ടുപോയിരുന്ന ഭാഗവതം കിളിപ്പാട്ടിന്റെ ഭൂരിഭാഗവും കത്തി നശിച്ചിരുന്നു. വളരെക്കുറച്ച് ഓലകൾ മാത്രമേ ശേഷിച്ചുള്ളു.

വളരെ ആവേശത്തോടെ തുടങ്ങിയ ഭാഗവതരചനയിൽ അദ്ദേഹത്തെ സഹായിക്കാൻ രണ്ടു ശിഷ്യന്മാരെ കൂടാതെ എഴുവത്തെ കാരണവരും എഴുത്തച്ഛന്റെ മകളായ ശ്രീദേവിയും കൂടെയുണ്ടായിരുന്നു എന്നാണ് സി. രാധാകൃഷ്ണന്റെ പുസ്തകത്തിൽ പറയുന്നത്. മകൾ ശ്രീദേവി എഴുത്തച്ഛന്റെ ചെറിയമ്മയുടെ കൂടെയാണ് വളർന്നതെന്നും അവരുടെ മരണത്തോടെ ചിറ്റൂർക്ക് വരികയായിരുന്നെന്നും പറയുന്നുണ്ട്. എഴുവത്തെ വീട്ടിലായിരുന്നുവത്രെ, നാട്ടിലോട്ടു തിരിച്ചുപോകുന്നതുവരെ ശ്രീദേവി താമസിച്ചത്. അച്ഛന്റെ രചനയുടെ പകർപ്പെടുക്കലായിരുന്നത്രേ മകളുടെ ജോലി.

കെട്ടിപ്പടുത്തതെല്ലാം കത്തിച്ചാമ്പലായതോടെ ഭാഷാപിതാവിന്റെ മനസ്സ് തകർന്നതുപോലെയായി. വീണ്ടും ഗുരുകുലം നിർമ്മിക്കാൻ നാട്ടുകാർ തീരുമാനിച്ചു. നാട്ടുകാർക്ക് അതൊരു വാശിയായി. ചമ്പത്തെയും എഴുവത്തെയും വടശ്ശേരിയിലെയും കാരണവന്മാരുടെ നേതൃത്വത്തിൽ കത്തിപ്പോയ ശാലകൾ വീണ്ടും കെട്ടിപ്പടുക്കാൻ നാട്ടുകാർ കൂടെനിന്നു.

കെട്ടിടങ്ങളുടെ പണി തീർന്നപ്പോൾ ഇവയെല്ലാം വീണ്ടും കത്തിക്കാതിരിക്കാനായി എഴുത്തച്ഛന്റെ മനസ്സിൽ ഒരാശയം ഉദിച്ചു. വേദശാസ്ത്രഗ്രന്ഥങ്ങൾ പഠിപ്പിക്കുന്നതും സൂക്ഷിക്കുന്നതുമൊക്കെ ശൂദ്രന്മാരിൽനിന്ന് ബ്രാഹ്മണരിലേക്കു മാറ്റുക. ബ്രാഹ്മണശാപത്തെ ഭയക്കുന്ന സാമൂതിരി അവരെ ഒന്നും ചെയ്യില്ല.

അതോടെ എഴുത്തച്ഛൻ എഴുവത്തെ വീട്ടിലെ താമസം മതിയാക്കി. സാമൂതിരിയോടുള്ള പകപോക്കാനെന്നവണ്ണം ചമ്പത്തെയും വടശ്ശേരിയിലെയും മന്നാടിയന്മാർ എഴുത്തച്ഛന് താമസിക്കാൻ രചന നടത്താനായി പുതിയൊരു ഓലപ്പുരയുണ്ടാക്കി സുശക്തമായ കാവലും ഏർപ്പാടാക്കി. ഒപ്പമുണ്ടായിരുന്ന മകളെ ചമ്രവട്ടത്തേക്കു തിരിച്ചയച്ചു.

ചിറ്റൂരിൽ ശോകനാശിനിപ്പുഴയുടെ കരയിൽ ഇന്നു നാം കാണുന്ന തെക്കേ ഗ്രാമത്തിനും ശ്രീരാമക്ഷേത്രത്തിനും ഗുരുമഠത്തിനും ഒക്കെ കാരണമായത് തുഞ്ചത്തെഴുത്തച്ഛനാണ്. അദ്ദേഹം സ്ഥാപിച്ച പാഠശാല ഇപ്പോഴുമുണ്ട്.

എഴുത്തച്ഛൻ എങ്ങനെയാണ് മലയാളഭാഷയുടെ പിതാവായത് എന്ന് ആരെങ്കിലും സംശയം ചോദിച്ചാൽ അതിന് ഒറ്റ ഉത്തരമേയുള്ളൂ. പണ്ടു ദേവനാഗരി ലിപിയിലുള്ള വട്ടെഴുത്തും കോലെഴുത്തുമാണ് മലയാളഭാഷയിൽ ഉണ്ടായിരുന്നത്. അതിനെ ഇപ്പോഴത്തെ മലയാള അക്ഷരങ്ങളിലേക്കു പറിച്ചു നട്ടത് എഴുത്തച്ഛനാണ്. മുപ്പതക്ഷരങ്ങൾ മാത്രമുണ്ടായിരുന്ന വട്ടെഴുത്തിനെ അൻപത്തൊന്നക്ഷരമുള്ള ഇപ്പോഴത്തെ അവസ്ഥയിലേക്ക് അദ്ദേഹം മാറ്റി. ഹരിശ്രീഗണപതയേനമഃ എന്ന് ആദ്യാക്ഷരം കുറിക്കുന്ന രീതിയും അദ്ദേഹത്തിന്റെ സംഭാവനയാണ്. എഴുത്തച്ഛനു ശേഷം കുറച്ചുകാലം കൂടി വട്ടെഴുത്ത് നിലനിന്നുവെങ്കിലും ബ്രിട്ടീഷു ഭരണകാലത്ത് റജിസ്ട്രേഷനുമായി ബന്ധപ്പെട്ട കാര്യങ്ങൾക്ക് പുതിയ മലയാളലിപി ഉപയോഗിച്ചു തുടങ്ങിയതോടെ മലയാളക്കരയിൽ വട്ടെഴുത്തിന്റെ പ്രസക്തി നഷ്ടപ്പെട്ടു തുടങ്ങി.

ധനുമാസത്തിലെ ഉത്രം നക്ഷത്രത്തിലാണ് തുഞ്ചത്തെഴുത്തച്ഛൻ സമാധിയടഞ്ഞത്.എല്ലാ വർഷവും ആ ദിവസം യോഗീശ്വരപൂജയും അന്നദാനവും പണ്ടു നടത്തിവരാറുണ്ടായിരുന്നു. ഇപ്പോൾ ഗുരുമഠത്തിന്റെ നടത്തിപ്പ് ഞങ്ങളുടെ കുടുംബങ്ങളിൽ നിന്ന് എൻ.എസ്.എസ് ഏറ്റെടുത്തിരിക്കുന്നു.

തെക്കേ ഗ്രാമത്തിലെ ഗുരുമഠത്തിലും അടുത്തടുത്തായുള്ള ക്ഷേത്രങ്ങളിലും ഭയങ്കര തിരക്കായിരുന്നു നവരാത്രിക്ക്. അമ്പലങ്ങൾ മാത്രമല്ല, അഗ്രഹാരത്തെരുവു മുഴുവൻ ഭക്തജനങ്ങളെക്കൊണ്ടു നിറയും. ഓരോ വീട്ടിൽനിന്ന് ഒഴുകിവരുന്ന കുന്തിരിക്കത്തിന്റെയും സാമ്പ്രാണിയുടെയും ഗന്ധവും ജമന്തിപ്പൂക്കളുടെ മണവും പട്ടുചേലകളുടെ ഉലച്ചിലൊലിയും കൊണ്ട് അന്തരീക്ഷം മുഖരിതമാകും. നവരാത്രികാലത്ത് തെക്കേഗ്രാമം മാത്രമല്ല ലങ്കേശ്വരവും ദുർഗാകോഷ്ഠവും സംഗീതസാന്ദ്രമാകും.

പണ്ടൊക്കെ നവരാത്രിക്ക് എന്റെ വീട്ടിലും ബൊമ്മക്കൊലു വയ്ക്കുമായിരുന്നു. ഒരു നവരാത്രികാലത്ത് വീട്ടിലെ പടിഞ്ഞാറ്റകത്തിനു മുന്നിൽ, കൊലു കണ്ടുകഴിഞ്ഞ് ഞങ്ങളുടെ കോളേജിലെ സംഗീതാധ്യാപികയായിരുന്ന സുശീലടീച്ചർ, തംബുരു മീട്ടി രാഗാലാപനം നടത്തിക്കൊണ്ടിരിക്കുമ്പോഴാണ് അച്ഛന്റെ ചേട്ടൻ അല്ലോപ്പു വലിയച്ഛൻ പെട്ടെന്നു പടികടന്നു വന്ന് പാട്ടു നിർത്താൻ പറഞ്ഞത്. കാര്യമെന്തന്നറിയാതെ പകച്ചു നിന്നുപോയ ഞങ്ങളുടെ കാതിൽ ആ വാർത്ത വന്നു വീണു. വർഷങ്ങൾക്കു മുൻപ് ഗുരുമഠത്തിലെ തളത്തിൽ എന്നെ മടിയിലിരുത്തി ആദ്യാക്ഷരം എഴുതിച്ച എന്റെ കൊച്ചമ്മാമൻ എറണാകുളത്തുവച്ച് ഹൃദയസ്തംഭനത്താൽ നിര്യാതനായിരിക്കുന്നു - അമ്മാവന് പ്രായം നാൽപ്പത്തിയാറു വയസ്സ്. ഒരു വെള്ളിടിപോലെയാണ് ആ വാർത്ത കാതിൽ എത്തിയത്. അന്നത്തോടെ തീർന്നു എന്റെ വീട്ടിലെ കൊലുവൊരുക്കൽ. അറുപത്തിമൂന്ന് ഒക്ടോബർ ഇരുപത്തിരണ്ടാം തീയതിയായിരുന്നു അന്ന്. മക്കളില്ലാതിരുന്ന അമ്മാമന് വലിയമ്മാമന്റെ മകനും ഞാനും കൂടപ്പിറപ്പുകളുമായിരുന്നു മക്കൾ.

അൻപത്തിരണ്ടു വർഷങ്ങൾക്കുശേഷം ഇക്കുറിയിലെ നവരാത്രിക്കും എത്തി ഞെട്ടിക്കുന്ന ഒരു വാർത്ത. പൂജപ്പുര മണ്ഡപത്തിൽ ഇവിടുത്തുകാർ നടത്തുന്ന ശൂലം കുത്തിയുള്ള കാവടി നേർച്ചയും എഴുന്നള്ളത്തും വെള്ളക്കുതിരയും കുമാരസ്വാമിക്കുള്ള ദീപാരാധനയും കണ്ട് ഞാനും മകൾ മാധവിക്കുട്ടിയും കൊച്ചുമോൻ പപ്പുവും കൂടി വീട്ടിൽ തിരിച്ചെത്തിയപ്പോൾ മകൻ പപ്പൻ പറഞ്ഞു. മദ്രാസിൽ ഉണ്ണിമാമയ്ക്ക് തീരെ സുഖമില്ലാതെ വെന്റിലേറ്ററിൽ ആണെന്ന്, ഞാൻ പിറ്റേന്നു രാവിലത്തെ ഫ്ളൈറ്റിനുതന്നെ ചെന്നൈയിലെത്തി. എന്റെ രണ്ടു ആങ്ങളമാരിൽ മൂത്തയാളാണ് ഉണ്ണിയേട്ടൻ. ഇളയ ആൾ കുട്ടേട്ടൻ നാലുവർഷങ്ങൾക്കു മുമ്പു തന്നെ യാത്രയായിരുന്നു. അപ്പോളോ ഹോസ്പിറ്റലിലെ വെന്റിലേറ്ററിൽ ബോധമില്ലാതെ നാലുദിവസം കിടന്നു ഉണ്ണിയേട്ടൻ. ചേട്ടന്റെ മൂന്നു പെൺമക്കളും ഞാനും പപ്പനും ഐസിയുവിൽ കയറിക്കണ്ടു. ഇരുപത്തിയേഴാം തിയതി വൈകുന്നേരം ആ വാർത്ത എത്തിയപ്പോൾ ഉണ്ണിയേട്ടന്റെ മക്കളോടൊപ്പം ഞാൻ വീട്ടിലായിരുന്നു. പൂർണ്ണ ആരോഗ്യവാനായി ഒക്ടോബർ ഇരുപത്തിരണ്ടിന് മെഡിക്കൽഷോപ്പിൽ ചെന്ന് ചുമയ്ക്ക് മരുന്നു വാങ്ങിച്ചിട്ടു വന്ന ആളാണ്. പിറ്റേന്ന് രാവിലെ ഉണർന്നില്ല. രാവിലെ എന്നല്ല പിന്നീടൊരിക്കലും.

എന്റെയും മക്കളുടെയും രണ്ടാമത്തെ ആങ്ങളയുടെയും എന്റെ കൊച്ചുമക്കളുടെയും അനന്തിരവന്റെയുമൊക്കെ പിറന്നാൾ വരുന്നത് ഒക്ടോബറിലും കന്നിമാസത്തിലുമൊക്കെയാണ്. അതുകൊണ്ടുതന്നെ കന്നിമാസം വരുന്നതു കുട്ടികൾക്കൊക്കെ എന്നും സന്തോഷമുണ്ടാക്കുന്ന കാര്യമായിരുന്നു. പക്ഷേ, എന്നെ സംബന്ധിച്ച് കന്നിമാസവും നവരാത്രിയും കടന്നുവരുമ്പോൾ നൊമ്പരപ്പെടുത്തുന്ന കുറെ ഓർമകൾ കൂടി ഓടിയെത്തുന്നു.

തുഞ്ചത്തെഴുത്തച്ഛന്റെ ഗുരുമഠവും സംസ്കൃത പാഠശാലയും മറ്റും ഇന്നും ചിറ്റൂര് നന്നായി പ്രവർത്തിക്കുന്നുണ്ട്. പക്ഷേ, ഞാൻ ജനിച്ചു വളർന്ന കുളപ്പുര എഴുവത്തെ തറവാടോ, എഴുത്തച്ഛൻ താമസിച്ചിരുന്നു എന്നു പറയുന്ന കൊച്ചുവീടോ ഇന്നില്ല. പടിഞ്ഞാറ്റകത്തെ പെട്ടകങ്ങളിൽ സൂക്ഷിച്ചിരുന്ന ഓലഗ്രന്ഥങ്ങൾ ചേച്ചിയുടെ കൈവശമുണ്ടായിരുന്നത് തിരൂരിലെ തുഞ്ചൻ സ്മാരകത്തിലേക്ക് കൈമാറിയിരുന്നു. ശേഷിച്ച പെട്ടകങ്ങളും ഓലഗ്രന്ഥങ്ങളും പെരുങ്കുളത്തിനപ്പുറത്ത് അമ്മുമുത്തി ഭാഗം വച്ചു വാങ്ങിച്ചു മാറിയ തോട്ടം എന്നു ഞങ്ങൾ പറയുന്ന 'അന്ന മന്ദിര'ത്തിലുണ്ട്. എഴുവത്തെ വടക്കേപ്പാടങ്ങൾ മുഴുവനും വിറ്റുപോയിരിക്കുന്നു. അവിടെ പാടശേഖരങ്ങൾക്കു പകരം കോൺക്രീറ്റ് കാടുകൾ നിറഞ്ഞിരിക്കുന്നു. ലങ്കേശ്വരത്തപ്പനും പെരുങ്കുളവും മാറ്റമില്ലാതെ നിൽക്കുന്നു - നാട്ടിൽ വല്ലപ്പോഴും ചെല്ലുമ്പോൾ ഒന്നു കുളിച്ചുതൊഴാൻ. ജനിച്ച നാട്ടിൽ ഒരുതരിമണ്ണുപോലുമില്ലാത്ത ഞാൻ ഇവിടെ അനന്തപുരിയിലിരുന്ന് ഭാഷാപിതാവിനെയും ധ്യാനിച്ച് ഹരിശ്രീ കുറിക്കുന്നു.

(എഴുത്തച്ഛന്റെ ജീവചരിത്രത്തിന് അവലംബം സി. രാധാകൃഷ്ണൻ രചിച്ച തീക്കടൽ കടഞ്ഞ് തിരുമധുരം എന്ന നോവൽ ആണ്)

ആറ്
ഒരു ഫ്ളാഷ് ബാക്ക്

നഗരം ചൂടിൽ പൊരിയുന്ന അവസരങ്ങളിൽ അറിയാതെ മോഹിച്ചു പോകും. നല്ലതുപോലെ ഒന്നു മുങ്ങിക്കുളിക്കാൻ കഴിഞ്ഞെങ്കിലെന്ന്.

സുഭിക്ഷമായി വെള്ളം കിട്ടുന്ന, ഒരുപാടുകുളങ്ങളും പാടങ്ങൾക്കരികിൽ വലിയ ഏരികളും കവലക്കിണറുകളും പുഴയും വീടുകൾതോറും കിണറുകളും ഒക്കെയുള്ള പാലക്കാട്ടെ ചിറ്റൂരെന്ന ചെറുപട്ടണത്തിലാണ് ഞാൻ ജനിച്ചുവളർന്നത്. പലപ്പോഴും എന്റെ കുട്ടിക്കാലത്തിന്റെ ഒരു ചിത്രം മുമ്പിൽ തുറന്നിട്ട് മക്കളെ കൊതിപ്പിക്കുന്ന ഒരു ശീലം എനിക്കുണ്ട്. ഞാൻ പറഞ്ഞുതുടങ്ങുമ്പോൾത്തന്നെ മക്കൾ പരിഹസിക്കും. അമ്മയിതാ ഫ്ളാഷ് ബാക്ക് തുടങ്ങി എന്ന്.

പാറ പൊളിക്കുന്ന ചൂടുമായി കുംഭം -മീനം മാസങ്ങൾ വന്നെത്തുമ്പോൾ, പുലർകാലങ്ങളിൽ ഈറനണിഞ്ഞ സ്ത്രീപുരുഷന്മാരെക്കൊണ്ട് ഇടവഴികളും അമ്പലങ്ങളും നിറയും. എല്ലാവരും കുളിയ്ക്കുന്നതും നനയ്ക്കുന്നതും പെരുങ്കുളത്തിലോ, ഭഗവതിക്കുളത്തിലോ, ഇടയാർക്കുളത്തിലോ ആവും. എന്നും വേനൽക്കാലം കാത്തിരിക്കുന്ന ഒരു സംഘം കുട്ടികൾക്കിടയിൽ ഞാനുമുണ്ടായിരുന്നു. പള്ളിക്കൂടം അടച്ചാൽ പിന്നെ ഞാനടക്കമുള്ള കുട്ടികളുടെ പ്രധാന വിനോദം പെരുങ്കുളത്തിലെ നീന്തിത്തുടിച്ചുള്ള കുളിയാണ്. ഞാൻ കണ്ടിട്ടുള്ളതിൽ ഏറ്റവും വലിയ കുളമാണ് വീട്ടുമുറ്റത്തെ വടക്കുവശത്തുള്ള പെരുങ്കുളം. കുളത്തിന്റെ പടിഞ്ഞാറുവശം ലങ്കേശ്വരം ക്ഷേത്രം. തിരുവനന്തപുരത്തെ പത്മതീർത്ഥത്തിനോ, ഗുരുവായൂരിലെ ക്ഷേത്രക്കുളത്തിനോ, ഹരിപ്പാട് സുബ്രഹ്മണ്യ സ്വാമിക്ഷേത്രത്തിലെ കുളത്തിനോ ഒന്നുംതന്നെ ഞങ്ങളുടെ കുളത്തോളം വലിപ്പമില്ലെന്നാണ് എനിക്കു തോന്നിയിട്ടുള്ളത്.

ഞങ്ങളുടെ നാടിനെ രണ്ടു തറകളായി തിരിച്ചിട്ടുണ്ട്.

കിഴക്കെ തറ, പടിഞ്ഞാറെ തറ - ഇതിൽ കിഴക്കെ തറയിലുള്ള മിക്ക പെണ്ണുങ്ങളും ആണുങ്ങളും കുളിക്കുന്നത് പെരുങ്കുളത്തിലായിരുന്നു.

കുളത്തിന്റെ നാലുവശത്തും പ്രത്യേകം പ്രത്യേകം കടവുകൾ കെട്ടി ത്തിരിച്ചിട്ടുണ്ട്. തെക്കുവശത്ത്, ഞങ്ങളുടെ വീട്ടിൽനിന്നും ഒരു കടവുണ്ട്.

ഏഴാം വയസ്സിലാണ് അച്ഛനെന്നെ നീന്തൽ പഠിപ്പിക്കുന്നത്. രണ്ടു നാളികേരങ്ങൾ കൂട്ടിക്കെട്ടി നടുവിൽ എന്നെ കിടത്തി അച്ഛൻ കുള ത്തിലേക്കിറങ്ങി. പാറിക്കിടന്ന നാളികേരങ്ങൾക്കിടയിൽ കിടന്ന് കൈകാലി ട്ടടിച്ച് മണിക്കൂറുകളോളം ഞാൻ നീന്തി. ഈ പരിപാടി രണ്ടുമൂന്നു ദിവസം നീണ്ടു. മൂന്നാം ദിവസം എനിക്കു പനിവന്നു. പക്ഷേ, ഒരാഴ്ചകഴിഞ്ഞ് പനിമാറിയശേഷം വീണ്ടും കുളത്തിലിറങ്ങിയപ്പോൾ നാളികേരത്തിന്റെ സഹായംകൂടാതെ കടവിൽ അങ്ങോട്ടുമിങ്ങോട്ടും നീന്തുവാൻ കഴിഞ്ഞു. അതോടെ കുളത്തിൽ കുളിക്കാനുള്ള ഉത്സാഹവും കൂടി.

ഞങ്ങൾ കുളത്തിലിറങ്ങിയാൽ പിന്നെ ഉച്ചയ്ക്ക് പന്ത്രണ്ടു മണിക്ക് അമ്മയോ ചെറിയമ്മയോ വന്നു വിളിക്കുന്നതുവരെ കുളത്തിൽ നിന്നും കയറാറില്ല. എന്നും ചെറിയ ഒരു വഴക്കുപറച്ചിലിലോ ചെറിയമ്മയുടെ വക ഒരു വിരട്ടലിലോ ഒക്കെയാണ് കുളി അവസാനിക്കുന്നത്. പാവാട യിൽ പൊള്ളം വരുത്തി ഞങ്ങൾ വെള്ളത്തിൽ ഊളിയിടും. ശ്വാസമടക്കി ശവംപോലെ കിടന്നും നേരമങ്ങുപോകും. കടവിന്റെ രണ്ടതിർത്തികളിലു മായി ചെരിച്ചു കെട്ടിയിട്ടുള്ള കുപ്പികളിൽ നിന്നും വെള്ളത്തിലേക്കു ചാടി ഊളിയിടുകയാണ് മറ്റൊരു വിനോദം. കുളത്തിന് ഏറ്റവും നടുവിലായി വലിയ ഒരു കാൽ നാട്ടിയിട്ടുണ്ട്. അതിനെ ഞങ്ങൾ ഏമുക്കുറ്റി എന്നു പറയും. ഏമുക്കുറ്റിവരെ നീന്തിച്ചെന്ന് അതിൽ പിടിച്ചങ്ങനെ ഇരിക്കുക ആൺകുട്ടികളുടെ ഒരു വിനോദമായിരുന്നു.

വേനലിൽ പാടങ്ങൾ വരണ്ടു വിള്ളാൻ തുടങ്ങുമ്പോൾ ഒരളവുവരെ മാത്രം നിർത്തിക്കൊണ്ട് വെള്ളം ചാലുവഴി വടക്കെ പാടങ്ങളിലേക്ക് ഒഴുക്കിവിടും. ധനുമാസത്തിൽ തിരുവാതിരയ്ക്കു തൊട്ടുമുമ്പും കുംഭ ത്തിൽ ചിറ്റൂരിലെ പ്രധാന ഉത്സവമായ കൊങ്ങൻ പടയ്ക്കു മുന്നോടി യായും കുളത്തിൽ വെള്ളം നിറയ്ക്കും. തിരുവാതിരയ്ക്കു ഒന്നുരണ്ടാഴ് ചകൾക്കു മുമ്പായി കുളത്തിൽ അമ്പലം വക തോണി ഇറക്കും. രണ്ടു തോണികളുണ്ടാവും. തോണിയിൽ ആൺകുട്ടികൾ മാത്രമേ കയറാറുള്ളൂ. രണ്ടുതോണിയിലുമായി ആൺകുട്ടികൾ പല കസർത്തുകളും കാണിക്കും. ഏമുകുറ്റിയുടെ അരികത്തെത്തുമ്പോൾ തോണി മറിക്കുക എന്നതാണ് അവരുടെ ഏറ്റവും വലിയ വിനോദം. ഞങ്ങൾ, പെൺകുട്ടി കൾ, തോണിയിൽ കയറാൻ കൊതിച്ച്, അതു പുറത്തുപറയാൻ ധൈര്യ പ്പെടാതെ ആൺകുട്ടികളുടെ കളികളും കണ്ടുകണ്ടിരിക്കും. തോണി കുള ത്തിലിറങ്ങിയാൽ വെള്ളത്തിലെ കളികൾക്ക് പ്രയാസമാണെങ്കിലും കുള ത്തിൽ തോണി ഇറക്കുന്നത് എല്ലാവർക്കും ഇഷ്ടമായിരുന്നു.

ധനുമാസത്തിലെ മകയിരം - തിരുവാതിര നാളുകളിൽ നാട്ടിലെ മിക്ക സ്ത്രീകളും പുലരുന്നതിനും എത്രയോ മുമ്പെഴുന്നേറ്റ് കൈയിൽ റാന്തൽ

വിളക്കുകളും സഞ്ചികളിൽ മാറി ഉടുക്കാനുള്ള ഉടയാടകളുമായി പെരുങ്കുളത്തിലേക്കോ, നിളയുടെ ഉദ്ഭവസ്ഥാനങ്ങളിലൊന്നായ ശോക നാശിനിയിലേക്കോ തിരുവാതിരപ്പാട്ടുകളും പാടി കുളിക്കാൻ പുറപ്പെടും. നിലാവൊഴുക്കുന്ന വഴികളിലൂടെ ആതിരാത്തണുപ്പിൽ, പാട്ടും പാടിയുള്ള യാത്രയും പുഴയിലെ കുതിർന്നു വിറച്ചുള്ള കുളിയും വല്ലാത്തൊരു അനുഭവമായിരുന്നു. മഞ്ഞളും താളിയും തേച്ചുകുളിച്ച് സുഗന്ധവും നെറ്റിയിൽ കുറിക്കൂട്ടുമായി ആർദ്രാദർശനം തൊഴാൻ ശിവക്ഷേത്രത്തി ലേക്കുള്ള യാത്ര ഗതസൗഭാഗ്യങ്ങളിൽ ഒന്നാണ്. തിരുവാതിരയ്ക്ക് നൂറ്റി യൊന്നു വെറ്റില മുറുക്കിച്ചുമപ്പിച്ച് പച്ച നാടൻ പഴവും പാലും കഴിച്ച് നൊയമ്പു നോറ്റ്, പാട്ടുപാടി ഊഞ്ഞാലാടിയാടി ഉല്ലസിച്ചിരുന്ന ആ ദിവസ ങ്ങൾ എന്നെന്നേക്കുമായി നഷ്ടപ്പെട്ടിരിക്കുന്നു.

ഭഗവാന്റെ പാടിവേട്ട പുറപ്പെടുന്നതുവരെ പാട്ടും കളികളുമായി എല്ലാവരും ഉണർന്നിരിക്കും. പാടിവേട്ട കഴിയുമ്പോൾ വെളുപ്പാൻ കാല മാകും. അതുകഴിഞ്ഞ് കുളത്തേര്. രണ്ടുതോണികൾ ചേർത്ത് പലക കൾ വച്ചുകെട്ടി പല്ലക്കോടെ ഭഗവാനെ തോണിയിൽ കയറ്റും. അമ്പല ക്കടവിൽ നിന്നുതുടങ്ങി കുളത്തിനു മൂന്നു പ്രദക്ഷിണം. പുന്നാഗവരാളി രാഗത്തിൽ ആരംഭിക്കുന്ന ഒന്നാംതരം നാദസ്വരകച്ചേരി. സൂര്യോദയ ത്തിനു തൊട്ടുമുമ്പ് ഭഗവാനെ തെപ്പത്തേരിൽ നിന്നിറക്കി ശ്രീകോവിലി ലേക്ക് കൊണ്ടുപോകും. കുളത്തിനു ചുറ്റും കരയിൽ മത്താപ്പൂക്കളും പൂക്കുറ്റികളും പടക്കങ്ങളും വെടിക്കെട്ടും ഒക്കെയായിട്ടാണ് കുളത്തേരും തിരുവാതിരയും അവസാനിക്കുന്നത്.

പെരുങ്കുളത്തിൽ, ഞങ്ങൾ കുളപ്പാമ്പുകൾ എന്നു വിളിക്കുന്ന ഒരു പാട് നീളവും വലിപ്പവും ഉള്ള ഒരു തരം ഇഴജന്തുക്കൾ ധാരാളമുണ്ട്. കാഴ്ചയിൽതന്നെ വല്ലാത്ത ഭയമുണ്ടാക്കുന്ന ഈ പാമ്പുകൾ കുളപ്പടവു കളിലും കുപ്പിയിലും ഒക്കെ കയറിക്കിടന്ന് പലപ്പോഴും ഞങ്ങളുടെ കുളി മുടക്കാറുണ്ട്. ഇവയ്ക്ക് പ്രായം കൂടുമ്പോൾ കരയ്ക്ക് കയറുമെന്നും പിന്നീട് ഭയങ്കര വിഷമുള്ള രുധിരമണ്ഡലി എന്നുപേരുള്ള പാമ്പുകളാവു മെന്നും എന്നാണ് വിശ്വാസം.

കുളത്തിലെ ഉത്സാഹത്തിമിർപ്പുകൾക്കിടയിൽ ഞങ്ങളെ ഞെട്ടി വിറപ്പിച്ചുകൊണ്ട് ഇടയ്ക്കിടയ്ക്ക് പെരുങ്കുളത്തിൽ ഓരോ ശവങ്ങൾ പൊന്തുമായിരുന്നു - കൃത്യം മൂന്നുവർഷത്തിനകത്ത് ഒരു മരണം എന്ന കണക്കിൽ - മരണങ്ങൾ കുട്ടികളെ കുറേനാളത്തേക്ക് പെരുങ്കുളത്തിൽ നിന്നും അകറ്റിനിർത്തും. എന്റെ ഓർമ്മയിലെ ആദ്യത്തെ മരണം അമ്പല ക്കടവിൽ രുഗ്മിണിയുടേതാണ്. അമ്പലത്തിലെ എമ്പ്രാതിരിയുടെ ഇരട്ടക്കുട്ടികളായ രുഗ്മിണി - സത്യഭാമമാരിൽ ഒരാൾ. നന്നായിട്ടു നീന്താനറിയാമായിരുന്ന രുഗ്മിണി കാൽവഴുതിവീണ് എങ്ങനെ മരിച്ചു വെന്നത് വല്ലാത്തൊരു അദ്ഭുതമായിരുന്നു. പിന്നീട് ഞാനോർക്കുന്നത്

ധനുമാസത്തിലെ മകയിരം ദിവസം കുളത്തിൽ മുങ്ങിയ ഞങ്ങളുടെ വളരെ അടുത്ത ബന്ധുവായ കൊച്ചന്റെ മരണമാണ്. എന്നെക്കാൾ ഒരു വയസ്സിനുമാത്രം പ്രായക്കൂടുതലുണ്ടായിരുന്ന കൊച്ചൻ ചീർമ്പക്കാവിലെ കളിസംഘത്തിലെ അംഗമായിരുന്നു. വെളുത്തുയർന്ന മെലിഞ്ഞ ഒരു പാവം കുട്ടി. കൊച്ചനും നീന്തൽ അറിയാമായിരുന്നു. അടുത്ത മൂന്നാം കൊല്ലം പെരുങ്കുളത്തിന് വയറുനിറയ്ക്കാൻ കിട്ടിയ ഇര ഒരു ഇളം കുഞ്ഞാണ്. ജനിച്ച് രണ്ടോ മൂന്നോ ദിവസം മാത്രമായ കുഞ്ഞിനെ കുളത്തിൽ കൊണ്ടുവന്നിട്ടത് ഒരുപക്ഷേ, ഒരിക്കലും കഴുകിക്കളയാൻ പറ്റാത്ത പാപക്കറയുമായി തെരുവിലേക്കു നടന്നുപോയ ഏതെങ്കിലും യുവതിയാകാം. ആണുങ്ങളുടെയും ബ്രാഹ്മണരുടെയും കടവുകളിലായിട്ടായിരുന്നു ആദ്യത്തെ രണ്ടു മരണങ്ങൾ. ഇളം കുഞ്ഞിന്റെ ജഡം കിടന്നത് കുളത്തിന്റെ വടക്കേ കടവിലാണ്. കൃത്യം മൂന്നാം കൊല്ലം തന്നെ അടുത്ത ഇരയേയും രുധിരമണ്ഡലിയായ പെരുങ്കുളം വിഴുങ്ങി. ഇത്തവണ ശവം പൊന്തിയത് എന്റെ വീട്ടിലെ കടവിൽ. കയ്ക്കോളത്തറയിലെ ഒരു ചെട്ടിയാർ - എന്റെ വീട്ടിലെ ജോലിക്കാരി തങ്ക കുളത്തിന്റെ കടവിൽ പട്ടത്തണ്ടെടുക്കാൻ ഇറങ്ങിയതാണ്. തെങ്ങിൽ നിന്ന് ഉണങ്ങിയ ഓലകൾ കുളത്തിലേക്കു വീഴുകയും ആൺകുട്ടികൾ അവയെ തോണിയാക്കി കുളത്തിനു വലംവയ്ക്കുകയും പതിവായിരുന്നു. പകുതി കരയിലും പകുതി വെള്ളത്തിലുമായി കിടന്ന ഓല വലിച്ചപ്പോൾ ഓലയോടൊപ്പം പൊന്തിവന്നത് ചെട്ടിച്ചിയാരുടെ ശവം - തങ്ക ഭയന്ന് മോഹാലസ്യപ്പെട്ട് വീണു.

എന്റെ ഓർമ്മയിലെ, പെരുങ്കുളത്തിലെ അഞ്ചാമത്തെ മരണം ഞങ്ങളുടെ ചുരുക്കിൽ അഞ്ചാറുവീടുകൾക്കപ്പുറം താമസിച്ചിരുന്ന കുട്ടിപ്പാറു അമ്മയുടേതായിരുന്നു. ഞാൻ ജോലി രാജിവച്ച് വീട്ടിൽ വെറുതെ ഇരിക്കുന്ന കാലത്തെ ഒരുച്ച സമയം. നീന്തി ഞങ്ങളുടെ പുരയിടത്തിൽ കയറി നാളികേരം, അടയ്ക്ക, വലിയമാൾട്ടോ നാരങ്ങകൾ തുടങ്ങിയ സാധനങ്ങൾ മോഷ്ടിക്കുന്ന ചില ആൺകുട്ടികൾ ചുറ്റുവട്ടാരത്തൊക്കെ ഉണ്ടായിരുന്നു. അതറിയുന്നതുകൊണ്ട്, റിട്ടയർ ചെയ്തു വീട്ടിലിരിക്കുന്ന അച്ഛൻ എന്നും ഉച്ചയാകുമ്പോൾ തൊടിയിലേക്കിറങ്ങും. ഒന്നൊന്നേകാൽ ഏക്കർ തൊടിയാണ്. നാളികേരവും അടയ്ക്കയും പെറുക്കി അച്ഛനങ്ങനെ നടക്കുമ്പോഴാണ് പടിഞ്ഞാറുവശത്തെ പെണ്ണുങ്ങളുടെ കടവിൽ ഒരു പട്ടി ഇരിക്കുന്നത് കാണുന്നത്.

മുടി മുഴുവൻ നരച്ച ഒരു സ്ത്രീ വെള്ളത്തിൽ നീന്തുണ്ടായിരുന്നു. അച്ഛൻ സൂക്ഷിച്ചു നോക്കിയപ്പോഴാണ് മനസ്സിലായത്. അവർ നീന്തുകയല്ല വെള്ളത്തിൽ മുങ്ങിത്താഴുകയാണ് എന്ന്. എന്തുചെയ്യണമെന്നറിയാതെ അച്ഛൻ പകച്ചുനിൽക്കുമ്പോൾ, നാട്ടിലെ ഒരു ഡ്രൈവറായ ശിവരാമൻനായരും ഞങ്ങളുടെ കാർ ഷെഡ്ഡ് വാടയ്ക്കെടുത്ത് വർക്ക് ഷോപ്പു നടത്തുന്ന പൊന്നനും കൂടി മുകളിലെ റോഡിൽ നിന്നും പടികളിറങ്ങി

വരുന്നതുകണ്ടു. പടികൾ ഇറങ്ങിയാൽ താഴെ ഒരു നടവഴിയും നിരനിര യായികിടക്കുന്ന കടവുകളുമാണ്. പടിക്കുതൊട്ടുതാഴെ വലത്തറ്റത്തുള്ള കടവിലായിരുന്നു കുട്ടിപ്പാറുവമ്മ മുങ്ങുന്നുണ്ടായിരുന്നത്. അച്ഛൻ ഉടനെ ശിവരാമൻ നായരെ ഉറക്കെവിളിച്ച് കുട്ടിപ്പാറു അമ്മയെ എങ്ങനെയെങ്കിലും രക്ഷിക്കാൻ പറഞ്ഞു. പക്ഷേ, ശിവരാമൻ നായർ കടവിലിറങ്ങുമ്പോ ഴേക്കും അവർ മുങ്ങിക്കഴിഞ്ഞിരുന്നു. ശിവരാമൻനായർക്കോ പൊന്നനോ അച്ഛനോ അവരെ രക്ഷിക്കാനൊത്തില്ല. ആ പട്ടി ഒന്നും മനസ്സിലാവാതെ അപ്പോഴും കുളത്തിലേക്കുനോക്കി വെറുതെ ഇരിക്കുന്നുണ്ടായിരുന്നു. ശവം ഇടവഴിയിലൂടെ കൊണ്ടുപോകുമ്പോൾ അതിനു പുറകിലായി കുരച്ചും ഓരിയിട്ടും പിന്തുടർന്നിരുന്ന കുട്ടിപ്പാറു അമ്മയുടെ പട്ടി ഇന്നും ഒരു അലോസരത്തിന്റെ ഓർമ്മയാണ്.

ഞങ്ങളുടെ നാട്ടിൽ ഏതു കുളത്തിൽ ആരു മരിച്ചാലും ശവമെടു ക്കാൻ വരുന്ന ഒരാളുണ്ടായിരുന്നു - കാച്ചൻ. രണ്ടു കുപ്പി ചാരായവും വാങ്ങിച്ചു കൊടുത്ത്, ആള് മുങ്ങിയിട്ടുണ്ടാവാം എന്ന് സംശയിക്കുന്ന സ്ഥലവും കാണിച്ചു കൊടുത്താൽ മതി, കാച്ചൻ ചാടിയിറങ്ങും. മൂന്നാ മത്തെ മുങ്ങിന് കാണാതായ ആളുടെ തലമുടിയിൽ പിടിച്ചുയർത്തി ക്കൊണ്ട് കാച്ചൻ നീന്തിക്കരയ്ക്കടുക്കും.

വർഷങ്ങളെത്രയോ കഴിഞ്ഞിരിക്കുന്നു. അവസാനമായി പെരുങ്കുള ത്തിൽ വീണു മരിച്ചതായി ഞാൻ കേട്ടത് ഞങ്ങളുടെ തന്നെ ഒരു ബന്ധു വായ ഗംഗാധരേട്ടന്റെ മകനാണ്. ഒരു ദിവസം ഭ്രാന്തെടുത്തതുപോലെ ഓടിവന്ന് അമ്പലത്തിന്റെ ശ്രീകോവിലിൽ കയറി. ആളുകൾ പരിഭ്രമിച്ച് എന്തു ചെയ്യണമെന്നറിയാതെ നിൽക്കുന്നതിനിടയിൽ ശ്രീകോവിലിൽ നിന്നിറങ്ങി അമ്പലത്തിന് വലംവച്ച് നേരെ ചെന്ന് പെരുങ്കുളത്തിൽ ചാടി. അതൊരാത്മഹത്യയായിരുന്നു.

മൂന്നുവർഷം കൂടുമ്പോഴുണ്ടാകുന്ന ഈ മരണങ്ങൾ നാട്ടുകാരെ, പ്രത്യേകിച്ച് ചുറ്റുമുള്ള അഗ്രഹാരങ്ങളെ വിറപ്പിച്ചു. ഒടുവിൽ എല്ലാവരും ചേർന്ന് യോഗംകൂടി ഒരു തീരുമാനത്തിലെത്തി - ഒരഷ്ടമംഗല്യപ്രശ്നം. പല സ്ഥലത്തുനിന്നും ദേവജ്ഞന്മാർ വന്നു വെറ്റിലകൾ കെട്ടുകെട്ടായി നിരത്തി പ്രശ്നം തുടങ്ങി. പ്രശ്നത്തിൽ കണ്ട പരിഹാരങ്ങളെല്ലാം നാട്ടു കാരെല്ലാവരും ഒത്തുനിന്ന് അപ്പപ്പോൾ ചെയ്തു തീർത്തു. സർവ ദൈവ ങ്ങൾക്കും തൃപ്തിയായി എന്ന് ദേവജ്ഞർ വിധിയെഴുതും വരെ. അതിനു ശേഷം പെരുങ്കുളത്തിൽ ഒരു മരണം നടന്നതായി ഞാനറിഞ്ഞിട്ടില്ല. ഒരിക്കൽ പെരുങ്കുളം പറ്റെ വറ്റിച്ചത് നല്ല ഓർമ്മയുണ്ട്. വെള്ളം മുഴുവൻ പമ്പുചെയ്ത് പാടങ്ങളിലേക്ക് ഒഴുക്കി, മൂന്നുമാസം നീണ്ടുനിന്നു പരി പാടി. കുളത്തിലെ പാമ്പുകളെ പാമ്പുപിടുത്തക്കാർ കഴുത്തിനു പിടിച്ച് തലയ്ക്കുചുറ്റും നാലു കറക്കം കറക്കി വലിച്ചെറിയുന്ന കാഴ്ച മനസ്സി ലുണ്ട്.

മീൻ പിടിക്കാൻ കോൺട്രാക്ടർമാർ വേണ്ടുവോളമുണ്ടായിരുന്നു. കുളത്തിലെ ചെളി മുഴുവൻ ചുറ്റുമുള്ള നാലുവീടുകളിലെ തെങ്ങിന്റെയും കവുങ്ങിന്റെയും ഒക്കെ ചുവട്ടിൽ നിരന്നു. തൊടിമുഴുവൻ പമ്മിപ്പമ്മി നടക്കുന്ന ആമകളായിരുന്നു. ഒരുത്സവം പോലെയായിരുന്നു ആ ദിവസ ങ്ങൾ. തൊടി മുഴുവൻ കുട്ടചുമന്നു നടക്കുന്ന സ്ത്രീകൾ. കുളത്തിൽ മുട്ടിനു മുകളിൽ വരെ ചേറ്. അതു കുട്ടയിലേക്ക് കോരിയിടുന്ന പുരുഷ ന്മാർ. എന്തൊക്കെയോ നിധികൾ കിട്ടാൻ പോകുന്നു എന്ന ധാരണയിൽ ചുറ്റും പരതി നടക്കുന്ന നാട്ടുകാർ. കുളത്തിൽ അഴിഞ്ഞുവീണുപോയ സ്വർണ്ണാഭരണങ്ങൾ - മോതിരം, മാല തുടങ്ങിയവ ആർക്കൊക്കെയോ കിട്ടി. എന്റെ അമ്മയുടെ മൂക്കിൽനിന്നും അഴിഞ്ഞുപോയ വൈരമൂക്കുത്തി ആറുമാസങ്ങൾക്കുശേഷം കടവിൽനിന്നും കിട്ടിയത് വല്ലാത്തൊരദ്ഭുത മായിരുന്നു.

എന്നെ ഇപ്പോഴും അതിശയിപ്പിക്കുന്ന മറ്റൊരു കാര്യമുണ്ട്. കുളത്തിൽ മൂന്നാം കൊല്ലം പൊന്തുന്ന ശവങ്ങളെക്കുറിച്ച് നല്ല ബോദ്ധ്യമുണ്ടായിട്ടും ഞങ്ങളെയൊക്കെ മതിയാവോളം നീന്താനും കളിക്കാനുമൊക്കെ അനുവദിക്കുമായിരുന്ന അച്ഛനമ്മമാരുടെ മനസ്സിന്റെ ധൈര്യം!

വിവാഹശേഷം നാട്ടിൽനിന്നും മുതുകുളത്തേക്ക് താമസം മാറിയ പ്പോൾ, എന്റെ മനം കുളിർപ്പിച്ചുകൊണ്ട് ഞവരയ്ക്കലെ പുരയിടത്തിൽ മൂന്നു കുളങ്ങൾ! പുരയിടത്തിന്റെ തെക്കുപടിഞ്ഞാറായി ഓല അഴുകാ നിടുന്ന കുളം. കുറച്ചുമാറി പടിഞ്ഞാറുവശത്തുതന്നെ തെങ്ങിനു മറ്റും വെള്ളം നനയ്ക്കാൻ മാത്രം ഉപയോഗിക്കുന്ന കുളം. വീടിനു തൊട്ടു മുമ്പിൽ വിടർന്ന താമരപ്പൂക്കളുമായി നിൽക്കുന്ന മനോഹരമായ കൊച്ചു കുളം. താമരക്കുളത്തിലായിരുന്നു എല്ലാവരുടെയും കുളി.

കല്യാണം കഴിഞ്ഞ് ഒരു മാസത്തോളം തിരുവനന്തപുരത്ത് താമസ മാക്കുന്നതുവരെ ഞാൻ മുതുകുളത്ത് ഞവരയ്ക്കലായിരുന്നു. അവിടെ കൂട്ടിന് അദ്ദേഹത്തിന്റെ ഏറ്റവും ഇളയ അനുജത്തി പ്രഭയും മൂത്തചേച്ചി യുടെ ഇളയമകൾ ഭാമയും. ചിറ്റൂരിലെ പതിവ് മുതുകുളത്തും ഞാൻ തുടർന്നു. പ്രഭയും ഭാമയും ഞാനും ചേർന്ന് നീന്തിയും മുങ്ങിയും തുടിച്ചും മണിക്കൂറുകൾ കുളത്തിൽ. കുളി അവസാനിക്കുന്നതിനു മുമ്പ് അമ്മ അന്വേഷിച്ചുവരും. ഞങ്ങളോടൊപ്പം കുളത്തിലിറങ്ങും. അറുപതാം വയസ്സിലും. ശ്വാസഗതി നിയന്ത്രിച്ച് കൈകൾ തൊഴുതുപിടിച്ച് വെള്ള ത്തിൽ പാറിക്കിടക്കുന്ന അമ്മയുടെ രൂപം മനസ്സിൽ പച്ചപിടിച്ചു നിൽ ക്കുന്നു. വെള്ളത്തിനോട് എനിക്കുള്ളതിലേറെ അഭിനിവേശം അമ്മയ്ക്കു ണ്ടായിരുന്നു എന്നെനിയ്ക്ക് തോന്നിയിട്ടുണ്ട്. അമ്മയുടെ പല സ്വഭാവ ങ്ങളും നിങ്ങൾക്കുണ്ടെന്നു തോന്നിയതുകൊണ്ടാണ് ഞാൻ നിങ്ങളെ ഭാര്യയാക്കിയത് എന്ന് അദ്ദേഹം പലപ്പോഴും എന്നോട് പറയുമായിരുന്നു. തിരുവനന്തപുരത്ത് സ്ഥിരതാമസമാക്കിയിട്ടും മുതുകുളത്ത് ചെല്ലു മ്പോഴെല്ലാം കുളത്തിലെ കുളി തുടർന്നുപോന്നു.

ഇന്നിപ്പോൾ, സ്വന്തമല്ലാതായ പെരുങ്കുളം നഷ്ടപ്പെട്ടുപോയ ജന്മ ഗൃഹം, പായലും ചെളിയും നിറഞ്ഞ് കുളിക്കാനും നീന്താനും പറ്റാതായ താമരക്കുളം, ഏറെനേരം കുളത്തിൽ പുളച്ചത് അന്വേഷിക്കാൻ അമ്മ മാർ ഇല്ലാതായതിന്റെ വേദന, കുളത്തിൽ ചൂണ്ടയിടാനും മീൻപിടിക്കാനും വല്ലാത്ത താത്പര്യം കാണിച്ചിരുന്ന പ്രിയപ്പെട്ടവന്റെ വിയോഗം എല്ലാം കൂടി മനസ്സിനെ വീർപ്പുമുട്ടിയ്ക്കുമ്പോൾ, നഷ്ടസൗഭാഗ്യങ്ങളുടെ കണക്കെടുത്ത്, സങ്കല്പത്തിലെ താമരക്കുളത്തിൽ മുങ്ങി സ്വയം ആശ്വസിക്കുവാൻ ശ്രമിക്കുന്നു. വീണ്ടും ഒരു ഫ്ളാഷ് ബാക്കിലേക്ക് ഊളി യിട്ട് മക്കളെ ചിരിപ്പിക്കുന്നു.

ഏഴ്

മകരമഞ്ഞിന്റെ കുളിരിൽ

ഇന്ന് ജനുവരി പതിന്നാല് ഞാൻ എഴുതാനിരിക്കുന്നു. ഈ വരുന്ന ഇരുപത്തിമൂന്നാം തിയതി രാജേട്ടൻ ഞങ്ങളെ വിട്ടുപിരിഞ്ഞിട്ട് പതിനാറു വർഷങ്ങളാകുന്നു - എന്റെ ജീവിതത്തിന്റെ ശ്രുതിയും താളവും രാഗവും നഷ്ടപ്പെട്ടിട്ടും-

ജീവിതത്തെ പഴയ ഒഴുക്കിലേക്ക് കൊണ്ടുവരാൻ ഒരുപാടു ശ്രമിച്ചു നോക്കി. മൺമറഞ്ഞ വസന്തകാലത്തിലേക്ക് തിരിഞ്ഞുനോക്കി, അക്കാലത്ത് വിരിഞ്ഞു കൊഴിഞ്ഞ വർണ്ണാഭമായ പൂക്കളുടെ സുഗന്ധം നുകർന്ന്, ശൂന്യതയിലേക്ക് കണ്ണും തുറന്നിരിക്കുന്ന മണിക്കൂറുകൾ! ഈ പതിനാറാം വർഷത്തിൽ അദ്ദേഹത്തെക്കുറിച്ച് വല്ലതും എഴുതിത്തരണം എന്ന് സുരേഷ് ഉണ്ണിത്താൻ നിർബന്ധിച്ചപ്പോൾ കഴിഞ്ഞകാലത്തിൽ വിരിഞ്ഞ ഏതു പൂവിനെക്കുറിച്ചാണ് ഞാനെഴുതേണ്ടത് എന്ന ചിന്ത രണ്ടുദിവസമായി അലട്ടുന്നു. നിറകുടം തുളുമ്പാത്തതുപോലെ, ഓർമ്മകൾ നിറഞ്ഞ മനസ്സിൽനിന്നും വാക്കുകൾ പുറത്തുവരാൻ മടിക്കുന്നതുപോലെ.

വിവാഹത്തിനു മുൻപ്, പ്രേമലേഖനങ്ങളുടേതായ കാലത്ത് ഒരിക്കൽ അദ്ദേഹം താനേറ്റവും ഇഷ്ടപ്പെടുന്ന ചുറ്റുപാടുകളെക്കുറിച്ച് എനിക്കെഴുതി. ഞാനിരിക്കുന്നതിനു ചുറ്റുമുള്ള ലോകത്തിലെ ഏറ്റവും നല്ല പുസ്തകങ്ങൾ, വായിച്ചു മുഷിയുമ്പോൾ ഇറങ്ങിച്ചെന്നു കാണാൻ ഏറ്റവും മികച്ച ചിത്രങ്ങൾ മാത്രം കാണിക്കുന്ന തൊട്ടടുത്തുതന്നെയുള്ള തിയേറ്ററുകൾ, വിശക്കുമ്പോൾ കഴിക്കാൻ നല്ല ഒന്നാന്തരം മീൻകറി കൂട്ടിയുള്ള ഊണ് - പിന്നെ മനസ്സിൽ തോന്നുന്ന ഏതു വിഡ്ഢിത്തവും പറയാനും കേൾക്കാനും അരികത്തായി നീയും - ഒരു കാലത്ത് അദ്ദേഹം വായിക്കാത്ത പുസ്തകങ്ങൾ ഉണ്ടായിരുന്നില്ല. ആകാശവാണിയിലും സ്റ്റുഡിയോയ്ക്കകത്തും എവിടെയായാലും കൈയിലൊരു പുസ്തകവുമായല്ലാതെ അദ്ദേഹത്തെ കാണാൻ പറ്റുമായിരുന്നില്ല. സിനിമയിലേക്കു കടന്നതിനുശേഷം വായനയുടെ തോത് കുറഞ്ഞെങ്കിലും പടത്തിന്റെ

ജോലി കഴിഞ്ഞുവരുമ്പോഴെല്ലാം അദ്ദേഹത്തിന്റെ ബാഗിൽ പുതിയതായി മൂന്നോ നാലോ പുസ്തകങ്ങൾ കാണും. മദ്രാസിൽനിന്നും വരുമ്പോൾ കൊണ്ടുവരുന്ന പുസ്തകങ്ങളിൽ പലതും പ്രതാപ് പോത്തന്റെ ഒപ്പുണ്ടായിരുന്നത് ഞാനോർക്കുന്നു. പുസ്തകങ്ങളുടേതായ ഒരു ലോകം അദ്ദേഹത്തിന് എന്നുമുണ്ടായിരുന്നു. വായനയോട് അദ്ദേഹത്തിനുണ്ടായിരുന്ന അഭിനിവേശമായിരിക്കും മുതുകുളത്ത് അദ്ദേഹത്തിന്റെ പേരിൽ ഒരു വായനശാല സ്ഥാപിക്കാൻ പത്മരാജൻ മെമ്മോറിയൽ ട്രസ്റ്റിനെ പ്രേരിപ്പിച്ചത്. താമസംവിനാ വായനശാല ഉദ്ഘാടനം ചെയ്യപ്പെടുകയാണ്. മുതുകുളത്ത് അദ്ദേഹത്തിനായി ഭാഗിച്ചുകിട്ടിയ ഭൂമിയിൽനിന്നും ഞാനും മക്കളും ചേർന്ന് എഴുതിക്കൊടുത്ത ഏഴ് സെന്റ് സ്ഥലത്തിൽ ഗ്രന്ഥശാല ഉണ്ടാക്കാൻ വേണ്ടി ഓടിനടന്ന ട്രസ്റ്റ് സെക്രട്ടി ബാബുപ്രസാദിനോടുള്ള ഞങ്ങളുടെ കടപ്പാട് ഒരിക്കലും തീരാത്തതാണ്. രണ്ടു മൂന്നു വർഷങ്ങൾക്കു മുൻപ് ഞവരയ്ക്കൽ തറവാട്ടിനകത്തുതന്നെ ആരംഭിച്ച വായനശാലയുടെ കെട്ടിടത്തിനാവശ്യമായ പണം മുൻമന്ത്രി എം.എം. ഹസ്സന്റെ എം.എൽ.എ ഫണ്ടിൽനിന്നും ട്രസ്റ്റിനു നൽകിയതാണ്. ഹസ്സന് പത്മരാജനുമായുണ്ടായിരുന്ന സൗഹൃദത്തിന്റെ നാന്ദിയായി ഞങ്ങളതിനെ കാണുന്നു.

മൂന്നര പതിറ്റാണ്ടുകൾക്കുമുമ്പ് തിരുവനന്തപുരത്ത് തൈക്കാട്ടിൽ അദ്ദേഹത്തിന്റെ ചേട്ടൻ ഡോക്ടർ പത്മജന്റെ വകയായി ഉണ്ടായിരുന്ന അനുപമ ലോഡ്ജിലാണ് ആ സൗഹൃദത്തിന്റെ തുടക്കം. ഞാൻ അനന്തപത്മനാഭനെ പ്രസവിക്കാനായി ചിറ്റൂർക്ക് പോയ സമയം. അദ്ദേഹം തൽക്കാലത്തേക്ക് താമസം പൂജപ്പുരയിൽനിന്ന് അനുപമയിലോട്ടു മാറ്റി. അന്നവിടെ മാനേജരായി മുതുകുളത്തുകാരനായ മഹാദേവൻ തമ്പിയുണ്ട്. തൊട്ടടുത്തു തന്നെ എം.ജി. രാധാകൃഷ്ണന്റെയും സൂര്യാകൃഷ്ണമൂർത്തിയുടെയും വീടുകൾ. ഒഴിവുകിട്ടുമ്പോഴെല്ലാം രാധാകൃഷ്ണനും കൃഷ്ണമൂർത്തിയും അടക്കമുള്ള ഒരു സംഘം ചെറുപ്പക്കാർ അനുപമയിൽ ഒത്തുകൂടുമായിരുന്നു. അക്കൂട്ടത്തിൽ പിൽക്കാലത്ത് മന്ത്രിമാരായി മാറിയ പി.സി. ചാക്കോയും എം.എം. ഹസ്സനും ഉൾപ്പെട്ടിരുന്നു. സംഗീതവും സാഹിത്യവുമായിട്ട് അവരവിടെ മണിക്കൂറുകൾ ചെലവഴിക്കും. അന്നത്തെ ആ സുന്ദരസന്ധ്യകളെക്കുറിച്ചുള്ള ഓർമ്മകൾ തന്നെയാവണം ഇത്തരം ഒരു സംരംഭത്തിന് പണം നൽകാൻ ഹസ്സന് പ്രചോദനമായത്.

ഉടനെ തന്നെ ഉദ്ഘാടനം ചെയ്യപ്പെടുന്ന വായനശാല ഒരുപക്ഷേ, പത്മരാജന്റെ ആത്മാവിനു നൽകുന്ന നാട്ടുകാരുടെ ഏറ്റവും വലിയ ഉപഹാരമായിരിക്കും. വൻസിറ്റികളിൽ അന്യമായിക്കൊണ്ടിരിക്കുന്ന വായനാശീലം മുതുകുളം എന്ന ഗ്രാമത്തിലെ കുട്ടികളെ അത്രയ്ക്കൊന്നും ബാധിച്ചിട്ടില്ല എന്നതിന് തെളിവാണ് ഇപ്പോഴും പുസ്തകങ്ങൾ തേടി വായനശാലയിൽ വരുന്ന കുഞ്ഞുങ്ങളും യുവാക്കളും.

അദ്ദേഹത്തിന്റെ ഏറ്റവും വലിയ മോഹം, നല്ല നല്ല പുസ്തകങ്ങൾ നിറഞ്ഞ ഒരു ലൈബ്രറി എന്ന സങ്കല്പം സാക്ഷാത്കരിക്കപ്പെടുകയാണ്.

പുസ്തകങ്ങൾക്കു നടുവിലായിട്ട ചാരുകസേരയിൽ ചാരികിടന്ന വായിച്ചു വായിച്ചിരിക്കുന്ന ആ മനോഹരരൂപം ഞാൻ മനസ്സിൽ കാണുന്നു.

ഒരുപാടൊരുപാട് കുരുന്നു പ്രതിഭകൾക്ക് പുറംതോടു പൊട്ടിച്ച് വെളിയിൽ കടക്കാൻ വായനശാല കാരണമാകണേ എന്നാണ് പ്രാർത്ഥന. കൃഷിയിറക്കാതെ കിടക്കുന്ന പാടങ്ങൾക്കും പായൽ നിറഞ്ഞ താമര ക്കുളത്തിനും മണ്ട മഞ്ഞച്ചുപോയ ഊശൻ തെങ്ങുകൾക്കും നടുവിലാ ണെങ്കിലും പുതുമയുടെ മാറ്റങ്ങൾ ഒരുപാട് നശിപ്പിച്ചിട്ടില്ലാത്ത മുതുകുളം എന്ന കൊച്ചു ഗ്രാമത്തിന് പത്മരാജൻ ഗ്രന്ഥശാല ഒരു തിലകക്കുറി യാവട്ടെ എന്ന് ആശിക്കുന്നു.

പുരയിടത്തിന്റെ ഒരു മൂലയ്ക്ക് ചെന്നിരുന്നാൽ കാണുന്ന ഏക്കറു കൾ നീണ്ടുകിടക്കുന്ന പാടങ്ങളുടെ മനോഹരമായ കാഴ്ചയെക്കുറിച്ച് അദ്ദേഹം വാചാലനാകുന്നത് ഞാൻ അദ്ഭുതത്തോടെ കേട്ടിരുന്നിട്ടുണ്ട്. മകരമഞ്ഞിന്റെ പുകമറയിൽ ദൂരെ സൂര്യൻ ഉദിച്ചു വരുന്നതും കാത്ത് കാത്തിരിക്കുന്ന തന്റെ കുട്ടിക്കാലത്തെക്കുറിച്ച് അദ്ദേഹം എന്നോട് ഒരു പാട് പറഞ്ഞിട്ടുണ്ട്. ടാറിട്ട പാതകളും കോൺക്രീറ്റ് വീടുകളും പഴയ മനോഹാരിത കുറച്ചിരിക്കുന്നു.

ഞവരയ്ക്കലെ തെക്കെമുറ്റത്തെ മണ്ണിൽ, സർപ്പങ്ങൾ കാവലിരിക്കുന്ന കാവിന്റെ ഓരത്തുനിന്ന് മെല്ലെ എഴുന്നേറ്റ് കണ്ണുതിരുമ്മി, മൂരിനിവർന്ന്, നീളക്കുറവുള്ള കാലിന്റെ വശത്തോട്ട് തെല്ലൊന്ന് ചരിഞ്ഞ് വേഗത്തിൽ നടന്നുപോകുന്ന അദ്ദേഹത്തെ ഞാൻ കാണുന്നു. തനിക്കേറ്റവും ഇഷ്ട പ്പെട്ട പുസ്തകങ്ങൾ ഒതുക്കിവച്ചിരിക്കുന്ന പുത്തൻ ലൈബ്രറിയിലേക്ക്, ആ ചാരുകസേരയിലേക്ക്...!, അവിടെ എപ്പോഴും മകരമഞ്ഞിന്റെ തണുപ്പും കാറ്റും!

എട്ട്

എത്രയോ അറിയപ്പെടാത്തവർ

തികഞ്ഞ ഭാഷാപാണ്ഡിത്യമോ അറിവോ ഒന്നുമില്ലെങ്കിലും ആർക്കു വേണമെങ്കിലും എഴുത്തുകാരനാവാം എന്നൊരവസ്ഥയാണ് ഇന്ന്. കഴിഞ്ഞ നൂറ്റാണ്ടുകളിൽ ഇങ്ങനെ ആയിരുന്നില്ല. സംസ്കൃതത്തിലും മലയാളത്തിലും എന്നുവേണ്ട, മറ്റു ഭാഷകളിലേതിലായാലും നല്ല ജ്ഞാനവും വ്യുൽപ്പത്തിയുമുള്ളവർ പോലും താനൊരു സാഹിത്യകാരനാണ് എന്ന് പുറത്തു പറയാനോ അവകാശപ്പെടാനോ ധൈര്യം കാണിച്ചിരുന്നില്ല. അത്തരത്തിൽ അറിയപ്പെടാതെപോയ ഒത്തിരി എഴുത്തുകാർ മലയാളത്തിലുണ്ട്. പഴയ കാലങ്ങളിൽ അവരുടെ രചനകൾ അച്ചടിക്കാനോ പ്രസിദ്ധപ്പെടുത്താനോ ഇപ്പോഴത്തെപ്പോലെ സൗകര്യങ്ങൾ ഉണ്ടായിരുന്നില്ല. അതുകൊണ്ടു കൂടിയാണ് പണ്ഡിതവരേണ്യന്മാരായ പല മഹാത്മാക്കളും ഈ നൂറ്റാണ്ടിൽ പിറന്നവർക്ക് അറിയപ്പെടാത്തവരായതും. അക്കൂട്ടത്തിൽപ്പെട്ട ഒരാളെ പരിചയപ്പെടുത്തുകയാണ് ഈ ലേഖനത്തിൽ - കുളപ്പുര എഴുവത്ത് നാണുക്കുട്ടി മേനോനെ - അദ്ദേഹം മാത്രമല്ല അദ്ദേഹത്തിന്റെ ഗുരുസ്ഥാനീയരായ കുറച്ചുപേർ കൂടി ഈ ലേഖനത്തിൽ വന്നു പോകുന്നുണ്ട്.

പാലക്കാട് ജില്ലയിലെ ചിറ്റൂരിൽ കൊല്ലവർഷം ആയിരത്തിപ്പത്താമാണ്ടിൽ കുളപ്പുര എഴുവത്ത് ഇട്ടിച്ചീരി അമ്മയുടെയും പാലക്കാടുജില്ലയിലെ എലപ്പുള്ളി എന്ന ഗ്രാമത്തിലെ വളരെ പ്രസിദ്ധകുടുംബമായ യക്കണത്ത് ഗോവിന്ദനുണ്ണിയുടെയും നാലുമക്കളിൽ ഒരാളായിട്ടാണ് നാണുക്കുട്ടി മേനോൻ പിറക്കുന്നത്. അച്ഛനായ ഗോവിന്ദനുണ്ണിക്ക് സംസ്കൃതത്തിൽ നല്ല പാണ്ഡിത്യമുണ്ടായിരുന്നു. മേനോന്റെ സഹോദരനായ ഗോപാലമേനോൻ ജ്യോതിശാസ്ത്രപാരംഗതനായിരുന്നു. സഹോദരിമാരായ ലക്ഷ്മിയമ്മയും കുഞ്ചിയമ്മയും സാധാരണ വീട്ടമ്മമാർ. അവരുടെ അമ്മയ്ക്ക് ഒരൊറ്റ സാഹോദരനേ ഉണ്ടായിരുന്നുള്ളൂ. ബാലകൃഷ്ണൻ എന്നു വിളിപ്പേരുള്ള കുഞ്ഞിക്കൃഷ്ണമേനോൻ.

നാണുക്കുട്ടി മേനോന്റെ മുത്തശ്ശൻ ശങ്കുണ്ണിക്കൈമൾ മഹാ പണ്ഡിതനും സാഹിത്യകാരനും ആയിരുന്നു. ഗോഗ്രഹണം ഓട്ടം തുള്ളൽ, ശിവകർണ്ണാമൃതം, ശ്രീരാമകൃഷ്ണാമൃതം, പലവിധ ഭക്തി സ്തോത്രങ്ങൾ, കീർത്തനങ്ങൾ എന്നിവ അദ്ദേഹത്തിന്റെ രചനകളായിട്ടുണ്ടായിരുന്നു. അദ്ദേഹത്തിന്റെ താളിയോലകളെല്ലാം തറവാട്ടിൽ ഭദ്രമായി സൂക്ഷിച്ചിരുന്നത്രെ. പക്ഷേ, ഇപ്പോഴതെല്ലാം എവിടെയുണ്ട് എന്നറിഞ്ഞുകൂടാ. സ്വന്തം രചനകളല്ലാത്ത വേറെയും ഒരുപാടു താളിയോലഗ്രന്ഥങ്ങൾ അദ്ദേഹത്തിന്റെ കൈവശമുണ്ടായിരുന്നു എന്നു പറയുന്നു.

നാണുക്കുട്ടി മേനോൻ തർക്കം, വ്യാകരണം, അലങ്കാരം, മീമാംസ, ജ്യോതിഷം എന്നിവയിലും സംസ്കൃതം, തമിഴ്, മലയാളം എന്നീ ഭാഷകളിലും അനല്പമായ അറിവുണ്ടായിരുന്ന വ്യക്തിയായിരുന്നു. അക്കാലത്ത് ഈ മൂന്നു ഭാഷകളിലും ഇറങ്ങിയിട്ടുള്ള ഗ്രന്ഥങ്ങൾ മുഴുവൻ വായിച്ച് അദ്ദേഹം ഹൃദിസ്ഥമാക്കിയിരുന്നത്രെ. ആധാരമെഴുത്തായിരുന്നു അദ്ദേഹത്തിന്റെ പ്രധാന ജോലി. അതിമനോഹരമായ കൈയക്ഷരത്തിൽ ഒരുപാട് ആധാരങ്ങൾ അദ്ദേഹം എഴുതിയത് ഇപ്പോഴും പഴയ തറവാടുകളിലും കണ്ടെന്നുവരാം.

അച്ഛന്റെ കുടുംബമായ യക്കണത്ത് താമസിച്ചു കൊണ്ടായിരുന്നു അദ്ദേഹത്തിന്റെ വിദ്യാഭ്യാസം. അമ്മാവനായ ബാലകൃഷ്ണമേനോൻ തന്നെയായിരുന്നു സംസ്കൃതത്തിന് അദ്ദേഹത്തിന്റെ ഗുരു. പണ്ഡിതനായ അമ്മാവന്റെ കീഴിൽ മിടുക്കനായ അനന്തിരവൻ പാഠങ്ങളെല്ലാം പെട്ടെന്നു പെട്ടെന്നു പഠിച്ചെടുത്തു. സംസ്കൃതത്തോടൊപ്പം അദ്വൈത ശാസ്ത്രവും അഭ്യസിച്ചു. യക്കണത്തെ കുടുംബാംഗങ്ങളായ ശങ്കരനുണ്ണി, ദാമോദരനുണ്ണി എന്നിവരാണ് അദ്ദേഹത്തെ സംസ്കൃതത്തിലും തമിഴിലുമുള്ള അദ്വൈതഗ്രന്ഥങ്ങൾ പഠിപ്പിച്ചുകൊടുത്തത്. അക്കാലത്ത് ശ്രീധരീയാചാര്യസ്വാമികൾ എന്നൊരു പണ്ഡിതൻ ജീവിച്ചിരുന്നു. അദ്ദേഹം സംസ്കൃതത്തിൽ ശ്രീമഹാഭാഗവതം ആഖ്യാനസഹിതം രചിച്ചിരുന്നത്രെ. നാണുക്കുട്ടി മേനോന്റെ ആദ്യകാല ഗുരുനാഥന്മാരിൽ ഒരാളായിരുന്നു സ്വാമികൾ എന്നു പറയപ്പെടുന്നു. ആയിരത്തി നാല്പത്തിരണ്ടിൽ അച്യുതാചാര്യനെ അദ്വൈതബോധാചാര്യനായി വയ്ക്കുന്നതുവരേക്കും മേനോന് ശ്രീധരീയാചാര്യന്റെ ശിക്ഷണവും ലഭിച്ചിരുന്നു എന്നാണ് പറയപ്പെടുന്നത്.

പിന്നീടുള്ള കാലം മുഴുവൻ അദ്ദേഹം ചിറ്റൂർ ചിറ്റടത്തെ അച്യുത മേനോൻ എന്ന പരമഹംസന്റെ ശിഷ്യനായിട്ടായിരുന്നു ജീവിച്ചത്. അച്യുത മേനോൻ അസാധാരണനായ ഒരു വ്യക്തിയായിരുന്നു. പറയത്തക്ക ശാസ്ത്രബോധമോ, വ്യുൽപ്പത്തിയോ അദ്ദേഹത്തിനുണ്ടായിരുന്നില്ലെങ്കിലും ശിഷ്യന്മാരുടെ അദ്വൈതസംബന്ധമായ ഏതു കഠിന ചോദ്യങ്ങൾക്കും നിഷ്പ്രയാസം ഉത്തരം നൽകാൻ കഴിവുണ്ടായിരുന്നത്രെ. ഉത്തരങ്ങളെല്ലാം തന്നെ സ്വാനുഭവത്തിന്റെ വെളിച്ചത്തിലുള്ള സംശയ നിവാരണങ്ങളായിരുന്നുപോലും.

അച്യുതഗുരുവിന്റെ ജനനം തൊള്ളായിരത്തി തൊണ്ണൂറ്റി രണ്ട് മേട മാസത്തിലെ പുരൂരുട്ടാതി നക്ഷത്രത്തിലാണ്. ചോള, പാണ്ഡ്യരാജ്യങ്ങ ളിൽ നിന്നൊക്കെ ഒരുപാടു ശിഷ്യന്മാരുണ്ടായിരുന്നു അച്യുതഗുരുവിന്. പാശ്ചാത്യവിദ്യാവിശാരദനായ ഒരു ശിഷ്യനെങ്കിലും ഉണ്ടായിരുന്നെങ്കിൽ, ശ്രീരാമപരമഹംസനെപ്പോലെ അറിയപ്പെടേണ്ട ഒരാളായിരുന്നു അദ്ദേഹം എന്നാണ് തേലക്കാട് പത്മനാഭമേനോൻ ഭാഗവതസാരസംക്ഷേപം എന്ന നാണുക്കുട്ടി മേനോന്റെ കൃതിയുടെ അവതാരികയിൽ പറയുന്നത്. അദ്ദേഹത്തിന്റെ പുത്രൻ കരുണാകരമേനോൻ തൃശ്ശിവപേരൂർ ഡിസ്ട്രി ക്റ്റ് കോർട്ടിൽ വക്കീലായിരുന്നു.

കൊല്ലവർഷം ആയിരത്തി അറുപത്തി ഒന്ന് കർക്കടകമാസം ഒമ്പതാം തീയതി വെള്ളിയാഴ്ച രേവതി നക്ഷത്രത്തിലായിരുന്നത്രെ ഗുരുവായ അച്യുതവാര്യർ ദിവംഗതനായത്. അദ്ദേഹത്തിന്റെ സ്വർഗ്ഗാരോഹണ ദിവസം അയൽരാജ്യങ്ങളിൽ പല ദിക്കുകളിലും പുണ്യദിവസമായി ആരാധിച്ചു വന്നിരുന്നു. മലയാളഭാഷ ഉള്ളിടത്തോളം കാലം അറിയപ്പെടു കയും ചെയ്യേണ്ട ഒരു വ്യക്തിയായിരുന്നിട്ടും എന്തുകൊണ്ടാണ് ആ നാമം എങ്ങും പറഞ്ഞുകേൾക്കാത്തത് എന്നതൊരദ്ഭുതമായി ശേഷിക്കുന്നു. അച്യുതാചാര്യൻ മാത്രമല്ല, അക്കാലത്തോ അതിനുമുമ്പോ ജീവിച്ചിരുന്ന ജ്ഞാനികളായ പലരുടെയും ഗ്രന്ഥങ്ങളും പേരുകളും വിസ്മൃതമായി ക്കൊണ്ടിരിക്കുകയാണ്.

അച്യുതാചാര്യന്റെ ശിഷ്യനായിരിക്കെയാണ് ശ്രീധരീയാചാര്യൻ വ്യാഖ്യാനസഹിതം സംസ്കൃതത്തിൽ രചിച്ച ശ്രീമഹാഭാഗവതത്തിന്റെ മലയാള പരിഭാഷയുടെ ജോലി നാണുക്കുട്ടിമേനോൻ ഏറ്റെടുക്കുന്നത്. ആയിരത്തിനാല്പത്തിമൂന്ന് നാല്പത്തിനാല് വർഷങ്ങളിൽ പരിഭാഷയു മായി നല്ല തിരക്കിലായിരുന്നു മേനോൻ. ഓരോ ദിവസവും എഴുതിയ ഭാഗങ്ങൾ ഗുരുവായ അച്യുതാചാര്യനെ വായിച്ചു കേൾപ്പിക്കുമായിരു ന്നത്രെ. ഏകാദശം, ദ്വാദശം, ശ്രുതിഗീത എന്നീ ഭാഗങ്ങളാണ് ആദ്യം പരിഭാഷപ്പെടുത്തിയത്. തുടർന്നുള്ള ഭാഗങ്ങൾ ദശമം വരേക്കും സംഗ്രഹ മായി എഴുതിത്തീർക്കുകയായിരുന്നുപോൽ.

ആയിരത്തിനാല്പത്തിയാറിലാണ് നാണുക്കുട്ടി മേനോന്റെ ഭാഗവത സാരസംക്ഷേപത്തിന് അച്ചടി മഷി പുരളുന്നത്. അന്ന് കോഴിക്കോടു ണ്ടായിരുന്ന ഒരച്ചുകൂടത്തിലാണ് ആദ്യ പതിപ്പ് അച്ചടിക്കുന്നത്. അച്ചടിച്ച പ്രതികൾ വളരെ പെട്ടെന്ന് വിറ്റു തീർന്നതുകൊണ്ട് ഉടനെ രണ്ടാമത്തെ പതിപ്പും അച്ചടിയിലായി. രണ്ടാം പതിപ്പ് അച്ചടിക്കുന്നത് കൊച്ചിയിലൊരു പ്രസ്സിലായിരുന്നു. ആ പതിപ്പും വളരെ വേഗം വിറ്റുതീർന്നു. കിളിപ്പാട്ടു രീതിയിലാണ് മേനോൻ പരിഭാഷപ്പെടുത്തിയിട്ടുള്ളത്.

ഭാഗവതപരിഭാഷയുടെ അച്ചടിയും വില്പനയും പെട്ടെന്നു പെട്ടെന്നു നടന്നു കഴിഞ്ഞപ്പോൾ, അദ്ദേഹത്തിന് കാശിയിൽ ചെന്ന് കാശിവിശ്വ നാഥസ്വാമിയെ ദർശിക്കണം എന്ന് ഉൽക്കടമായ ഒരാഗ്രഹം മനസ്സിലുദിച്ചു.

അത് അദ്ദേഹം അച്യുതഗുരുവിനെ അറിയിച്ചപ്പോൾ അടുത്തവർഷം ഒരുമിച്ച് പോകാം എന്നായി ഗുരു. പക്ഷേ, മേനോന് എന്തുകൊണ്ടോ അതു ശരിയാവില്ല എന്നൊരു തോന്നൽ. ജ്യോതിശാസ്ത്ര വിശാരദനും പ്രസിദ്ധജ്യോതിഷിയുമായിരുന്ന അദ്ദേഹം ഉടനെ തന്നെ തന്റെയും ഗുരു നാഥന്റെയും ജാതകങ്ങൾ എടുത്തുവച്ച് സൂക്ഷ്മ പരിശോധന തുടങ്ങി. ജാതകവശാൽ തനിക്ക് അടുത്തവർഷം കാശിയാത്ര വിധിച്ചിട്ടില്ലെന്നും ഗുരുനാഥന് അതു പറ്റുമെന്നും അദ്ദേഹം മനസ്സിലാക്കി. അതുകൊണ്ടു തന്നെ ആചാര്യന്റെ അനുമതിയോടെ അദ്ദേഹം തനിച്ച് കാശിക്ക് യാത്ര തിരിക്കുകയാണുണ്ടായത്.

മഹാന്മാരായ ഗുരുക്കന്മാരെയും പുണ്യതീർത്ഥങ്ങളെയും ദർശിച്ച് അദ്ദേഹം ആ തീർത്ഥയാത്ര തുടർന്നു. കാശിവിശ്വനാഥനെ കൺകുളിർക്കെ കണ്ടു വന്ദിച്ചു. ഭാഗീരഥിയിൽ മതിവരുവോളം സ്നാനം ചെയ്തു. ഗയയിൽ പിതൃതർപ്പണം ചെയ്ത് പുണ്യപാപച്ചുമടുകളെല്ലാം ഇറക്കിവച്ചു. ഒരു മിഥുനമാസത്തിലാണ് പ്രാർത്ഥനാനിരതമായ ആ യാത്ര കഴിഞ്ഞ് വീട്ടിൽ തിരിച്ചെത്തുന്നത്. പക്ഷേ, അദ്ദേഹത്തിന്റെ തീർത്ഥ യാത്ര അവസാനിച്ചിരുന്നില്ല. കേവലം ഒരു ദിവസം മാത്രം വീട്ടിൽ തങ്ങി യിട്ട് വീണ്ടും യാത്ര തുടരുകയായിരുന്നു. ഇക്കുറി അദ്ദേഹം പോയത് രാമേശ്വരത്തേക്കായിരുന്നു. സേതുസ്നാനവും രാമേശ്വര ദർശനവും ഒക്കെ വേണ്ടുവോളം ആസ്വദിച്ച്, പ്രാർത്ഥനകൾ കൊണ്ട് ദിനരാത്രങ്ങൾ കഴിച്ച് ഒരു മാസം കഴിഞ്ഞാണ് കർക്കടകത്തിൽ സ്വന്തം വീട്ടിൽ തിരിച്ചെത്തുന്നത്.

ഇതിനിടയിൽ അദ്ദേഹത്തിന്റേതായി കുറച്ചു രചനകൾകൂടി പുറത്തു വന്നു. അവയിൽ പ്രധാനപ്പെട്ടവ കാളിയാക്ക് എന്ന് അദ്ദേഹം നാമകരണം ചെയ്ത ഭദ്രകാളീസ്തുതി. സുന്ദരീസ്വയംവരം, സംസ്കൃതത്തിലും മല യാളത്തിലും രചിച്ചിട്ടുള്ള ചിദംബരേശ്വരാഷ്ടകം എന്നിവയാണ്. ശ്രീഹാ ലാസ്യമാഹാത്മ്യം അദ്ദേഹം പരിഭാഷപ്പെടുത്തിതുടങ്ങിയിരുന്നു. പക്ഷേ, അതുപൂർത്തിയായില്ല. പതിനെട്ടദ്ധ്യായങ്ങളുടെ പരിഭാഷമാത്രമേ എഴുതി ത്തീർക്കാൻ കഴിഞ്ഞുള്ളൂ.

അദ്ദേഹത്തിനേറെ ഇഷ്ടപ്പെട്ട തീർത്ഥയാത്ര ചിദംബരം ക്ഷേത്രത്തി ലേക്കുള്ളതായിരുന്നത്രെ. തരപ്പെടുമ്പോഴെല്ലാം അദ്ദേഹം ചിദംബര നാഥനെ തൊഴുതു. ചിദംബരാഷ്ടകം ജപിച്ചു. സംസ്കൃതത്തിലെ ശംഭു നടനം വൃത്തത്തിൽ രചിച്ചിട്ടുള്ള ഈ അഷ്ടകം പാടിപ്പാടി സ്വയം മറന്ന് ക്ഷേത്രത്തിൽ നൃത്തം ചെയ്യുമായിരുന്നത്രെ. ചിദംബരേശ്വരനെക്കുറിച്ച് ഒട്ടനവധി പദ്യങ്ങളും ഭക്തിരസപ്രധാനമായ കുറെ അധികം കവിതകളും സ്തുതികളും അദ്ദേഹം രചിച്ചിട്ടുണ്ട്. ചിദംബരത്തെ മഹാബ്രാഹ്മണരുടെ ഇടയിൽ മലയാളത്തിലെ വിദ്വാൻ എന്നാണദ്ദേഹം അറിയപ്പെട്ടിരുന്നത്.

ആയിരത്തിനാല്പത്തിയെട്ട് ചിങ്ങമാസത്തിൽ ചിറ്റൂർ കുളപ്പുര എഴുവത്ത് വീട്ടിൽ ചിദംബരത്തുള്ള വിശിഷ്ടനായ ഒരു ദീക്ഷിതർ

എഴുതിയ ഒരു കത്ത് വന്നെത്തി. നമ്മുടെ നാണുക്കുട്ടി മേനോൻ ഭസ്മ രുദ്രാക്ഷധാരിയായി. തുറന്നു വച്ചിരുന്ന ശ്രീചിദംബരേശ്വരന്റെ ശ്രീ കോവിൽ നട കടന്നകത്തുചെന്ന് ചിദംബരേശ്വരനോടൈക്യം പ്രാപിച്ച തായി ഇന്നലെ ഞാൻ സ്വപ്നം കണ്ടു. അദ്ദേഹത്തിന്റെ സ്ഥിതി ഇപ്പോഴെ ന്താണ് എന്നായിരുന്നു കത്തിൽ. അദ്ഭുതമെന്നുതന്നെ പറയട്ടെ. ദീക്ഷിതരെ സ്വപ്നം കണ്ട അതേ രാത്രിയിൽത്തന്നെ ആ ദിവ്യദേഹം സമാധി അടയുകയായിരുന്നു. അദ്ദേഹത്തിന്റേതായ വിലപ്പെട്ട രചനകൾ വരുംതലമുറയ്ക്കായി ബാക്കിവച്ച്, മുപ്പത്തിയെട്ടാമാണ്ടിൽ നാണുക്കുട്ടി മേനോൻ തന്റെ ഭൗതികശരീരം ത്യജിച്ച് ഈശ്വരനിൽ വിലയം പ്രാപിക്കുകയായിരുന്നു.

നാണുക്കുട്ടി മേനോന്റെ ഭാര്യ കാക്കയൂർ എരവക്കത്ത് എന്ന കുടുംബ ത്തിലെ അംഗമായിരുന്നു. മകനായി എരവക്കത്ത് അച്യുതമേനോൻ എന്നൊരാൾ ഉണ്ടായിരുന്നു. അദ്ദേഹം തൃശ്ശിവപേരൂർ ഡിസ്ട്രിക്റ്റ് കോർട്ടിലെ വക്കീലായിരുന്നു - അച്യുതഗുരുവിന്റെ പുത്രനായ കരുണാ കരമേനോനെപ്പോലെതന്നെ.

അച്യുതമേനോൻ ജ്യോതിശാസ്ത്രത്തിൽ ഗണിത ഭാഗത്തെക്കുറിച്ച് വിശിഷ്ടമായ ഒരു ഗ്രന്ഥം രചിച്ചിരുന്നതായും അതിന്റെ കൈയെഴുത്ത് പ്രതി നാണുക്കുട്ടി മേനോന്റെ ഭാഗവതത്തിന് അവതാരിക എഴുതിയ തേലക്കാട് പത്മനാഭമേനോൻ വായിച്ചിട്ടുള്ളതായും പറയുന്നു. അതിന്റെ കൈയെഴുത്തു പ്രതി ആരുടെയെങ്കിലും കൈവശമുണ്ടെങ്കിൽ പ്രസിദ്ധീ കരിച്ചാൽ, അത് കേരളഭാഷയ്ക്കു ലഭിക്കാവുന്ന ഒരമൂല്യരത്നമായിരിക്കും എന്നു കൂടി അവതാരകൻ കൂട്ടിച്ചേർക്കുന്നു. നാണുക്കുട്ടി മേനോന്റെ ഇളയ സന്താനം ഒരു പെൺകുട്ടിയായിരുന്നത്രെ.

തലമുറകൾ കഴിഞ്ഞു പോകുന്നതോടെ ബന്ധങ്ങളുടെ കണ്ണികളും അറ്റുപോകുന്നു. കുടുംബത്തിൽ പെൺകുട്ടികൾ ഉണ്ടാവുകയും അവർ വീണ്ടും പെൺകുട്ടികൾക്ക് ജന്മം നൽകുകയും ചെയ്തെങ്കിൽ മാത്രമേ മരുമക്കത്തായ സമ്പ്രദായം നിലനിൽക്കുന്ന തറവാടുകൾക്ക് പിൻതുടർച്ച ക്കാരുണ്ടാകൂ. കുളപ്പുര എഴുവത്ത് കുടുംബത്തിൽ പൊതുവെ പെൺ പ്രജകൾ കുറവാണ്. എന്റെ തലമുറയിൽ ഞാനടക്കം മൂന്നു സ്ത്രീകൾ. മൂന്നുപേർക്കും ഓരോ പെൺകുട്ടികൾ. ആ പെൺകുട്ടികളിൽ ഒരാൾ ക്കുമാത്രമാണ് ഒരു പെൺകുട്ടിയുള്ളത്. അവളിലൂടെ വേണം കുടുംബം നിലനിൽക്കാൻ. പണ്ഡിതന്മാരായി ആരെങ്കിലും ഈ കുടുംബത്തിൽ വീണ്ടും പിറക്കുമോ എന്നറിഞ്ഞുകൂടാ. അടുത്ത തലമുറയ്ക്ക് കൈമാറാ നായി മാത്രമാണ് മഹാനായ വലിയമ്മാവന്റെ ജീവചരിത്രം ഇവിടെ രേഖ പ്പെടുത്തുന്നത്. ഒരുപക്ഷേ, എന്നിൽ കൂടിയല്ലാതെ അതു സാദ്ധ്യമായി എന്നുവരില്ല. ഭാഗവതസാരസംക്ഷേപത്തിന്റെ അവതാരികയിൽ നിന്നാണ് ഇത്രയുമെങ്കിലുമൊക്കെ കുറിക്കാൻ കഴിഞ്ഞത്. പുസ്തകങ്ങൾ നിറഞ്ഞ

ഗ്രന്ഥപ്പെട്ടകങ്ങളും രുദ്രാക്ഷത്തിലുള്ള വലിയ ജപമാലയും പൊന്നെഴുത്താണിയുമാണ് നാണുക്കുട്ടിമാമന്റേതായി ഞങ്ങൾക്ക് കൈമാറിക്കിട്ടിയത്. കൊല്ലവർഷം ആയിരത്തിത്തൊണ്ണൂറ്റി ഒമ്പതിൽ വലിയമ്മാവന്റെ പേരുതന്നെ സ്വത്തായി കിട്ടിയ വേറൊരു നാണുക്കുട്ടി മേനോനാണ് ഇപ്പോൾ എന്റെ കൈയിലിരിക്കുന്ന ഭാഗവതസാരസംക്ഷേപത്തിന്റെ ഈ പതിപ്പ് അച്ചടിച്ചത്. തൊട്ടാൽ പൊടിഞ്ഞു പോകുന്ന അവസ്ഥയിലുള്ള ഈ പുസ്തകത്തിന് വീണ്ടും ഒരു പതിപ്പുണ്ടാകുമോ എന്നു കണ്ടുതന്നെ അറിയണം.

ചെയ്യാനുള്ളതെന്തോ ചെയ്തു തീർത്തു എന്നൊരു സംതൃപ്തി മാത്രമാണ് ഈ ലേഖനരചനയിലൂടെ എനിക്കു ലഭിക്കുന്നത്. മൺമറഞ്ഞു പോയ ആ വലിയ പ്രതിഭയുടെ ഓർമ്മയ്ക്കു മുമ്പിൽ സ്നേഹബഹുമാനാർദ്രമായ കൂപ്പുകൈകളോടെ.

ഒമ്പത്

ഒരു ആതിരസന്ധ്യയിൽ

അതികഠിനമായ തപസ്സിൽ നിന്ന് ഭഗവാൻ പരമേശ്വരനെ ഉണർത്താനായി പത്നി പാർവ്വതി ദേവി ഊണും ഉറക്കവും ഭക്ഷണവും ഉപേക്ഷിച്ച് പ്രാർത്ഥനയിൽ മുഴുകിയ ദിവസമാണ് ധനുമാസത്തിലെ തിരുവാതിര എന്ന് വിശ്വാസം. കേരളത്തിലെ പെൺകുട്ടികൾ അരി ഭക്ഷണം കഴിക്കാതെയും ഒരു നേരം മാത്രം ഭക്ഷണം കഴിച്ചും നിറഞ്ഞ പ്രാർത്ഥനയുമായി എല്ലാ വർഷവും ധനുമാസത്തിലെ തിരുവാതിര ആചരിക്കുന്നു. വ്രതാനുഷ്ഠാനങ്ങൾ കേരളത്തിൽ തന്നെ പലതരത്തിലാണ്. വടക്കൻ കേരളത്തിൽ, തെളിച്ചു പറഞ്ഞാൽ പാലക്കാട് ജില്ലയിലെ പല നാട്ടിൻപുറങ്ങളിലും തിരുവാതിരയുടെ ആഘോഷം രണ്ടു ദിവസങ്ങൾക്കു മുമ്പ് തന്നെ ആരംഭിക്കുന്നു.

രോഹിണി ദിവസം ഉച്ച തിരിഞ്ഞാൽ കുട്ടിമുരുകൻ ആശാരി എന്റെ വീട്ടിൽ എത്തുന്നു. മുറ്റത്തെ മാവിൻ കൊമ്പുകളിൽ മുള (ഈറ) കൊണ്ടുള്ള ഊഞ്ഞാൽ കെട്ടാനാണ് കുട്ടിമുരുകന്റെ വരവ്. വീടിന്റെ കിഴക്കേ മുറ്റത്ത് നാലാൾ കൈപിടിച്ചാലും ചുറ്റിപ്പിടിക്കാൻ പറ്റാത്ത ഒരു മാവു ഉണ്ടായിരുന്നു - നടശ്ശാല. മുറ്റം മുഴുവൻ പടർന്നു പന്തലിച്ചു നിൽക്കുന്ന ആ മാവിലായിരുന്നു രോഹിണി നാളിൽ ആശാരി വന്ന് ഊഞ്ഞാലുകൾ ഇടുന്നത്. മുള ഒരറ്റത്തു നിന്ന് നെടുകെ പിളർന്ന് മറ്റേ അറ്റത്ത് രണ്ടടിയോളം കയർ കെട്ടി മുറുക്കി പിളർന്ന അറ്റം വലിച്ചകറ്റി രണ്ടു വശത്തും തുളകൾ ഉണ്ടാക്കി അതിലൂടെ കഴി കയറ്റി (മൂന്നോ നാലോ ഇഞ്ചു വീതിയുള്ള പലക) കഴിയുടെ രണ്ട് അറ്റവും മുളയുടെ മുറുകി നില്ക്കത്തക്കവണ്ണം ചെത്തി മിനുക്കിയാണ് ആശാരി ഊഞ്ഞാൽ ഉണ്ടാക്കുന്നത്. ഊഞ്ഞാൽ തൂക്കുന്ന മാക്കൊമ്പിൽ നല്ല കട്ടിക്ക് ചാക്കുകൾ ചുറ്റും. അതിലൂടെ പനയുടെ വഴുകത്തണ്ട് കെട്ടി, അതിലും രണ്ട് തുളകൾ ഉണ്ടാക്കി മുളമുകളിലെ പൊളിക്കാത്ത വിട്ടിരിക്കുന്ന ഭാഗത്തുക്കൂടെ തുളയിട്ട് നല്ല കട്ടി കൂടിയ കോലു കയറ്റും. എന്റെ വീട്ടിൽ വലിയവർക്ക് ആടാൻ ഒന്നും കുട്ടികൾക്കായി ഒരു ചെറിയ ഊഞ്ഞാലും ഉണ്ടായിരുന്നു. കൂടാതെ മൂന്നോ നാലോ കയർ ഊഞ്ഞാലുകളും തൂക്കും.

എനിക്ക് ഏറ്റവും ഇഷ്ടപ്പെട്ട ഒരു വിനോദമായിരുന്നു ഊഞ്ഞാലാട്ടം. അതു കൊണ്ടു തന്നെ, കല്യാണം കഴിഞ്ഞ് ഞാൻ നാടുവിടുന്നതുവരേക്കും കിഴക്കേ മുറ്റത്തെ മൂച്ചിയിൽ രഥം വലിക്കുന്ന വടക്കയർ കൊണ്ടു ണ്ടാക്കിയ ഒരു ഊഞ്ഞാൽ എന്നും ഉണ്ടായിരുന്നു.

രോഹിണിക്ക് ഊഞ്ഞാൽ ഇട്ടു കഴിഞ്ഞാൽ പിന്നെ ഒരു ഉത്സവം പോലെയാണ്. അയലത്തെ ബന്ധുക്കളായ കുട്ടികൾ മുഴുവൻ ഊഞ്ഞാ ലാടാൻ വരും. രോഹിണി അസ്തമിച്ച് രാത്രി പിന്നിടുമ്പോൾ രണ്ടുമണി യോടു തന്നെ ചുറ്റുമുള്ള വീടുകളിൽ അമ്മമാരും കുട്ടികളും ഉറക്കം മതിയാക്കി എഴുന്നേല്ക്കും. പല്ലു തേപ്പും മറ്റും പ്രാഥമികാവശ്യങ്ങൾ പെട്ടെന്ന് തീർത്ത് ആണുങ്ങളൊഴിച്ചുള്ളവരെല്ലാം മഞ്ഞളും പൂലാം കിഴങ്ങും ഉടുക്കാനുള്ള വസ്ത്രങ്ങൾ, സോപ്പ്, ചീപ്പ്, പൗഡർ തുടങ്ങി യവ അടങ്ങിയ സഞ്ചികളുമായി ഇറങ്ങും. തറയിലെ മിക്ക വീട്ടിലെ പെണ്ണുങ്ങളും സംഘം സംഘമായി ഒരുമിച്ചു കൂടി പാട്ടുംപാടി നിലാവിൽ കുളിച്ചു കിടക്കുന്ന ശോകനാശിനി പുഴയോരത്തേക്ക് യാത്രയാകും. ധനുമാസക്കുളിരിന്റെ തണുപ്പും പല്ലുകൾ കൂട്ടിയിടിക്കുന്ന വിറയലു മായുള്ള ആ പുലർകാല യാത്ര ഇങ്ങിനി വരാത്തവണ്ണം പോയിമറഞ്ഞിരി ക്കുന്നു. അന്നൊക്കെ എന്റെ അമ്മ പതിവായി പാടുന്ന ശിവസുതനാം ഗണപതിക്ക് എന്നു തുടങ്ങുന്ന പാട്ട് ഇന്നും ചെവിയിൽ മുഴങ്ങുന്നതു പോലെ. ടൗണിൽ നിന്ന് മൂന്നു നാലു കിലോമീറ്റർ അകലെയാണ് പുഴ.

പുഴയിലെ തുടിച്ചു കുളി കഴിഞ്ഞാൽ എല്ലാവരും അമ്പലങ്ങളിലേക്ക് കയറും. പുഴക്കരയിലെ തെക്കേ ഗ്രാമത്തിൽ തുഞ്ചത്തെഴുത്തച്ഛന്റെ ഗുരു മഠത്തിനും അഗ്രഹാരങ്ങൾക്കും മുന്നിലായി രണ്ടു വലിയ ക്ഷേത്ര ങ്ങളുണ്ട്. ആദ്യ ദർശനം അവിടെയാണ്. കൈയിലെ സഞ്ചിയിൽ ഈറൻ തുണികളും സോപ്പുചീപ്പാദികളും, കവിളത്ത് മഞ്ഞളും താളി തേച്ചു കുളി കഴിഞ്ഞ ഈറൻ മുടിയിലും നെറുകയിലും പൂലാകിഴങ്ങ് ഉരച്ച് പുരട്ടിയ സുഗന്ധവുമായി നിലാവത്തുള്ള ആ പുലർകാല യാത്രയെ കുറിച്ച് ഓർക്കുമ്പോൾ വല്ലാത്തൊരു വികാരമാണ് മനസ്സിൽ നിറയു ന്നത്. ഒപ്പം തന്നെ കടുത്ത നഷ്ടബോധവും.

തെക്കേ ഗ്രാമത്തിൽ നിന്ന് പാടങ്ങൾക്കു നടുവിലുള്ള നാട്ടുപാത യിലൂടെ വീണ്ടും പാട്ടുപാടി മടക്കയാത്ര തുടങ്ങുന്നു. അത് ചെന്നവസാനി ക്കുന്നത് എന്റെ വീട്ടിന് തൊട്ടടുത്തുള്ള ലങ്കേശ്വരത്താണ്. ലങ്കേശ്വര ത്തപ്പന്റെ ദീപാരാധന തൊഴുത് വീട്ടിൽ തിരിച്ചെത്തിയാൽ ഉടൻ പാട്ടും പാടി ഊഞ്ഞാലാട്ടം തുടങ്ങും.

മുതിർന്നവർ പച്ചപടത്തി പഴവും കസ്തൂരി വെറ്റിലയും തിന്ന് നൊയമ്പ് തുടങ്ങും. അന്ന് അരി ആഹാരം ഇല്ല. ഗോതമ്പ്, ചാമ തുടങ്ങി യവ കൊണ്ടുണ്ടാക്കിയ ദോശയോ, കഞ്ഞിയും പുഴുക്കും ആണ് അന്നത്തെ ഭക്ഷണം. കൂവ കൊണ്ടുള്ള ആഹാരം പ്രധാനം. കളിയും പൊടുത്തൂലും മിക്ക വീടുകളിലും കാണും. പല കിഴങ്ങുകൾ വച്ചു ണ്ടാക്കുന്ന പുഴുക്കിന് എട്ടങ്ങാടി എന്നുപറയും. പ്രായം ചെന്നവരിൽ

പലരും പഴവും പാലും തളിർവെറ്റിലമുറുക്കും കൊണ്ട് ദിവസം മുഴുവൻ കഴിക്കും. മകയിരം കഴിഞ്ഞ് പിറ്റേന്ന് ആതിര പുലരുമ്പോൾ ഇതേ രീതി യിലാണ് ഭക്ഷണക്രമം. തിരുവാതിര നാൾ പാടി കുളിക്കാൻ വരുന്ന വരുടെ എണ്ണം വളരെ കൂടും. പല പല സംഘങ്ങളായിട്ടായിരുന്നു ഈ പാട്ടുയാത്ര.

തിരുവാതിരയ്ക്ക് ലങ്കേശ്വര ക്ഷേത്രത്തിലെ ആർദ്രാദർശനം വളരെ പ്രധാനമാണ്. അതു കഴിഞ്ഞ് മഹാദേവന്റേയും പാർവ്വതിയുടേയും വിഗ്രഹങ്ങൾ വലിയ രഥത്തിലും, സുബ്രഹ്മണ്യൻ, ഗണപതി എന്നി വരുടെ വിഗ്രഹങ്ങൾ ചെറിയ രഥത്തിലും കയറ്റും. രണ്ടു രഥങ്ങളും പൂക്കൾകൊണ്ട് മനോഹരമായി അലങ്കരിച്ചിരിക്കും. രണ്ട് രഥങ്ങളിലും ഭഗവാന്മാർക്കും ഭഗവതിക്കും ദീപാരാധന ഉണ്ട്. ഭക്ത ജനങ്ങൾ കൈ കളിൽ പൂക്കളും പൂജാസാധനങ്ങളും അടങ്ങിയ താലങ്ങളുമായി തിക്കി തിരക്കി രഥങ്ങൾക്കരികിൽ നിൽക്കും. ദീപാരാധന കഴിഞ്ഞാൽ രഥയാത്ര തുടങ്ങും. വലിയ വടക്കയറുകൊണ്ടാണ് രഥം വലിക്കുന്നത്. നാട്ടിലുള്ള ചെറുപ്പക്കാർ മുഴുവൻ കാണും രഥം വലിക്കാൻ. കൊച്ചു കുഞ്ഞുങ്ങളെ കൊണ്ട് രഥം വലിയ്ക്കുന്ന വടക്കയറുകൾ തൊടീക്കുന്നത് വലിയ വിശേഷമാണെന്നാണ് പറയുന്നത്. വലിയ രഥത്തിനു പിന്നിൽ ആന കാണും. ആനയാണ് ആദ്യം രഥം ഉന്തുന്നത്. ലങ്കേശ്വരൻ ഗ്രാമത്തിലൂടെ രഥം ഇഴഞ്ഞു നീങ്ങും.

തിരുവാതിര നാൾ നിറനിലാവിൽ കുളിച്ചു നിൽക്കുന്ന നാട്ടുവഴി യിലൂടെയുള്ള രഥയാത്രയ്ക്ക് ഭഗവാന്റെ പാടിവേട്ട എന്നാണു പറയാറ്. പാടിവേട്ട രാത്രിയിലെ അതിമനോഹരമായ കാഴ്ചയാണ്. രഥയാത്രയ്ക്കക മ്പടിയായി പേരുകേട്ട നാദസ്വരവിദ്വാന്മാരുടെ നാഗസ്വരക്കച്ചേരി ഉണ്ടാകും. വിശദമായ രാഗവിസ്താരത്തോടെ ഒരു മത്സരം പോലെയാണ് ആ നാദസ്വരക്കച്ചേരി. രഥയാത്ര കഴിഞ്ഞാൽ പുലരുമ്പോൾ ദേവന്മാരെ കുള ത്തിലിറക്കും.

രണ്ടു വള്ളങ്ങൾ കൂട്ടിക്കെട്ടി ആവശ്യത്തിന് പലകകളൊക്കെ വച്ച് കൂട്ടിച്ചേർത്ത് അലങ്കരിച്ചാണ് വിഗ്രഹങ്ങളെ ഇരുത്തുന്നത്. വാഴപ്പോള കൾ കൊണ്ടുള്ള ചരോടത്തിലാണ് വിഗ്രഹങ്ങൾ ഇരിക്കുന്നത്. ഞങ്ങളുടെ വീടിന്റെ വടക്കുവശത്തുമാറി ലങ്കേശ്വര ക്ഷേത്രത്തിന് കിഴക്കായി സ്ഥിതി ചെയ്യുന്ന പെരുംകുളം അതിന്റെ പേര് സൂചിപ്പിക്കുന്ന പോലെതന്നെ നാട്ടിലെ ഏറ്റവും വലിയ കുളമാണ്. ബ്രാഹ്മണർ തെപ്പ ത്തേര് എന്നുവിളിക്കുന്ന ആ ജലയാത്രയിലും നാഗസ്വരക്കച്ചേരി ഗംഭീര മായിരിക്കും. കുളത്തിന് മൂന്നു വലംവെച്ചേ വിഗ്രഹങ്ങൾ അമ്പലത്തി ലേക്ക് തിരിച്ചെടുക്കൂ. ഓരോ വലത്തിനും ഓരോ മണിക്കൂർ സമയ മെടുക്കും. തൂങ്ങുന്ന കണ്ണുകളുമായി നാട്ടുകാർ മുഴുവൻ കുളത്തിനു ചുറ്റും സ്ഥലം പിടിക്കും. കിഴക്ക് ദിക്കിലെ ചെന്തെങ്ങിൽ കരിക്ക് പൊന്താൻ തുടങ്ങുവോളം നീണ്ടുനില്ക്കും ആ കുളത്തേര്.

തിരുവാതിരയ്ക്ക് ആർദ്രാദർശനം കണ്ടുമടങ്ങുന്ന ഒരുപാട് സ്ത്രീകളും കുട്ടികളും ഊഞ്ഞാലുകൾ നിറഞ്ഞ ഞങ്ങളുടെ വീട്ടുമുറ്റത്തേക്ക് ഇരച്ചുകയറും. പിന്നെ ഊഞ്ഞാലാട്ടത്തിന്റെ പലവിധ കാഴ്ചകളാണ്. പാണന്മാർ, പണ്ടാരന്മാർ, കൊാശവന്മാർ തുടങ്ങി ഒത്തിരിപ്പേർ ആർദ്രാദർശനം തൊഴുത് നേരെ വന്നു കയറുന്നത് ഞങ്ങളുടെ വീട്ടുമുറ്റത്തേക്കാണ്.

തിരുവാതിരനാൾ മുതിർന്നവർ കഥപറച്ചിലും വെറ്റിലമുറുക്കലും ഒക്കെയായി ഉറക്കമൊഴിക്കുമ്പോൾ ഞങ്ങൾ കുട്ടികൾ അവരുടെ മുമ്പിൽ കൈക്കൊട്ടി കളിയും പാട്ടും നൃത്തവും നാടകവും അവതരിപ്പിച്ച് കുളത്തേര് തുടങ്ങുന്നതുവരെ സമയം കഴിക്കും. തിരുവാതിരയ്ക്ക് ഉറക്കമൊഴിച്ചാൽ പിറ്റേന്ന് സന്ധ്യയ്ക്ക് ആകാശത്തിൽ വിരിയുന്ന നക്ഷത്രത്തെ കാണുന്നതുവരെ ഉറങ്ങരുതത്രെ.

നാടുവിട്ടിട്ട് നാല്പ്പത്തേഴുവർഷങ്ങളാകുന്നു. ഇതിനിടയ്ക്ക് ഒരു തിരുവാതിരയ്ക്കു മാത്രമേ നാട്ടിലുണ്ടായിട്ടുള്ളൂ എന്നാണെന്റെയോർമ്മ. അന്ന് പത്മരാജൻ തിരുവനന്തപുരത്തില്ല. ദേശാടനക്കിളി കരയാറില്ല എന്ന പടത്തിന്റെ ചിത്രീകരണവുമായി എറണാകുളത്താണ്. അന്ന് സന്ധ്യയോടെ വാർത്തയെത്തി അച്ഛന് തീരെവയ്യ പെട്ടെന്ന് ചെല്ലണം. ഉടനെ ഞാനും മക്കളും കാറിൽ പുറപ്പെട്ടു. എറണാകുളത്ത് ഷൂട്ടിങ്ങ് നിർത്തിവെച്ച് അദ്ദേഹം കാത്തിരിപ്പുണ്ടായിരുന്നു. അന്ന് ചിറ്റൂർക്ക് പോകുമ്പോൾ ഞങ്ങളോടൊപ്പം പൂജപ്പുര രാധാകൃഷ്ണനും വന്നത് ഓർമ്മയിലുണ്ട്. കാർ ഡ്രൈവ് ചെയ്തത് പ്രൊഡക്ഷനിൽ ജോലി ചെയ്തിരുന്ന മോഹൻദാസാണ്. ഞങ്ങൾ ചിറ്റൂർ എത്തുമ്പോഴേക്കും എല്ലാം കഴിഞ്ഞിരുന്നു. എല്ലാം കഴിഞ്ഞ വിവരം തിരുവനന്തപുരത്ത് വെച്ച് ആരും എന്നെ അറിയിച്ചിരുന്നില്ല.

വീട്ടിലെത്തിയപ്പോൾ അകായിൽ തെക്കോട്ട് തലവെച്ച് നീണ്ടുനിവർന്നങ്ങനെ കിടക്കുന്നു എന്റെ അച്ഛൻ. ആ സ്വർണ്ണനിറത്തിന് ഒട്ടും കുറവ് വന്നിട്ടില്ല. രാവിലെ ബാത്ത്റൂമിൽ പോയിട്ട് തിരിച്ചുവരാൻ വൈകുന്നത് കണ്ട് ചേച്ചിയുടെ ഭർത്താവ് ചെന്ന് വാതിലിൽ തട്ടി. വാതിൽ കുറ്റിയിട്ടിരുന്നില്ല. അകത്ത് ചെന്ന് നോക്കുമ്പോൾ ഇരുന്നിടത്ത് നിന്ന് എഴുന്നേൽക്കാൻ കഴിയാതെ അച്ഛൻ. ചേട്ടനെ കണ്ടപ്പോൾ മുഖത്തു നോക്കി നന്നായിട്ടൊന്നു ചിരിച്ചു. ചേട്ടൻ പെട്ടെന്ന് പിടിച്ചെഴുന്നേൽപ്പിച്ച് പുറത്തോട്ട് കൊണ്ടുവന്ന് കിടക്കയിൽ കിടത്തി.

തിരുവാതിരയുടെ തിരക്കിൽ അമ്പലത്തിൽ വരുന്നവരെല്ലാം വിവരം അറിഞ്ഞ് വീട്ടിലേക്ക് ഓടിവന്നു. സന്ധ്യയ്ക്ക് ഭഗവാനും തേരിൽക്കയറ്റുന്ന സമയത്ത് ചേച്ചിയുടെ മകൻ അജിയുടെ കൈയ്യിൽ മുറുകെ പിടിച്ചുകൊണ്ട് ആ നല്ല ജീവനങ്ങുപോയി. അജിയുടെ, മുത്തച്ഛാ... മുത്തച്ഛാ എന്ന വിളിക്ക് ശ്രീകൃഷ്ണാ എന്ന തിരിച്ചുവിളി ഉണ്ടായില്ല (അവനെ

ശ്രീകൃഷ്ണനെന്നും എന്റെ മകൻ അനന്തപത്മനാഭനെ ഗുരുവായൂരപ്പ നെന്നുമാണ് അച്ഛൻ വിളിച്ചിരുന്നത്) പുറത്ത് രഥോത്സവത്തിന്റെ നാദ സ്വരമേളത്തിനിടയിൽ ചേച്ചിയുടെ അച്ഛാ... അച്ഛാ... എന്ന വിളി അലിഞ്ഞ ലിഞ്ഞില്ലാതായി.

ഞങ്ങൾ ചിറ്റൂരെത്തിയപ്പോൾ അർദ്ധരാത്രിയായി. പിന്നീടെപ്പോഴോ വടക്കുവശത്തെ കുളത്തിൽ കുളത്തേരിന്റെ താളമേളങ്ങൾ കേട്ടു. കണ്യാർപ്പാടത്ത് വെടിക്കെട്ടിന്റെ മിന്നലുകൾ കണ്ടു. കാതടപ്പിക്കുന്ന ആ ശബ്ദകോലാഹലങ്ങൾ ഒന്നും കേൾക്കാതെ എന്റെ അച്ഛൻ നീണ്ടു നിവർന്നങ്ങനെ കിടന്നു. പത്തു പന്ത്രണ്ടുവയസ്സുവരെ എന്റെ കൈയും പിടിച്ച് വൈകുന്നേരങ്ങളിൽ പുതിയ പുതിയ വഴികളിലൂടെ എന്നും സായാഹ്ന സവാരിക്കുപോകുമായിരുന്ന അച്ഛന്റെ ചുവന്നു തുടുത്തു നീണ്ട ആ കൈവിരലുകളിൽ ഞാനൊന്നു തൊട്ടു. മഞ്ഞുപോലെ തണുത്തിരിക്കുന്നു. എന്റെ തൊണ്ടയിൽ നിന്ന് വല്ലാത്തൊരു ശബ്ദം പുറത്തുവന്നുവോ? ആരൊക്കെയോ എന്നെ തോളിൽ തട്ടി സാന്ത്വനി പ്പിച്ചുവോ? ഇല്ല, എനിക്ക് ഒന്നും ഓർമ്മയില്ല. ഒന്നുമാത്രം ഓർമ്മയുണ്ട്. അതിനുശേഷം മറ്റൊരു തിരുവാതിരത്തേര് ഞാൻ കണ്ടിട്ടില്ല. എല്ലാ ശ്രദ്ധ ത്തിനും മൂത്ത സഹോദരനോടും ചേച്ചിയോടുമൊപ്പം തിരുന്നാവായയിൽ ചെന്ന് ബലിയിട്ട് കർമ്മങ്ങൾ ചെയ്തുപോന്നു. ഏതോ ഒരു ശ്രാദ്ധത്തിന് ആ കർമ്മവും മുറിച്ചു. ഇന്നിപ്പോൾ അച്ഛനെക്കുറിച്ചുള്ള ഓർമ്മകൾ മാത്രം ബാക്കിയുണ്ട്. ഇടയ്ക്കിടയ്ക്ക് 'എഡാ രാജാ' എന്ന വിളി കേൾക്കുന്നതു പോലെ തോന്നും. ആ രാജൻ പത്മരാജനല്ല. എന്നെ എന്റെ അച്ഛൻ അരുമയോടെ വിളിച്ചിരുന്നത് 'രാജൻ' എന്നാണ്.

പത്ത്

അനായാസേന

മരണമന്വേഷിച്ചു വന്നവർ പറഞ്ഞു, ഭാഗ്യമരണം. ഞാൻ അറിയാതെ ഒന്നു ഞെട്ടി. എഴുപത്തിനാലാമത്തെ വയസ്സിൽ, ഒരു ദിവസം പോലും കിടന്നു കഷ്ടപ്പെടാതെ, ആരേയും കഷ്ടപ്പെടുത്താതെ പോകാനാകുക എന്നത് ഒരു ഭാഗ്യം തന്നെയാണേയ്, വന്നവരിൽ പലരും പറഞ്ഞു. 'കുട്ടേട്ടാ...' എന്റെ മനസ്സു തേങ്ങി. എന്റെ കൂടപ്പിറപ്പിന്റെ മരണത്തെക്കുറിച്ചാണ് മറ്റുള്ളവർ പറയുന്നത്. അതുകേട്ടപ്പോഴെനിക്ക് ദേഷ്യമാണ് തോന്നിയത്. ഏട്ടത്തിയമ്മ കട്ടിലിൽ തലയിണയിൽ ചാരി കാലുനീട്ടി ഇരുന്ന് ദീർഘശ്വാസം വിട്ടു. എന്റെ കണ്ണുകൾ നിറഞ്ഞൊഴുകി.

ആളുകൾ മാറിമാറി വന്നുകൊണ്ടിരുന്നു. എന്റെ മനസ്സ് ആ വാക്കിൽ ത്തന്നെ ഉടക്കിനിന്നു, 'ഭാഗ്യമരണം'. എപ്പോഴൊക്കെയാണ് മരണം ഭാഗ്യമാവുന്നത് എന്നു ഞാനാലോചിച്ചു. ആരും നോക്കാനില്ലാതെ, മരുന്നിനു പോലും കാശില്ലാതെ, സ്വയം ഒന്ന് എഴുന്നേറ്റു നടക്കാനോ ഭക്ഷണം കഴിക്കാനോ പറ്റാതെ, ചുറ്റുപാടുകളൊന്നും കാണാൻ പറ്റാതെ ഇരുട്ടു മാത്രം തുണയായി, മറ്റുള്ളവർ പറയുന്നതൊന്നും ശ്രവിക്കാൻ കഴിയാതെ അങ്ങനെ ഒറ്റപ്പെട്ടുപോകുന്നവർക്ക് മരണം ഒരനുഗ്രഹമായിത്തീരുമെന്നൊരുത്തരത്തിൽ ഞാനെത്തി. മേൽപ്പറഞ്ഞതൊന്നും അനുഭവിക്കേണ്ടി വരാതെ, നമ്മൾ ജീവനോടെ ഉണ്ടായിരിക്കണം എന്ന് ബന്ധുക്കൾ ആഗ്രഹിക്കുന്ന സമയത്ത് ഒട്ടും പ്രതീക്ഷിക്കാതെ ഓടി എത്തുന്ന മരണം എങ്ങനെയാണ് ഭാഗ്യമരണമാകുന്നതെന്ന് ഞാൻ തിരിച്ചും മറിച്ചും ചിന്തിച്ചു. മരിക്കുന്നവരെ സംബന്ധിച്ച് ഏതു മരണവും ഭാഗ്യമാണ്. ജീവിച്ചിരിക്കുന്നവർക്കാണല്ലോ ദുഃഖവും വിഷമവുമൊക്കെ എന്നൊക്കെ ചിന്തിച്ചു ചിന്തിച്ച് ദിവസങ്ങൾ കടന്നുപോയി. ദുഃഖങ്ങളില്ലാത്ത മരണം എന്ന അറിവിലേക്ക് എന്റെ മനസ്സു ചെന്നെത്തിയപ്പോൾ, ഭാഗ്യമരണം എന്ന വാക്കിന്റെ അർത്ഥം മെല്ലെ എനിക്കും ബോദ്ധ്യപ്പെട്ടു.

എന്റെ രണ്ടാങ്ങളമാരിൽ ഇളയ ആളായിരുന്നു കുട്ടേട്ടൻ. എപ്പോഴും തമാശകൾ മാത്രം പറയുമായിരുന്ന ആൾ. ജീവിതത്തെ മുഴുവൻ ഒരു

ക്രിക്കറ്റ് കളിയോ, ഫുട്ബാൾ മത്സരമോ ആയി മാത്രം കാണുവാൻ ആഗ്രഹിച്ചയാൾ - കഴിഞ്ഞ ജൂൺ പതിനേഴാം തീയതി രാത്രി പത്തു മണിവരെ ടി.വി.യിൽ ക്രിക്കറ്റ് മത്സരം കണ്ട് കിടന്നുറങ്ങിയ ആൾ - താനായിട്ട് തന്റെ ഡാർലിങ്ങിന് (അങ്ങനെയാണ് ഭാര്യയെ വിളിച്ചിരുന്നത്) ഒരു കഷ്ടപ്പാടും ഉണ്ടാവരുത് എന്ന് അങ്ങേയറ്റം ആഗ്രഹിച്ചിരുന്ന ആൾ. ദിവസവും രണ്ടു നേരവും എസ്.എം.എസ്സോ, ഫോണോ കിട്ടിയില്ലെങ്കിൽ തന്റെ ഉറ്റതോഴനായ ഭാഗ്യനാഥൻ എന്ന രാജേട്ടന്റെ മെക്കിട്ട് കയറിയിരുന്ന ആൾ. പതിനെട്ടാം തീയതി പുലർച്ചെ നാലു മണിക്കുണർന്ന്, പതിവില്ലാതെ ഡാർലിങ്ങിനെ വിളിച്ചുണർത്തി, തനിക്കു ശ്വാസംമുട്ടുന്നുവെന്നും കുറച്ചുവെള്ളം വേണമെന്നും ആവശ്യപ്പെട്ടയാൾ. തനിക്ക് ഏറ്റവും പ്രിയപ്പെട്ടവൾ മുകളിലത്തെ നിലയിൽ നിന്നും താഴോട്ടൊന്ന് ഇറങ്ങിതിരിച്ചുവരുമ്പോഴേക്കും അവസാനത്തെ ശ്വാസവും കഴിഞ്ഞ് നിശ്ചലനായ ആൾ.

എന്നേക്കാൾ ഏഴുവയസ്സിനു മൂത്തതായിരുന്നു കുട്ടേട്ടൻ. എഴുപതു മാർച്ചിൽ എന്റെ വിവാഹം കഴിയുന്നതുവരെ കുട്ടേട്ടനും കല്യാണം കഴിച്ചില്ല. എഴുപത്തിയൊന്ന് ജനുവരി മുപ്പത്തിയൊന്നിനായിരുന്നു കുട്ടേട്ടന്റെ കല്യാണം. രണ്ടായിരത്തിപത്ത് ജൂൺ പതിനെട്ടുവരെ നീണ്ടു നിന്ന സന്തുഷ്ടമായ വൈവാഹികജീവിതം. അമ്പതുവർഷത്തെ ബോംബെ ജീവിതത്തിനുശേഷം രണ്ടായിരത്തിപ്പത്ത് ഏപ്രിൽ ഒന്നിനാണ് ബോംബെയോട് യാത്ര പറഞ്ഞ് കുട്ടേട്ടനും ഏടത്തിയമ്മയും നെടുമ്പാശ്ശേരിയിൽ വന്നിറങ്ങിയത്. ഇരുമ്പനത്തെ ഹിൽപാലസിന്റെ അടുത്തുള്ള കണ്ണേമ്പിള്ളി എന്ന ഏടത്തിയമ്മയുടെ തറവാട്ടുവക ഭാഗിച്ചു കിട്ടിയ സ്ഥലത്ത് അവർ അഞ്ചെട്ടുവർഷങ്ങൾക്കു മുമ്പുതന്നെ വീടുവച്ചിരുന്നു. വർഷത്തിൽ രണ്ടുപ്രാവശ്യം വരും, രണ്ടാഴ്ച താമസിച്ച് തിരിച്ചുപോകും. നാട്ടിൽ തിരിച്ചെത്തി സംതൃപ്തമായ ഒരു റിട്ടയേർഡ് ജീവിതം തുടരണമെന്നത് കുട്ടേട്ടന്റെ മോഹമായിരുന്നു. കന്നിമാസത്തിലെ വിജയദശമി ദിവസം എഴുപത്തി അഞ്ചാം പിറന്നാളിന് വേണ്ടപ്പെട്ടവരെ എല്ലാം വിളിച്ച് ഒന്ന് ആഘോഷിക്കണം എന്ന് ഡാർലിങ്ങിനോടു പറയുകയും ചെയ്തു. കേരളത്തിനു പുറത്തുള്ള കൂട്ടുകാരോടെല്ലാം പറഞ്ഞിരുന്നു നാട്ടിൽ വന്ന് സെറ്റിൽ ചെയ്യാൻ. പക്ഷേ, ഒരേ ഒരു വർഷവും രണ്ടുമാസവും മാത്രമേ കുട്ടേട്ടന് കേരളത്തിൽ താമസിക്കാൻ പറ്റിയുള്ളൂ. അപ്പോഴേക്കും ഭാഗ്യമരണം അദ്ദേഹത്തെ കൊണ്ടുപോയി.

പത്താമത്തെ വയസ്സിൽ അയലത്തെ വീട്ടിലെ കൊന്നത്തെങ്ങിൽ തങ്ങിപ്പോയ പട്ടം എടുക്കാൻ തെങ്ങിൽ കയറി, ചവുട്ടിയ ഓല ഒടിഞ്ഞു താഴെ വീണപ്പോൾ എല്ലാം തീർന്നു കാണും എന്നു വിചാരിച്ചതാണ് നാട്ടുകാർ. രണ്ടു കൈകൾക്കും കാമ്പൗണ്ട് ഫ്രക്ചർ ഉണ്ടായതൊഴിച്ചാൽ മറ്റൊന്നും സംഭവിക്കാതെ കുട്ടേട്ടൻ രക്ഷപ്പെട്ടു. മൂന്നുവയസ്സുകാരിയായിരുന്ന എന്റെ മനസ്സിൽ അയലത്തെ വീട്ടിലെ തങ്കേടത്തിയുടെ മടിയിൽ നിവർന്നു കിടക്കുന്ന കുട്ടേട്ടന്റെ രൂപം മായാതെ മറയാതെ

കിടക്കുന്നു. സാഹസികനായിരുന്നു കുട്ടേട്ടൻ. പിന്നീട് പഠിച്ച വിദ്യാലയങ്ങളുടെയൊക്കെ കായികതാരമായി, അഭിമാനമായി കുട്ടേട്ടൻ മാറി.

ഞങ്ങളുടെ നാലുകെട്ടു നിന്നിരുന്നത് ഒന്നേകാലേക്കർ സ്ഥലത്താണ്. ഒരുപാടു തെങ്ങുകളും കമുകുകളും മാവും കടപ്ലാവും എന്നുവേണ്ട ഒരുപാടു ഫലവൃക്ഷങ്ങൾ നിറഞ്ഞ പുരയിടം. കുഞ്ഞായിരിക്കുമ്പോൾ നീന്താനും തെങ്ങിൽക്കയറാനും തേങ്ങയിടാനും കുട്ടേട്ടൻ പഠിച്ചു. എത്ര ഉയരമുള്ള മരത്തിലും കയറും. മാങ്ങ പറിക്കാൻ മാത്രമല്ല മറ്റേതെങ്കിലും ആവശ്യത്തിന് പുരപ്പുറത്തുകയറാനും കുട്ടേട്ടന് മടിയുണ്ടായിരുന്നില്ല. വിശാലമായ മുറ്റത്ത് ക്രിക്കറ്റും ഫുട്ബാളും കളിക്കാനായി, വെക്കേഷൻ കാലത്ത് കുട്ടേട്ടന്റെ ഒരുപാടു സുഹൃത്തുക്കൾ വരുമായിരുന്നു. കിഴക്കേ മുറ്റത്ത് ഈ രണ്ടു കളികളും അരങ്ങേറുമ്പോൾ പടിഞ്ഞാറെ മുറ്റത്ത് വോളിബോളും ബാഡ്മിന്റണും. ഓർമ്മ വച്ചകാലം മുതൽ എന്റെ വീട്ടിൽ ക്രിക്കറ്റ് കിറ്റും ഫുട്ബാളും വോളിബാളിനുള്ള നെറ്റും എല്ലാം ഉണ്ടായിരുന്നു.

മാങ്ങയും നെല്ലിക്കയും ചാമ്പയ്ക്കയും കുട്ടകളിലാക്കി കുട്ടേട്ടന്റേയും കൂട്ടുകാരുടെയും മുമ്പിൽ കൊണ്ടു വച്ചാൽ നിമിഷങ്ങൾക്കകം തീർത്തു തരും. പഴക്കുലകളും അതുപോലെ ഒറ്റയടിക്ക് തീരും. പഠിക്കുന്നകാലത്ത് സ്കൂളിലും കോളേജിലും എല്ലാം കുട്ടേട്ടൻ അത്ലറ്റിക്സിൽ ചാമ്പ്യൻ ആയിരുന്നു. യൂണിവേഴ്സിറ്റി ക്രിക്കറ്റ് ടീമിലും, ഫുട്ബാൾ ടീമിലും കളിച്ചിട്ടുണ്ട്. സന്തോഷ്ട്രോഫിക്കു കളിക്കാൻ തിരുവനന്തപുരത്തുവച്ച് നടത്തിയ കേരള ട്രെയിനിങ്ങ് ക്യാമ്പിലും കുട്ടേട്ടനുണ്ടായിരുന്നു. പോൾ വാൾട്ടിലും ഹോപ്സ്റ്റെപ് ആന്റ് ജമ്പിലും ഏറെക്കാലം കോളേജിലെ റെക്കാർഡ് കുട്ടേട്ടന്റേതായിരുന്നു.

ഡിഗ്രി എടുക്കുമ്പോഴേക്കും കുട്ടേട്ടനെ തേടി പല ജോലികളെത്തി. എൽ.ഐ.സി. കോ-ഓപ്പറേഷൻ, കസ്റ്റംസ് തുടങ്ങി ഒരുപാടു ഡിപ്പാർട്ടുമെന്റുകളിൽ കുട്ടേട്ടൻ മാറി മാറി ജോലി ചെയ്തു.

അറുപതിൽ ഞാൻ പ്രീയൂണിവേഴ്സിറ്റിക്കു ചേർന്നപ്പോഴാണ് ജോലി കിട്ടി കുട്ടേട്ടൻ ബോംബേയ്ക്കു പോകുന്നത്. ബോംബേയിൽ ചെന്നിട്ടും കസ്റ്റംസിനു വേണ്ടി കളിച്ചുകൊണ്ടിരുന്നു. ഒരിക്കൽ ഡൽഹി കസ്റ്റംസുമായുള്ള മത്സരത്തിനിടയിൽ കാലിന് ചെറിയ കുഴപ്പം പറ്റി. നേരത്തെ തന്നെ ഇടതുമുട്ടിലെ ചിരട്ട തെറ്റി ലിഗമെന്റ്സിന് കേടുപറ്റിയിരുന്നു. കസ്റ്റംസിലെ കളിയോടെ കുട്ടേട്ടന് കളിയോട് വിട പറയേണ്ടിവന്നു. ഒരുപാട് ഡോക്ടർമാരെ കാണുകയും ചികിത്സിക്കുകയും ചെയ്തെങ്കിലും പിന്നീടൊരിക്കലും കാൽമുട്ട് ശരിയായില്ല.

എന്തു ജോലിയും ചെയ്യാൻ മടിയില്ലാത്ത ആളായിരുന്നു കുട്ടേട്ടൻ. പെട്ടെന്നു ഞാനോർത്തത്, അച്ഛന്റെ മരണശേഷം ചേച്ചിയുടെ ഭർത്താവ് ദുബായിലെ ജോലി മതിയാക്കി സകുടുംബം ഇന്ത്യയിലേക്കു മടങ്ങിയ അവസരത്തെക്കുറിച്ചാണ്. കൊച്ചി കസ്റ്റംസ് വഴി എറണാകുളത്തും

അവിടെ നിന്ന് ലോറിയിൽ ചിറ്റൂരും. അവരുടെ വീട്ടുസാധനങ്ങൾ എത്തിയ സമയം. വീട്ടുമുറ്റത്ത് ലോറി കയറിയതിന്റെ പുറകേ വന്നു അട്ടിമറിക്കാർ. സാധനങ്ങളിറക്കാൻ ഒരുപാട് പണം ആവശ്യപ്പെട്ട അവരോട് തർക്കിച്ചു നില്ക്കുകയും ഞങ്ങൾ സാധനങ്ങൾ ഇറക്കിക്കോളാം എന്നുപറഞ്ഞ് അവരെ ഗേറ്റിനു പുറത്താക്കി വാതിലടയ്ക്കുകയും ചെയ്തു കുട്ടേട്ടൻ. എന്റെ രണ്ട് ആങ്ങളമാരും കൂടി നിന്ന് നല്ല ഭാരമുള്ള അലമാരകളും മറ്റു ഫർണിച്ചറുകളും ലോറിയിൽ നിന്നിറക്കി വീട്ടിനകത്ത് മുറികളിലാക്കി അടുക്കി വച്ചത് അദ്ഭുതത്തോടെ ഞാൻ നോക്കി നിന്നിട്ടുണ്ട്. എന്തൊരാ രോഗ്യമായിരുന്നു ഏട്ടന്മാർക്ക് - നല്ല മനക്കരുത്തും ആത്മവിശ്വാസവും. എന്തും ചെയ്യാനുള്ള ധൈര്യവും തന്റേടവും. കുട്ടിയായിരിക്കുമ്പോൾ അമ്മ ആവശ്യപ്പെട്ടാൽ തെങ്ങിൽ കയറി തേങ്ങ ഇട്ടുകൊടുക്കുകയും പൊതിച്ചുകൊടുക്കുകയും ചെയ്യുമായിരുന്നു.

മൂത്ത ആങ്ങളെ അച്ഛന്റെ മോനും രണ്ടാമൻ അമ്മയുടെ മോനും ആയിട്ടാണ് വളർന്നത്. പക്ഷേ, അച്ഛൻ കൂട്ടുകാരോടെല്ലാം മോന്റെ കളിയെക്കുറിച്ചും കഴിവുകളെക്കുറിച്ചും ഒക്കെ വാതോരാതെ സംസാരിക്കുന്നത് ഞാൻ കേട്ടിട്ടുണ്ട്. കുട്ടേട്ടൻ പാലക്കാട് ജില്ലയിലുള്ള പല ക്ലബ്ബുകൾക്കുവേണ്ടിയും ഫുട്ബാൾ കളിക്കാൻ പോകുമായിരുന്നു. ഓരോ ദിവസവും ഭക്ഷണത്തിനും മറ്റുമായി കിട്ടുന്ന ബത്തയിൽ നിന്നും അത്യാവശ്യത്തിനുള്ള പൈസ മാത്രം എടുത്ത് ബാക്കി, കളി കഴിഞ്ഞുവരുമ്പോൾ അമ്മയെ ഏല്പിക്കാറുണ്ട്. കുടുംബത്തിലെല്ലാവരും സസ്യാഹാരക്കാരായതുകൊണ്ട്, കളിക്കാർക്ക് നോൺവെജ് ഭക്ഷണസാധനങ്ങൾ വാങ്ങാൻ കൊടുക്കുന്ന പണമാണ് കുട്ടേട്ടൻ ബാക്കി വച്ച് അമ്മയ്ക്കു കൊടുത്തിരുന്നത്. ഏട്ടന്മാർ രണ്ടുപേരും കോഴിമുട്ട മാത്രമേ കഴിക്കുമായിരുന്നുള്ളു. ചേച്ചി അതുമില്ല. വിവാഹശേഷം ഞാൻ ഒരു വാശിക്ക് എല്ലാം കഴിച്ചു പഠിച്ചു.

കാൽമുട്ടിനു കേടുവന്ന് കളിനിന്നുപോയതോടെ കുട്ടേട്ടൻ തടിവച്ചു തുടങ്ങി. കാണക്കാണെ വയറ് വല്ലാതെ തള്ളിവരുന്നുണ്ടായിരുന്നു. ഞങ്ങൾ കളിയാക്കുമ്പോൾ; ദിവസവും എട്ടുപത്തു മണിക്കൂർ ഒരേ സ്ഥലത്തിരുന്ന് പണിയെടുക്കുന്ന ആർക്കും വയറുവരും എന്ന് സ്വയം ന്യായീകരിക്കുമായിരുന്നു. തടി കൂടുന്തോറും നടക്കാൻ പ്രയാസമായിത്തുടങ്ങി. അവസാന വർഷങ്ങളിൽ ഒരു പ്രത്യേകതരം വടിയും വച്ചാണ് കുട്ടേട്ടൻ നടന്നിരുന്നത്. പക്ഷേ, തനിക്കങ്ങനെ ഒരു വയ്യായ്മ ഉണ്ടെന്ന് ഒരിക്കലും സമ്മതിച്ചിരുന്നില്ല.

'ഇന്നലെ' എന്ന പടത്തിന്റെ ഷൂട്ടിങ്ങിനായി പത്മരാജനും കൂട്ടരും ബോംബെയിൽ ചെല്ലുമ്പോൾ കുട്ടേട്ടൻ അലിറ്റാലിയയിലായിരുന്നു ജോലി ചെയ്തിരുന്നത്. അവിടുത്തെ എയർപോർട്ടിൽ സുരേഷ്ഗോപി വന്നിറങ്ങുന്ന സീൻ ചിത്രീകരിക്കാനായി കുട്ടേട്ടനാണ് എല്ലാം ശരിയാക്കി കൊടുത്തത്. ഒരു ഷോട്ടിൽ സുരേഷ്ഗോപിയോടൊപ്പം കുട്ടേട്ടനും നടന്നു

വരുന്നത് സിനിമയിൽ കാണാം. അതുകൊണ്ടുതന്നെ പത്മരാജന്റെ കൂട്ടുകാരായ വേണു. ബാലൻ, ജോഷി, ഉണ്ണിത്താൻ, ബ്ലസ്സി, പൂജപ്പുര രാധാകൃഷ്ണൻ തുടങ്ങിയവർക്കെല്ലാം കുട്ടേട്ടനെ നല്ല പരിചയമായിരുന്നു. ബോംബെയിൽ ഒരു ഫ്ളാറ്റിൽ വച്ചു ഷൂട്ടിങ്ങ് നടക്കുന്ന വേളയിൽ കുട്ടേട്ടനും മക്കളും അവിടെ ചെന്നിരുന്നു. തൂവാനത്തുമ്പികളുടെ ചിത്രീകരണത്തിനിടയ്ക്കും മൂന്നാംപക്കത്തിന്റെ ഷൂട്ടിങ്ങിനിടയ്ക്കും കുട്ടേട്ടന്റെ മക്കൾ ഞങ്ങളോടൊപ്പം ലൊക്കേഷനിൽ വന്നിട്ടുണ്ട്. അന്ന് കുട്ടേട്ടന്റെ ഇരട്ടക്കുട്ടികളായ ഇന്ദുവിനേയും ബിന്ദുവിനേയും കണ്ടവരൊക്കെ പറഞ്ഞത് എന്റെ മക്കളേക്കാൾ അവർക്കാണ് എന്റെ മുഖച്ഛായ എന്നാണ്. ദേഹപ്രകൃതിയിലും കുട്ടേട്ടനും ഞാനും ഒരുപോലെയായിരുന്നു, ഉയരം കുറഞ്ഞ്, തടിച്ചുരുണ്ട്-

സ്പോട്സിൽ താത്പര്യമുണ്ടായിരുന്ന എന്നെ ഒരുപാടു പ്രോത്സാഹിപ്പിച്ചിട്ടുണ്ട് കുട്ടേട്ടൻ. വീട്ടിന്റെ മുറ്റത്ത് ഞാൻ ഹൈജമ്പ് പ്രാക്ടീസ് ചെയ്യുമ്പോൾ, നിനക്കിത്രയ്ക്കു ചാടാനൊക്കുമോ എന്നു ചോദിച്ച് കയറോ കമ്പോ ഉയർത്തികെട്ടിത്തരും. കോളേജിൽ തുടർച്ചയായി മൂന്നുവർഷം ഹൈജമ്പിന് എനിക്കു സമ്മാനം കിട്ടിയിട്ടുണ്ട്.

തൊണ്ണൂറ്റിയൊന്നിൽ എന്നെയും മക്കളേയും തനിച്ചാക്കി പത്മരാജൻ യാത്രയായപ്പോൾ മുതുകുളത്തും തിരുവനന്തപുരത്തുമായി ഒരു മാസക്കാലം കുട്ടേട്ടൻ എന്നോടൊപ്പം വന്നു നിന്നത് എനിക്കൊരാശ്വാസമായിരുന്നു. അതുപോലെ രണ്ടുമക്കളുടെയും കല്യാണസമയത്ത് എന്നോടൊപ്പം കല്യാണം ക്ഷണിക്കാനും വേണ്ട സഹായങ്ങൾ ചെയ്യാനും മൂത്ത ചേട്ടനോടൊപ്പം കുട്ടേട്ടനും കൂടെ നിന്നു. എപ്പോഴും എന്തെങ്കിലുമൊക്കെ ഫലിതങ്ങൾ പറഞ്ഞും ഗോഷ്ഠികൾ കാണിച്ചും ചുറ്റുമുള്ളവരെ ചിരിപ്പിക്കാൻ വിരുതനായിരുന്നു എന്റെ ഏട്ടൻ

പത്മരാജന്റെ പെങ്ങൾ പത്മപ്രഭയുടെ മകൻ മുരളീകൃഷ്ണന്റെ കല്യാണത്തിനാണ് കുട്ടേട്ടൻ അവസാനായി തിരുവനന്തപുരത്തേക്ക് ഏടത്തിയമ്മയേയും കൂട്ടി വന്നത്. അന്ന് ചിറ്റൂരു നിന്ന് എന്റെ ചേച്ചിയും വന്നിരുന്നു. ഞങ്ങളൊരുമിച്ചുകൂടിയ അവസാനത്തെ അവസരമായിരുന്നു അത്. കുട്ടേട്ടൻ ഇരുമ്പനത്തു താമസം തുടങ്ങിയതിനുശേഷം കാറിൽ ഞാനോ മകനോ അതുവഴി പോകുമ്പോഴൊക്കെ കുട്ടേട്ടന്റെ അടുത്തു ചെല്ലുമായിരുന്നു. അവസാനായി കുട്ടേട്ടൻ പപ്പനെക്കുറിച്ച് ഒരു പരാതി പറഞ്ഞു, അവൻ എറണാകുളത്തു വരുമ്പോൾ എന്റെ അടുത്തുവന്നു താമസിക്കുന്നില്ല, എന്ന് – ഏതായാലും മേയ് മാസം അവസാനത്തെ ഒരാഴ്ച 'അമൃത ഫെഫ്ക്ക' അവാർഡുമായി ബന്ധപ്പെട്ട് എറണാകുളത്ത് ഒരാഴ്ചത്തേക്ക് തങ്ങേണ്ടിവന്നപ്പോൾ പപ്പൻ സ്വന്തം കാറും കൊണ്ടാണ് പോയത്. ജോലി തീർന്നാലുടൻ, എത്ര വൈകിയാലും അവൻ അമ്മാവന്റെ അടുത്തേക്കുചെല്ലും – കുട്ടേട്ടൻ ഭക്ഷണം കഴിക്കാതെ

കാത്തിരിക്കും. അവൻ ഒരാഴ്ചക്കാലം രാത്രി തങ്ങിയത് അമ്മാവനോടൊപ്പമായിരുന്നു. ആ സമയത്താണ് ഏടത്തിയമ്മയുടെ ചേച്ചി കണ്ണേമ്പിള്ളി വീട്ടിൽ വച്ച് മരിച്ചത് - കുട്ടേട്ടൻ ആ മരണത്തിന്റെ പതിനേഴാം നാൾ, മരിച്ചുപോയ ചേച്ചിയുടെ മോളേയും ഏടത്തിയമ്മയേയും കൂട്ടി തൃപ്പൂണ്ണിത്തുറയിലും എറണാകുളത്തും ഉള്ള ഏതൊക്കെയോ അമ്പലങ്ങളിൽ തൊഴാൻ പോയി. കുട്ടേട്ടൻ കാറിൽത്തന്നെ ഇരിക്കുകയേ ഉള്ളു - കാലുവയ്യാത്തതാണ് കാരണമെങ്കിലും അതൊരിക്കലും സമ്മതിച്ചു തരില്ല - എന്താ ഇറങ്ങാത്തത് എന്നു ചോദിച്ചാൽ 'അങ്ങേര് എന്നെ കാണാൻ ഇവിടെ വരും' എന്ന് പറഞ്ഞ് അതും ഒരു തമാശയാക്കും.

അമ്പലത്തിന്റെ മുമ്പിൽ കാറിലിരിക്കുമ്പോൾ മുഷിയാതിരിക്കാൻ മൊബൈൽ ഫോൺ കറക്കിക്കൊണ്ടേ ഇരുന്നു രാത്രി ഒമ്പതുമണിവരെ. മൂത്ത ചേട്ടൻ ഉണ്ണിയേട്ടൻ, രാജേട്ടൻ തുടങ്ങി ആറേഴുപേരെ, അതും ഏറ്റവും വേണ്ടപ്പെട്ടവരെ കുട്ടേട്ടൻ വിളിച്ചു- അവസാനമായി എന്നെയും. ഞാൻ വാതരോഗചികിത്സയ്ക്കായി പൂജപ്പുര പഞ്ചകർമ്മ ചികിത്സാകേന്ദ്രത്തിൽ അഡ്മിറ്റായി കിടപ്പായിരുന്നു. പപ്പനെ രണ്ടു പ്രാവശ്യം വിളിച്ചു. അവൻ പിറ്റേന്നത്തെ അമൃതാഫെഫ്ക്കാ അവാർഡു ഫങ്ഷന്റെ മിനുക്കു പണിയുമായി രാത്രി പന്ത്രണ്ടുമണിവരെ ഓഫീസിലായിരുന്നു. വീട്ടിൽ വിളിച്ചപ്പോൾ പപ്പന്റെ ഭാര്യ ഫോണെടുത്തു. പത്തുമിനിറ്റിലധികം സംസാരിച്ചു. രതിനിർവ്വേദം കണ്ടോ എന്നു ചോദിച്ചു. അമ്മ കണ്ടു ഇഷ്ടപ്പെട്ടു എന്നു പറഞ്ഞ് കുട്ടമാമ കണ്ടോ എന്ന് മരുമകൾ ചോദിച്ചപ്പോൾ അവൾ കണ്ടാൽ ഞാൻ കണ്ടതുപോലെയായി എന്നു തമാശ പറഞ്ഞു.

കൊയ്യാവ് വച്ചത് വളർന്നോ എന്നതായിരുന്നു അടുത്ത ചോദ്യം. പേരയ്ക്ക് ഞങ്ങളുടെ നാട്ടിൽ കൊയ്യാവ് എന്നാണ് പറയുന്നത്. ഞങ്ങൾ നാട്ടിലേക്കു പോകുന്നതിനിടയിൽ കുട്ടേട്ടൻ പേരയുടെ കുറെ തൈകളും വിത്തും തന്നിരുന്നു. കൊല്ലങ്കോട്ടു മരുമകളുടെ വീട്ടിലും മുതുകുളത്ത് ധരൻ കൊച്ചേട്ടന്റെ വീട്ടിലും തിരുവനന്തപുരത്തും കൊണ്ടുപോയി നടണം എന്നുപറഞ്ഞാണ് തന്നത്. ആ തൈകളുടെ കാര്യമാണ് മരുമകളോടന്വേഷിച്ചത്. അവളക്കാര്യം അച്ഛനോടു ചോദിക്കാൻ മറന്നുപോയിരുന്നു. എപ്പോൾ വിളിക്കുമ്പോഴും കൊയ്യാവിന്റെ കാര്യം ചോദിക്കുന്നതുകൊണ്ട് അച്ഛനെ വിളിച്ച് അന്വേഷിക്കാം എന്നുകരുതി രാത്രി പത്തുമണിക്ക് അവൾ കൊല്ലങ്കോട്ട് അച്ഛനെ വിളിച്ച് വിവരം ചോദിച്ചു. മഴയത്ത് ചെടി പട്ടുപോയി എന്നായിരുന്നു മറുപടി. അതുപക്ഷേ, അവൾ കുട്ടേട്ടനോടു പറഞ്ഞില്ല പറയാൻ അവസരം കിട്ടിയില്ല. ഞാൻ വച്ച തൈകളും ധരൻ കൊച്ചേട്ടൻ വച്ച തൈയ്യും നന്നായി വന്നിരുന്നു. (ചെടികളേയും മരങ്ങളേയും ഏറെ ഇഷ്ടപ്പെട്ടിരുന്ന ആളായിരുന്നു കുട്ടേട്ടൻ. അഗ്രിക്കൾച്ചർ കോളേജിൽ ചേർന്നു പഠിക്കണമെന്നു കരുതിയാണ് ഇന്റർമീഡിയറ്റിന് ബോട്ടണി എടുത്തു പഠിച്ചത്. പക്ഷേ, തിരുവനന്തപുരത്തുവന്നു പഠിക്കേണ്ടിയിരുന്നതിനാൽ ആ മോഹം നടന്നില്ല. ബി.കോമിന് പഠിച്ച്

ഡിഗ്രിയെടുക്കുകയായിരുന്നു.) പക്ഷേ, അവസാനകാലം വീട്ടുമുറ്റത്ത് മലക്കറിത്തോട്ടവും, പൂച്ചെടികളും നനച്ചുവളർത്തി വളരെ റിലാക്സ്ഡ് ആയിട്ട് കഴിയവേയാണ് പൊടുന്നനവേ ഭാഗ്യമരണം വന്ന് കുട്ടേട്ടനെ കൂട്ടിക്കൊണ്ടുപോയത്. ആൺമക്കളില്ലാത്ത അമ്മാവനുവേണ്ടി പപ്പൻ പത്തു ദിവസവും ശേഷക്രിയകൾ ചെയ്തു.

ഒന്നുരണ്ടുപ്രാവശ്യം ചാനലിൽ ഇന്റർവ്യൂവിനു പോയപ്പോൾ അഭിമുഖക്കാർ എന്നോടു ചോദിച്ചു; എന്തൊക്കെയാണ് ഭാവിയെക്കുറിച്ചുള്ള പ്രതീക്ഷകൾ, ആഗ്രഹങ്ങൾ, സ്വപ്നങ്ങൾ എന്ന്. നേരത്തെയൊന്നും ഇല്ലാത്ത ഒരു സ്വപ്നം ഇപ്പോഴുണ്ട് എന്നു ഞാൻ പറഞ്ഞു. മറ്റൊന്നുമല്ല ഒരു ഭാഗ്യമരണം. മക്കൾക്കോ മരുമക്കൾക്കോ കഷ്ടപ്പാടുണ്ടാക്കാതെ, കുട്ടേട്ടൻ പോയതുപോലെ, അങ്ങു പോണം- കാരംസോ, ചെസ്സോ കാർഡ്സോ കളിക്കുന്നതിനിടയിലാണെങ്കിൽ മഹാഭാഗ്യം.

പതിനൊന്ന്

മാധവിക്കുട്ടി - എന്റെ ഓർമ്മയിൽ

വർഷം ആയിരത്തിതൊള്ളായിരത്തി എൺപത്. പൂജപ്പുരയിലെ സഹൃദയരായ കുറച്ചു സ്ത്രീകൾ ചേർന്ന് രൂപീകരിച്ച, ചങ്ങനാശ്ശേരി പരമേശ്വരൻ പിള്ള അദ്ദേഹത്തിന്റെ മൂത്ത മകളായ സേതു രാമചന്ദ്രൻ നായർ അദ്ധ്യക്ഷയായിരുന്ന 'തങ്കമ്മ മെമ്മോറിയൽ വനിതാ സമിതി' യുടെ വാർഷികാഘോഷം. പൂജപ്പുര ഹിന്ദു മഹിളാമന്ദിരത്തിന്റെ മുറ്റത്തു വച്ചായിരുന്നു പരിപാടി. അന്ന് പ്രിൻസസ് ഗൗരി പാർവ്വതിഭായ് ഉദ്ഘാടനം ചെയ്ത യോഗത്തിൽ മുഖ്യ അതിഥിയായി എത്തിയത് മാധവിക്കുട്ടിയാ യിരുന്നു. പ്രാസംഗികയായി പ്രൊഫസർ നബീസാഉമ്മാളും ഉണ്ടായി രുന്നു. വനിതാസമിതിയുടെ അന്നത്തെ സെക്രട്ടറി സംഗീത സംവിധാ യകനായ എം. ജയചന്ദ്രന്റെ അമ്മയായ, സുകുമാരി ചേച്ചി എന്ന് ഞാൻ വിളിക്കുന്ന വിജയനായരും ജോയിന്റ് സെക്രട്ടറി ഞാനും.

ഞാൻ അംഗമായതിനു ശേഷം വനിതാ സമിതിയിൽ നടക്കുന്ന ആദ്യത്തെ വാർഷികാഘോഷമായിരുന്നു അത്. അറുപത്തിനാലിൽ കോളേജിൽ നിന്ന് പഠിത്തം കഴിഞ്ഞിറങ്ങിയതിനു ശേഷം അത്തരം ആഘോഷങ്ങളിലൊന്നും സജീവമായി പ്രവർത്തിക്കാനുള്ള അവസരം എനിക്കു കിട്ടിയിരുന്നില്ല. അതുകൊണ്ട് ആ വാർഷികാഘോഷം വല്ലാത്ത ഉത്സാഹവും സന്തോഷവും എനിക്കു നല്കിയിരുന്നു. സംഘഗാനത്തിനും തിരുവാതിരയ്ക്കും ഞാനും പത്മരാജന്റെ ഇളയപെങ്ങൾ പത്മപ്രഭയും പങ്കെടുത്തിരുന്നു. പാട്ടിന്റെയും തിരുവാതിരയുടെയും പ്രാക്ടീസുമായി ഉത്സാഹത്തിമർപ്പാർന്ന കുറെ ദിവസങ്ങളുടെ സമാപ്തിയായിട്ടാണ് വാർഷികാഘോഷം വന്നെത്തിയത്.

പത്മപ്രഭയും മറ്റു രണ്ട് അംഗങ്ങളും ചേർന്ന് പ്രാർത്ഥനചൊല്ലി ആരംഭിച്ച ചടങ്ങിൽ കാഴ്ചക്കാരിയായി പത്മരാജന്റെ അമ്മ ഞവരയ്ക്കൽ ദേവകിയമ്മയും ഉണ്ടായിരുന്നു. പ്രിൻസസ്സ് വിളക്കു കൊളുത്തിയ ഉദ്ഘാടനച്ചടങ്ങു കഴിഞ്ഞ് സെക്രട്ടറിയുടെ റിപ്പോർട്ടും അദ്ധ്യക്ഷ പ്രസംഗവും നടന്നു. ഈ സമയത്ത് കലാപരിപാടികളിൽ പങ്കെടുക്കുന്ന വരുടെ മേക്കപ്പും ഒരുക്കങ്ങളുമൊക്കെയായി ഞാൻ ഗ്രീൻ റൂമിലായിരുന്നു.

ആശംസാപ്രസംഗം കഴിഞ്ഞാണ് മുഖ്യാതിഥിയായെത്തിയ മാധവിക്കുട്ടിയുടെ പ്രസംഗം. ശരിക്കു പറഞ്ഞാൽ അവരുടെ പ്രസംഗമാകുമ്പോഴേക്കും ഗ്രീൻ റൂമിൽ നിന്നിറങ്ങണം എന്നു കരുതി ഞാൻ തിരക്കിട്ട് ഓരോന്നു ചെയ്തു തീർക്കുകയായിരുന്നു.

സ്റ്റേജിൽ ആശംസാപ്രസംഗം ആരംഭിച്ചു. നബീസാഉമ്മാൾ അവരുടെ സ്വതസിദ്ധമായ ശൈലിയിൽ പ്രസംഗം തുടങ്ങി. മഴ പെയ്യുന്നതുപോലെ, വാചാലമായി പ്രസംഗിച്ചുകൊണ്ടിരുന്നു. അവരെന്തു പറയുന്നു എന്നതിനെക്കുറിച്ച് എനിക്കോ ഗ്രീൻ റൂമിലായിരുന്ന മറ്റംഗങ്ങൾക്കോ ശരിയായി കേൾക്കാൻ പറ്റുന്നുണ്ടായിരുന്നില്ല. പെട്ടെന്നാണ് പ്രസംഗം നിലച്ചത്. ഇനിയിപ്പോൾ മാധവിക്കുട്ടിയുടെ പ്രസംഗമായിരിക്കും എന്നു കരുതി ഞാൻ പെട്ടെന്ന് ഗ്രീൻ റൂമിൽനിന്നിറങ്ങി ഓഡിയൻസിന്റെ ഇടയിലേക്കു ചെന്നു. അവിടെചെന്ന് സ്റ്റേജിലേക്ക് നോക്കിയപ്പോഴാണ് അവിടെ മാധവിക്കുട്ടിയില്ല. പ്രേക്ഷകർക്കിടയിൽ ചെറിയ തോതിൽ മുറുമുറുപ്പ്. എന്തോ ഒരു പന്തികേട് എനിക്കു മണത്തു. അപ്പോഴാണ് പത്മരാജന്റെ അമ്മ എന്നെ കൈകാണിച്ചു വിളിച്ചത്.

ഞാൻ ഓടിച്ചെന്നപ്പോൾ ദേഷ്യംകൊണ്ട് മുഖം ചുവന്നിരിക്കുന്ന അമ്മയെയാണ് കണ്ടത്. കാര്യമന്വേഷിച്ചപ്പോൾ അമ്മ പറഞ്ഞു, 'മാധവിക്കുട്ടി അതാ ഇറങ്ങിപ്പോയി. നിങ്ങൾ പെട്ടെന്ന് ചെന്ന് അവരെ വിളിച്ചുകൊണ്ടുവാ' എന്ന്. കാര്യമറിയാതെ പരുങ്ങിയ എന്നോട് അമ്മ പറഞ്ഞു. 'ഉമ്മച്ചി എന്തൊക്കെയാ അവരെക്കുറിച്ചു പറഞ്ഞത്? വിളിച്ചു വരുത്തി അപമാനിച്ചതുപോലെയായില്ലേ? വേഗം ചെന്നു മാധവിക്കുട്ടിയോട് മാപ്പു പറഞ്ഞ് അവരെ ഇങ്ങു വിളിച്ചു കൊണ്ടുവാ' എന്ന്. ഞാനുടനെ സെക്രട്ടറി സുകുമാരിചേച്ചിയെ ചെന്നു കണ്ട് വിവരം പറഞ്ഞു. ഞങ്ങൾ രണ്ടു പേരും കൂടി കാറെടുത്ത് മാധവിക്കുട്ടിയുടെ വീട്ടിലോട്ടു ചെന്നു. അന്നവർ പൂജപ്പുരയിൽ ഒരു വാടകവീട്ടിലായിരുന്നു താമസം. ഞങ്ങൾ പെട്ടെന്ന് തന്നെ അവരുടെ വീട്ടിലെത്തി. മുൻവശത്തു മാധവദാസ് നില്പുണ്ടായിരുന്നു. അദ്ദേഹം ആകെ പരിഭ്രമിച്ച മട്ടുണ്ട്. ഞങ്ങൾ ശ്രീമതി എവിടെ എന്നു ചോദിച്ചു. അദ്ദേഹം ഞങ്ങൾക്ക് വഴികാട്ടി.

അകത്തെ പൂജാമുറിയിൽ ശ്രീകൃഷ്ണന്റെ കൊച്ചുവിഗ്രഹത്തിനു മുമ്പിൽ കമിഴ്ന്ന് കിടന്ന് കൈകൂപ്പി അവർ തേങ്ങിക്കരയുകയായിരുന്നു. ഞാനും സുകുമാരിചേച്ചിയും എന്തുചെയ്യണമെന്നറിയാതെ മിഴിച്ചു നിന്നു. മാധവദാസ് സാവധാനം അവരെ തൊട്ടു വിളിച്ച് എഴുന്നേൽപ്പിച്ചു. കരഞ്ഞു കലങ്ങിയ, ചുവന്നു തുടുത്ത മുഖവുമായി അവർ സാവധാനം എഴുന്നേറ്റു. എന്തൊരു സൗന്ദര്യം, ഞാൻ മനസ്സിൽ പറഞ്ഞു. കരയുമ്പോൾ അഴകു കൂടുമോ?

ഞങ്ങൾ സാവധാനം സ്വീകരണമുറിയിൽ വന്നിരുന്നു. എന്താണ് സംഭവിച്ചതെന്ന് എനിക്കോ സുകുമാരിചേച്ചിക്കോ അറിയില്ലായിരുന്നു

എന്നതാണ് സത്യം. എന്തായാലും രണ്ടും കല്പിച്ച് ഞങ്ങൾ രണ്ടുപേരും മാറി മാറി മാപ്പു പറഞ്ഞു. ആദ്യത്തെ സങ്കടവും ദേഷ്യവും ചൂടുമൊക്കെ ഒന്നു കുറഞ്ഞപ്പോൾ അവർ സാവധാനം സംസാരിച്ചു തുടങ്ങി. കൊഞ്ചി കൊഞ്ചി ഒരിളം കുഞ്ഞിന്റെ ഭാഷയിൽ, നമ്മുടെ ഹൃദയത്തിനുള്ളിലേക്ക് കയറിയിരുന്ന് അവർ പറഞ്ഞു തുടങ്ങി. എന്നെ അവർക്കു പരിചയമുണ്ടായിരുന്നില്ല. ഞാനതിനുമുമ്പൊരിക്കലും അവരെ കാണുകയോ പരിചയപ്പെടുകയോ ചെയ്തിരുന്നില്ല. പത്മരാജന്റെ ഭാര്യയാണെന്നറിഞ്ഞപ്പോൾ അവർക്ക് വല്ലാത്ത സന്തോഷം. പെട്ടെന്നാണ് അവരുടെ മുഖം തെളിഞ്ഞത്. എല്ലാം മറന്ന് അവർ ഞങ്ങളോട് വീണ്ടും സംസാരിച്ചു തുടങ്ങിയപ്പോൾ അടുത്തു തന്നെ വീണ്ടും കാണാമെന്ന് വാക്കു പറഞ്ഞ് സുകുമാരി ചേച്ചിയും ഞാനും ഇറങ്ങി. ഞങ്ങൾ മഹിളാമന്ദിരത്തിൽ തിരിച്ചെത്തുമ്പോഴും നബീസാ ഉമ്മാൾ പ്രസംഗിച്ചുകൊണ്ടിരുന്നു. എന്തു സംഭവിച്ചു എന്നതിനെക്കുറിച്ചുള്ള ശരിയായ വിവരങ്ങൾ മനസ്സിലാക്കാതെ തന്നെ ബാക്കി കലാപരിപാടികളുമായി ഒമ്പതുമണിക്കു മുമ്പായി ഞങ്ങളുടെ വാർഷികാഘോഷം സമാപിച്ചു.

വീട്ടിൽ തിരിച്ചെത്തിയപ്പോഴാണ് നടന്ന കാര്യങ്ങളെക്കുറിച്ച് അമ്മ ഞങ്ങളോടു പറയുന്നത്. നബീസാ ഉമ്മാളുടെ പ്രസംഗം തുടക്കത്തിൽ നിന്നും നേരെ മാധവിക്കുട്ടിയുടെ 'എന്റെ കഥയി'ലേക്ക് വഴിമാറിയിരുന്നു. അവർ പറഞ്ഞു പറഞ്ഞ് കാടുകയറി. 'അഭിസാരിക' എന്ന വാക്ക് ഉപയോഗിക്കാതെതന്നെ മാധവിക്കുട്ടിയുടെ ജീവിതം അത്തരത്തിലാണ് എന്ന രീതിയിലേക്ക് പ്രസംഗം നീങ്ങി. വനിതാ സമിതിയേയോ, അതിന്റെ പ്രവർത്തനങ്ങളേയോ കുറിച്ച് ഒരറ്റയക്ഷരം പറയാതെ, മാധവിക്കുട്ടിയുടെ 'എന്റെ കഥയെ'കുറിച്ചുള്ള പരുഷമായ വിമർശനമായി അവരുടെ പ്രസംഗം മാറുകയായിരുന്നു.

കേട്ടിരുന്ന പത്മരാജന്റെ അമ്മയ്ക്ക് ചോര തിളയ്ക്കുകയായിരുന്നു. കഥയെ വിമർശിക്കാനല്ലല്ലോ അവരെ ക്ഷണിച്ചു വരുത്തിയത്, വനിതാ സമിതിക്ക് ആശംസ അർപ്പിക്കാനാണല്ലോ എന്നായിരുന്നു അമ്മയുടെ വാദം. അമ്മയാണെങ്കിൽ മാധവിക്കുട്ടിയുടെ എല്ലാകഥകളും വായിക്കുന്ന ആൾ. 'എന്റെ കഥ' മലയാളനാട് പത്രത്തിൽ പ്രസിദ്ധീകരിക്കുമ്പോൾ തുടർച്ചയായി അമ്മ വായിച്ച് അഭിപ്രായം പറഞ്ഞിട്ടുണ്ട്. അങ്ങനെയൊക്കെ എഴുതണമായിരുന്നോ എന്ന് അമ്മ മകനോട് ചർച്ച ചെയ്തിട്ടുണ്ട്. പക്ഷേ, ഈ സംഭവം അതുപോലെയല്ലല്ലോ. എന്തു കാര്യവും എവിടെ വച്ച്, എങ്ങനെ പറയണം എന്ന ബോധം പ്രസംഗിക്കുന്നയാൾക്ക് ഉണ്ടായിരിക്കണം, സന്ദർഭോചിതമായി സംസാരിക്കണം, എന്നാണ് അന്ന് അമ്മ പറഞ്ഞത്.

വർഷങ്ങൾ ഇരുപത്തിയൊമ്പതു കഴിഞ്ഞു. ഇതിനിടയിൽ വളരെ കുറച്ചു പ്രാവശ്യം മാത്രമേ മാധവിക്കുട്ടിയെ നേരിൽ കാണാൻ കഴിഞ്ഞിട്ടുള്ളൂ. അവരെക്കുറിച്ച് മറ്റൊരു ഓർമ്മയുള്ളത് എന്നെ വിഷമിപ്പിച്ച

ഒന്നായിരുന്നു. അവരൊരിക്കൽ സ്വതന്ത്ര സ്ഥാനാർത്ഥിയായി ലോക്സഭാ ഇലക്ഷനു നിന്നു. പത്മരാജനും പത്മപ്രഭയുമൊക്കെയായി ഞങ്ങൾ തിരുമല ഭാഗത്തു നിന്ന് പൂജപ്പുരയ്ക്ക് കാറിൽ വരികയായിരുന്നു. കറുത്ത സാരിയുടുത്ത് അഞ്ചെട്ടു പത്ത് പുരുഷന്മാരോടൊത്ത് ദൂരെ നിന്ന് ഒരു സുന്ദരി നടന്നു വരുന്നത് ചെങ്കള്ളൂർ മുക്കെത്തിയപ്പോൾ ഞങ്ങൾ കണ്ടു. അവരുടെ സൗന്ദര്യം കണ്ടാണ് ഞാനും പ്രഭയും ശ്രദ്ധിച്ചത് അതു മാധവിക്കുട്ടിയാണെന്ന് കാറിനടുത്തെത്തിയപ്പോഴാണ് മനസ്സിലായത്. പത്മരാജനെ നോക്കി അവർ കൈവീശി. 'അവർക്ക് വല്ല ആവശ്യവുമുണ്ടോ ഇലക്ഷന് നിന്നിട്ട്,' എന്ന് പത്മരാജൻ ആത്മഗതം ചെയ്യുന്നത്, ഞാൻ കേട്ടു. ഏതായാലും ഇലക്ഷന്റെ ഫലമറിഞ്ഞപ്പോൾ അവർക്ക് കെട്ടിവച്ച പണം പോലും നഷ്ടപ്പെട്ടിരുന്നു എന്നാണ് എന്റെ ഓർമ്മ. മാധവിക്കുട്ടി എന്ന എഴുത്തുകാരിക്ക് അവരുടെ സുന്ദരമായ ഭാഷയും അനുഭവങ്ങളും ലോകത്തെ മുഴുവൻ കാൽക്കീഴിൽ നിർത്താൻ തക്കവണ്ണമുള്ള ശൈലിയും കൈമുതലായുള്ളപ്പോൾ, ഇതൊന്നും ആവശ്യമില്ലാത്ത രാഷ്ട്രീയക്കാരുടെ ഇടയിൽ ചെന്നു ചാടേണ്ട ഒരാവശ്യവുമില്ലായിരുന്നല്ലോ എന്ന് ഞങ്ങൾ വേദനിച്ചു.

പൂജപ്പുരയിൽ നിന്നും താമസം മാറി, കുറവംകോണത്ത് നടുമുറ്റവും അങ്കണവുമുള്ള 'വിക്രമപുരം ഹിൽസ്' എന്ന, പഴയ നാലുകെട്ടിൽ താമസിച്ചിരുന്ന സമയത്ത് പത്മരാജനോടൊപ്പം ഒരിക്കൽ ഞാനവരുടെ വീട്ടിൽ ചെന്നിട്ടുണ്ട്. എന്തു രസമായിരുന്നു അവരുടെ വർത്തമാനം കേൾക്കാൻ! സംസാരിക്കുമ്പോൾ അവരൊരിക്കലും ഒരു സാഹിത്യകാരിയായിരുന്നില്ല. നിഷ്കളങ്കയായ, തുമ്പിയുടെയും പാപ്പാത്തിയുടെയും പുറകിൽ ഓടി നടക്കുന്ന ഒരു കൊച്ചുകുഞ്ഞിനെയാണ് പലപ്പോഴും അവരെന്നെ ഓർമ്മിപ്പിച്ചത്.

ചിൽഡ്രൻസ് ഫിലിം സൊസൈറ്റിയുടെ അദ്ധ്യക്ഷയായിരിക്കുമ്പോൾ കുഞ്ഞുങ്ങൾക്കായി ഒരു പടം ചെയ്യുന്നതിനെക്കുറിച്ചുള്ള ചർച്ചകളുമായി ഇടയ്ക്കിടയ്ക്ക് അവർ പത്മരാജനെ കണ്ടിരുന്നു. പക്ഷേ, ഒന്നുമൊന്നും ആകാതെ ആ ചർച്ചകൾ അവസാനിച്ചു. മാധവിക്കുട്ടിയുടെ 'അവസാനത്തെ അതിഥി' സിനിമയാക്കണം എന്ന് പത്മരാജൻ ആഗ്രഹിച്ചിരുന്നതാണ്. അതു നടക്കുന്നതിനുമുമ്പ് അദ്ദേഹം യാത്ര പറഞ്ഞു. അദ്ദേഹത്തിന്റെ മരണശേഷം ഞാനവരെ ഒരേ ഒരു പ്രാവശ്യമേ കണ്ടിട്ടുള്ളൂ. വർഷംതോറും അദ്ദേഹത്തിന്റെ പേരിൽ കൊടുക്കുന്ന അവാർഡിനായി ജൂറി അംഗങ്ങൾ കാണാൻ പടങ്ങളുടെ ഒരു സ്ക്രീനിങ്ങ് ഉണ്ടാവാറുണ്ട്. ഒരിക്കൽ മാധവിക്കുട്ടിയും ഒരു ജൂറി അംഗമായിരുന്നു. അന്ന് പടം കാണാൻ ഞാനും മക്കളും ചെന്നിരുന്നു. സ്ക്രീനിംങ്ങ് കഴിഞ്ഞ് താമസിക്കുന്ന ഹോട്ടലിലേക്ക് അവരെ കൊണ്ടുവിട്ടത് ഞാനും മക്കളും കൂടെയാണ്. ഞാൻ അവസാനമായി അവരെ കണ്ടതും അന്നാണ്. വല്ലാത്തൊരു സ്നേഹത്തിന്റെ തണുപ്പു നല്കികൊണ്ട് അവരെന്നും എന്റെ മനസ്സിലുണ്ട്. അവർ 'കമലാസുരയ്യ'യായി മാറിയപ്പോൾ ഒരുപാടു

കൂട്ടുകാരും പരിചയക്കാരും അവർ കാണിച്ചതു ശരിയായില്ല എന്നു പറഞ്ഞ് എന്നോടു തർക്കിച്ചിട്ടുണ്ട്. അവരോടൊക്കെ എനിക്കൊരുകാര്യമേ പറയാനുണ്ടായിരുന്നുള്ളൂ. അവരുടെ ജാതി നമ്മളെന്തിന് അന്വേഷിക്കണം? അവരെഴുതുന്നതു വായിച്ചാൽ പോരെ? അവരെപ്പോലെ ഒരു എഴുത്തുകാരിയെ ഞാനിതുവരെ വായിച്ചിട്ടില്ല. അതുപോലെ തന്നെ അവരെപ്പോലെ മനസ്സുനിറയെ സ്നേഹം മാത്രമുള്ള വേറൊരു സ്ത്രീയേയും കണ്ടിട്ടുമില്ല. ഏതു ജാതിയായാലും അവർ സ്ത്രീയുടെ എല്ലാ മാനസിക വ്യാപാരങ്ങളും, പൂർണമായിട്ടറിയാമായിരുന്ന ഒളിവുകളില്ലാതെ അതു തുറന്നെഴുതുവാൻ ചങ്കൂറ്റമുള്ള ഒരു സമ്പൂർണ്ണ വനിതയായിരുന്നു. സാധാരണസ്ത്രീകൾക്ക് എത്തിപ്പറ്റാൻ വളരെ പ്രയാസമുള്ളത്രയും ഉയരത്തിൽ അതിമനോഹരമായ ഒരു രത്നസിംഹാസനം തീർത്ത്, അതിലിരുന്ന് സ്വന്തം സഹോദരിമാരുടെ ഉള്ളും സ്വഭാവവും പൂർണ്ണമായി മനസ്സിലാക്കി രേഖപ്പെടുത്താൻ കഴിവുള്ള സമാനതകളില്ലാത്ത ഒരു എഴുത്തുകാരി.

കുറച്ചു മാസങ്ങൾക്കുമുമ്പ് പാർവ്വതി പവനനുമായി ഫോണിൽ ബന്ധപ്പെട്ടപ്പോൾ അവർ പൂനയിൽ പ്രഭാനാരായണപിള്ളയോടൊപ്പം ചെന്നു മാധവിക്കുട്ടിയെ കണ്ട കഥ പറഞ്ഞു. കേട്ടപ്പോൾ വിഷമം തോന്നി. ഒരു ഫ്ളാറ്റിലെ കൊച്ചുമുറിയിൽ, തനിക്കിഷ്ടപ്പെട്ടതൊന്നും ചെയ്യാനാവാതെ, മനസ്സുതുറന്ന് ഒന്നു സംസാരിക്കുവാൻ കൂടി കഴിയാതെ ആരോരുമില്ലാത്ത ഒരു തടവുകാരിയെപ്പോലെയുള്ള ആ കിടപ്പിനെപ്പറ്റി പറയുമ്പോൾ പാർവ്വതിച്ചേച്ചിയുടെ ശബ്ദം പതറുന്നുണ്ടായിരുന്നു. നാലഞ്ചു മാസങ്ങൾക്കുമുമ്പ് ബാംഗ്ലൂരായിരുന്ന സമയത്ത് എന്റെ ഏറ്റവും പ്രിയപ്പെട്ട കൂട്ടുകാരി അമ്മുക്കാശ് ഒരുച്ചയ്ക്ക് മദ്രാസിൽ നിന്ന് എന്നെ ഫോണിൽ വിളിച്ചു. മാധവിക്കുട്ടിയുടെ ബാല്യകാലത്തെക്കുറിച്ച് ഏതോ ചാനലിൽ വന്നുകൊണ്ടിരുന്ന ഒരു സീരിയൽ കണ്ടിട്ടാണ് വിളിച്ചത്. അവരുടെ കുട്ടിക്കാലം കണ്ടപ്പോൾ എന്നെ വിളിക്കണമെന്നു തോന്നി എന്നു പറഞ്ഞാണ് വിളിച്ചത്.

എന്റെ മകൾ മാധവിക്കുട്ടിക്ക് ഒ.എൻ.വി. കുറുപ്പുസാറ് വിവാഹ സമ്മാനമായി കൊടുത്ത പുസ്തകങ്ങളുടെ കൂട്ടത്തിൽ മാധവിക്കുട്ടിയുടെ സമ്പൂർണ്ണ ചെറുകഥകളുടെ സമാഹാരവും ഉണ്ടായിരുന്നു. നേരത്തെ തന്നെ ഇവിടെ ഈ പുസ്തകം ഉണ്ടായിരുന്നു. ഞാനതുമുഴുവൻ പലവട്ടം വായിച്ചതുമാണ്. എന്നിട്ടും മകളോടൊപ്പം മംഗലാപുരത്തുണ്ടായിരുന്ന ദിവസങ്ങളിൽ ഞാനത് വീണ്ടും വായിച്ചുതീർത്തു. എത്രതരം സ്ത്രീകളാണ് അവരുടെ പേനത്തുമ്പിൽ! അവരെപ്പോലെ ഇത്ര ലളിതമായി എഴുതുന്ന മറ്റൊരെഴുത്തുകാരി ഇനി എന്നാണ് മലയാളത്തിനുണ്ടാവുക?

ആകാശവാണി സ്റ്റേഷൻ ഡയറക്ടറായിരുന്ന അന്തരിച്ച ഇ.എം.ജെ. വെണ്ണിയൂർ, പത്മരാജനോട് ഞങ്ങളുടെ മകൾ ജനിച്ച ഇടയ്ക്ക് ഒരിക്കൽ ചോദിച്ചു. നിങ്ങളുടെ കുഞ്ഞിന് എന്തുപേരിട്ടു? എന്ന്. 'മാധവിക്കുട്ടി' എന്ന

പേരു കേട്ടപ്പോൾ ഒരു പുഞ്ചിരിയോടെ ഇ.എം.ജെ. പറഞ്ഞു. 'നമ്മുടെ കഥാകാരിയുടെ പേര് അല്ലേ?' എന്ന്. 'അതെന്റെ ഭാര്യയുടെ മുത്തശ്ശിയുടെ പേരാണ്' എന്ന് അദ്ദേഹം പറഞ്ഞെങ്കിലും, അതിൽ ചെറിയ ഒരു കള്ളമില്ലേ എന്ന് ഞാൻ സ്വയം ചോദിക്കാറുണ്ട്. എന്തെന്നാൽ ആ പേരിനോടും, ആ പേരുള്ള എഴുത്തുകാരിയോടും അദ്ദേഹത്തിന് വല്ലാത്തൊരു ആരാധനയും സ്നേഹവും ഉണ്ടായിരുന്നു എന്നത് സത്യമാണ്.

ഇന്നിപ്പോൾ ഇ.എം.ജെയില്ല, പത്മരാജനില്ല, സേതുരാമചന്ദ്രൻ നായരും സുകുമാരിച്ചേച്ചിയുമില്ല, കമലാസുരയ്യയും ഇല്ല. പക്ഷേ, 'മാധവിക്കുട്ടി' എന്ന സാഹിത്യകാരിക്ക് മലയാളഭാഷ ഉള്ളിടത്തോളം കാലം മരണമില്ല. വായനക്കാരുടെ മനസ്സുകളിൽ ഒരു കിളിക്കൊഞ്ചലായി അവരെന്നുമെന്നും ജീവിക്കും.

പന്ത്രണ്ട്
നാദം നിലച്ച ഓടക്കുഴൽ

കുറച്ചു ദിവസങ്ങളായി വിചാരിക്കുന്നു, എം.ജി. രാധാകൃഷ്ണനെ ഒന്നു ചെന്നു കാണണം എന്ന്. രാധാകൃഷ്ണൻ സുഖമില്ലാതെ ആശുപത്രിയും വീടുമായി കഴിയാൻ തുടങ്ങിയിട്ട് മൂന്നു നാലു വർഷങ്ങളാകുന്നു. ഇടയ്ക്ക് രണ്ടുമൂന്നു പ്രാവശ്യം തമ്മിൽ കണ്ടിരുന്നെങ്കിലും 'മേട'യിൽ ഞാൻ അവസാനം ചെന്നത് രാധാകൃഷ്ണന്റെ അമ്മയുടെ സഞ്ചയനത്തിനാണ്. ജനനവും മരണവും അസുഖവും എല്ലാം അന്വേഷിച്ചു ചെല്ലാനും, ബന്ധങ്ങൾ ഊട്ടി ഉറപ്പിക്കാനും പത്തുമുപ്പതു വർഷങ്ങൾക്കു മുമ്പുണ്ടായിരുന്ന ഉത്സാഹവും ഊർജ്ജവും കുറേശ്ശെയായി കൈമോശം വന്നുകൊണ്ടിരിക്കുന്നത് ഞാനിന്നറിയുന്നു.

പഴയതുപോലെ എല്ലായിടത്തും ചെന്നെത്താൻ കഴിയുന്നില്ല. ഏതായാലും ഈ ജൂൺ ഇരുപത്തിനാലിന് ഞാനും മകൻ പപ്പനുംകൂടെ വേണ്ടപ്പെട്ടവരെയൊക്കെ ഒന്നു കണ്ടുവരാനായി ഇറങ്ങി. ഒന്നു രണ്ടു ബന്ധുവീടുകളിൽ കയറിയതിനുശേഷമാണ് ഞങ്ങൾ 'മേട'യിൽ എത്തിയത്. രാധാകൃഷ്ണനെ അവസാനം കണ്ടത് തിരുവനന്തപുരം വിമൻസ് കോളേജിലെ ഒ.എസ്.എയുടെ വാർഷികദിനത്തിന് ഓഡിറ്റോറിയത്തിൽ വച്ചായിരുന്നു. അന്ന്, ഒട്ടും വയ്യാത്ത രാധാകൃഷ്ണന്റെ കൈയും പിടിച്ച് ഭാര്യ പത്മജ പടികയറി ഹാളിലേക്കു കടന്നുവരുന്നതു കണ്ടപ്പോൾ പെട്ടെന്ന് കണ്ണുകൾ നിറഞ്ഞുപോയി. എന്തു ചൊറുചൊറുക്കും ചൊടിയും ഉണ്ടായിരുന്ന മനുഷ്യനാണ്.

മേടയിൽ ഞാനും മോനും കൂടി കയറിച്ചെന്നപ്പോൾ അവിടെ പത്മജയുടെ ഇരട്ടസഹോദരിയായ ഗിരിജയും കുഞ്ഞുങ്ങളും മാത്രമേ ഉണ്ടായിരുന്നുള്ളൂ. 'ചേട്ടൻ ഹോസ്പിറ്റലിൽ ആണ്' എന്ന് ഗിരിജ പറഞ്ഞപ്പോൾ, എന്നാൽ ഹോസ്പിറ്റലിൽ ചെന്ന് രാധാകൃഷ്ണനെ കണ്ടേക്കാം എന്നു തീരുമാനിച്ചു.

കോസ്മോപൊളിറ്റൻ ഹോസ്പിറ്റലിലെ മുറിയിൽ പത്മജയും ഓമനക്കുട്ടിയും രാധാകൃഷ്ണന്റെ മകൾ കാർത്തികയും. രാധാകൃഷ്ണൻ

ഐ.സി.യുവിൽ ആയിരുന്നു. കുറച്ചു നേരമിരുന്നപ്പോൾ പത്മജ കഴിഞ്ഞ വർഷങ്ങളിലെ ദുരിതങ്ങളിലേക്ക് മനസ്സു തുറന്നു. "ഇന്നിപ്പോൾ ഞാനെന്തു വാർത്തയും കേൾക്കാൻ തയ്യാറായിട്ടിരിപ്പാണ്;" എന്നു പത്മജ പറഞ്ഞപ്പോൾ, കണ്ണുകൾ നിറഞ്ഞു തുളുമ്പുകയായിരുന്നു. കുറേശ്ശെ കുറേശ്ശെയായി മരിച്ചുകൊണ്ടിരിക്കുന്ന ഭർത്താവിനെക്കുറിച്ച്, സ്നേഹവതിയായ ആ ഭാര്യയ്ക്ക് കണ്ണുതുളുമ്പാതെ എങ്ങനെ സംസാരിക്കാനൊക്കും? അധികം കഷ്ടപ്പെടുത്താതെ കൊണ്ടുപോകണേ എന്നൊരു പ്രാർത്ഥന ആ മനസ്സിൽ ഉണ്ടായിരുന്നിരിക്കാം.

പത്മജ എന്നെയും മകനെയും രാധാകൃഷ്ണൻ കിടക്കുന്നിടത്തേക്ക് കൊണ്ടുപോയി. കോസ്മോയുടെ ഐ.സി.യു എന്ന ചില്ലുമുറിയിൽ, ശരീരത്തിന്റെ പലഭാഗങ്ങളിലും വയറുകളും ട്യൂബും ഒക്കെയായി കിടക്കുന്ന രാധാകൃഷ്ണനെ അധികനേരം നോക്കി നില്ക്കാൻ എനിക്കു കഴിഞ്ഞില്ല. പത്മജ മുറിക്കകത്തോട്ടു കയറി, രാധാകൃഷ്ണനോട് ഞങ്ങൾ വന്നിരിക്കുന്ന വിവരം പറഞ്ഞ്, ആ തലയൊന്ന് സാവധാനം ഞങ്ങൾക്കു നേരെ തിരിച്ചു. പപ്പന്റെ മുഖത്ത് ഒന്നോ രണ്ടോ സെക്കന്റ് നേരം ആ കണ്ണുകൾ തങ്ങിയതായും ആ തലയൊന്ന് ചെറുതായിട്ട് അനങ്ങിയതായും എനിക്കുതോന്നി. സ്വയം നിയന്ത്രിക്കാനാവാതെ ആ മുറിക്കു പുറത്തേക്ക് ഞാൻ പെട്ടെന്നിറങ്ങി, പുറത്തുനിന്ന് ആരും കാണാതെ തേങ്ങി.

പപ്പൻ അപ്പോഴും അവിടെത്തന്നെ നിന്നതേയുള്ളൂ. രാധാകൃഷ്ണൻ മാമൻ അവനെ തിരിച്ചറിഞ്ഞോ? അറിഞ്ഞെന്നാണ് അവൻ അവകാശപ്പെടുന്നത്. അധികം താമസിയാതെ ഞങ്ങൾ അവിടെനിന്നിറങ്ങി. പുറത്ത് ഭയങ്കരമഴ. ആശുപത്രിയിൽ നിന്ന് പുറത്തു നിർത്തിയിരുന്ന കാറിലേക്ക് കയറുന്നതിനിടയ്ക്ക് മുഴുവൻ നനഞ്ഞു. പക്ഷേ, എനിക്കു തണുത്തില്ല. മനസ്സുമുഴുവൻ ചുട്ടുപഴുക്കുകയായിരുന്നു. സത്യം പറഞ്ഞാൽ രാധാകൃഷ്ണന്റെ ആ കിടപ്പു കണ്ടപ്പോൾ പെട്ടെന്നു തോന്നിയത്, പത്മരാജൻ എന്തു ഭാഗ്യവാൻ എന്നാണ്. പാട്ടും പാടി, ഇഷ്ടപ്പെട്ട പത്തിരിയും ഇറച്ചിയും കഴിച്ച് സുഖമായി കിടന്നുറങ്ങിയതാണല്ലോ അദ്ദേഹം.

കാറോടിക്കൊണ്ടിരിക്കുമ്പോൾ, പത്തു നാല്പതു വർഷങ്ങൾ മുമ്പിലേക്ക് മനസ്സു പാഞ്ഞുപോയി. മനസ്സു നിറയെ രാധാകൃഷ്ണനായിരുന്നു.

ഞാനെന്നാണ് രാധാകൃഷ്ണനെ ആദ്യം കണ്ടത്? രാധാകൃഷ്ണനേക്കാൾ മുന്നേ രാധാകൃഷ്ണന്റെ പാട്ടുകൾ എനിക്കു പരിചിതമായിരുന്നു. ആകാശവാണിയിൽ അനൗൺസറായി ജോലി ചെയ്തിരുന്ന പെങ്ങൾ ഓമനക്കുട്ടിയെക്കുറിച്ചും അവിടെ എഞ്ചിനീയറിംങ്ങ് അസിസ്റ്റന്റായിരുന്ന, പിന്നീട് ഓമനക്കുട്ടിയുടെ ഭർത്താവായിത്തീർന്ന ഗോപിയെക്കുറിച്ചും ഞാൻ കേട്ടിരുന്നു. എന്നെപ്പോലെ, ഓമനക്കുട്ടിയും ജോലി രാജിവയ്ക്കുകയായിരുന്നു. പിന്നീട് പഠിത്തം തുടർന്നതും ഞാനറിഞ്ഞിരുന്നു.

'എടാ, പോടോ' എന്നു വിളിക്കാൻ അധികാരം കൊടുത്തിരുന്ന, ചുരുക്കം ചില കൂട്ടുകാരിൽ ഒരാളായിരുന്നു പത്മരാജന് രാധാകൃഷ്ണൻ.

ഞങ്ങളുടെ വിവാഹത്തിനുമുമ്പ് ഒരു നാൾ പത്മരാജൻ എനിക്കെഴുതി, 'കള്ളിച്ചെല്ലമ്മ എന്ന പടത്തിൽ നമ്മുടെ ചെക്കൻ പാടിയിരിക്കുന്നു' എന്ന്. (ചെക്കൻ എന്നായിരുന്നു സ്നേഹപൂർവ്വം പത്മരാജൻ രാധാകൃഷ്ണനെ വിശേഷിപ്പിച്ചിരുന്നത്.) 'എന്തര് ചെല്ലമ്മ?' എന്ന് കള്ളിച്ചെല്ലമ്മയായ ഷീലയോട് ശൃംഗരിച്ച് ആട്ടു വാങ്ങി സൈക്കിളിൽ കയറി ഓടിച്ചു പോകുന്ന റൗഡിയായി പത്മരാജനും 'കള്ളിച്ചെല്ലമ്മ'യിൽ പ്രത്യക്ഷപ്പെട്ടിരുന്നു. ആകാശവാണിക്കാരനായിരുന്ന ജി. വിവേകാനന്ദന്റെ നോവലാണല്ലോ അത്.

എഴുപതു മാർച്ചിലായിരുന്നു പത്മരാജന്റെ വധുവായി ഞാൻ മുതുകുളത്തെത്തുന്നത്. ആ ഏപ്രിലിൽത്തന്നെ തിരുവനന്തപുരത്ത് പൂജപ്പുരയിലുള്ള വാടകവീട്ടിൽ താമസവും തുടങ്ങി. ഇവിടെവന്ന് ആദ്യം പരിചയപ്പെടുന്ന ആകാശവാണിക്കാരൻ മടവൂർ ഭാസിയാണ്, തുടർന്ന് ജി. വിവേകാനന്ദനും. അന്ന് അദ്ദേഹത്തിന് ആകാശവാണിയിലുണ്ടായിരുന്ന ഏറ്റവും അടുത്ത സുഹൃത്തുക്കൾ, ന്യൂസ് റീഡറായിരുന്ന പ്രതാപവർമ്മയും എം.ജി. രാധാകൃഷ്ണനും ആയിരുന്നു. താമസം തുടങ്ങിയ സമയത്ത് ഇവർ രണ്ടുപേരുടേയും വീടുകളിൽ പത്മരാജൻ എന്നെ കൂട്ടിക്കൊണ്ടുപോയത് നല്ല ഓർമ്മയുണ്ട്.

അന്ന് രാധാകൃഷ്ണൻ 'മേട'യിൽ എന്ന വീട് വാങ്ങിച്ചിട്ടില്ല. മേട്ടുക്കടയിലുള്ള മറ്റൊരു വീട്ടിലായിരുന്നു താമസം. രാധാകൃഷ്ണൻ അച്ഛനമ്മമാരും കൂടപ്പിറപ്പുകളും എല്ലാരുമായി താമസിച്ചിരുന്ന ആ വീട്ടിലേക്ക് ഞാനാദ്യം ചെല്ലുമ്പോൾ ഓമനക്കുട്ടി സംഗീതത്തിൽ ഡിഗ്രിക്കായി പഠിച്ചുകൊണ്ടിരിക്കുകയാണ്. ഒരു പരീക്ഷക്കാലത്തായിരുന്നു ഞാനവിടെ ചെല്ലുന്നത്. ബി.എ. കഴിഞ്ഞാൽ എം.എ.യ്ക്കു കൂടി ചേരാനുദ്ദേശിക്കുന്നു എന്ന് ഓമനക്കുട്ടി പറഞ്ഞപ്പോൾ, എനിക്കും കൂടി ഒരു ആപ്ലിക്കേഷൻ ഫോം വാങ്ങിക്കണമെന്ന് പത്മരാജൻ ഓമനക്കുട്ടിയോട് ആവശ്യപ്പെട്ടു. (അറുപത്തിനാലിൽത്തന്നെ ചിറ്റൂർ കോളേജിൽ നിന്ന് സംഗീതത്തിൽ ബിരുദമെടുത്തിരുന്നു). മ്യൂസിക് എം.എ.യുടെ കേരളത്തിലെ ആദ്യ ബാച്ചായിരുന്നു അത് എന്നാണ് എന്റെ ഓർമ്മ. ജയിച്ചാൽ ഉടൻ കോളേജിൽ ലക്ചറർ ആയി കയറാം. പക്ഷേ, കോളേജിൽ ചേരേണ്ട സമയത്ത് ഞാൻ ഗർഭിണിയായതും പിന്നീട് പഠിക്കേണ്ടെന്നു തീരുമാനിച്ചതും ഒക്കെ മായാത്ത ഓർമ്മകളായി മനസ്സിലുണ്ട്.

സംഗീതജ്ഞരായ അച്ഛനമ്മമാരുടെ പാട്ടുകാരായ മക്കൾ എന്നെ അദ്ഭുതപ്പെടുത്തി. അന്ന് ശ്രീക്കുട്ടൻ സ്കൂളിൽ പഠിക്കുന്ന കാലം. കൂടപ്പിറപ്പുകളെപ്പോലെ പാട്ടുകാരനായിട്ടില്ല. ലളിതസംഗീതമായാലും ക്ലാസ്സിക്കലായാലും അർത്ഥമറിഞ്ഞ്, അതിലലിഞ്ഞ്, സ്ഫുടമായ

ഉച്ചാരണത്തോടെ രാധാകൃഷ്ണൻ പാടുമ്പോൾ കേൾവിക്കാർക്കനുഭവപ്പെടുന്നത് വല്ലാത്തൊരനുഭൂതിയായിരുന്നു. ക്ലാസ്സിക്കൽ സംഗീതജ്ഞരിൽ ബാലമുരളീകൃഷ്ണ മാത്രമാണ്, അക്കാലത്ത് അത്തരത്തിൽ പാടിയിരുന്നത്. മിക്ക പാട്ടുകാരും രാഗത്തിലും ഭാവത്തിലും ഊന്നൽ കൊടുക്കുമ്പോൾ രാധാകൃഷ്ണൻ വരികൾക്കും അവയുടെ അർത്ഥത്തിനും കൂടി പ്രാധാന്യം കൊടുക്കുമായിരുന്നു.

യേശുദാസിൽ ഞാൻ കണ്ട പ്രത്യേകതയും അതുതന്നെയാണ്. ശരിക്കും പറഞ്ഞാൽ, എഴുപതുകളുടെ തുടക്കത്തിൽ തിരുവനന്തപുരം വിമൻസ് കോളേജിലെ തൊണ്ണൂറുശതമാനം പെൺകുട്ടികളും മൂകമായി ആരാധിച്ചിരുന്ന രണ്ടു കഥാപാത്രങ്ങളായിരുന്നു മേൽ പറഞ്ഞ രണ്ടു പേരും. പക്ഷേ, യേശുദാസ് കണ്ണെത്താദൂരത്ത് അങ്ങ് മദ്രാസിലായിരുന്നു. എന്നാൽ രാധാകൃഷ്ണനാകട്ടെ, പെൺകുട്ടികളുടെയെല്ലാം തന്നെ കണ്ണിലുണ്ണിയായി, നിശ്ശബ്ദകാമുകനായി, തുറന്നു പറഞ്ഞാൽ ഒരു ശ്രീകൃഷ്ണന്റെ ഇമേജുമായി, തൊട്ടടുത്ത യുവജനോത്സവകാലത്തും അല്ലാത്തപ്പോഴുമൊക്കെ പെൺകുട്ടികളെ ലളിതഗാനം പഠിപ്പിച്ചും സദാസമയവും തമാശപറഞ്ഞു ചിരിപ്പിച്ചും തിരുവനന്തപുരത്തു നിറഞ്ഞുനിന്നു. പ്രായം ഒരിക്കലും രാധാകൃഷ്ണനു തോന്നിക്കുമായിരുന്നില്ല. നെറ്റിയിലെ കളഭക്കൂട്ടും മുഖത്തെ മായാത്ത പുഞ്ചിരിയും വലത്തെ കവിളത്തെ കറുത്ത മറുകും വെളുപ്പിനോടുത്തു നില്ക്കുന്ന നിറവും മുറുക്കിച്ചുവപ്പിച്ച ചുണ്ടുകളും ചുറുചുറുക്കും ഏതു പെൺകുട്ടിയെയാണ് വശീകരിക്കാത്തത്? സംഗീതപാഠത്തിലൂടെയും ലളിതഗാനങ്ങളിലൂടെയും ശ്രോതാക്കളുടെ മനസ്സുകളിൽ നേരത്തേ ചേക്കേറിയിരുന്ന രാധാകൃഷ്ണൻ ഒരു മാർക്കണ്ഡേയനെപ്പോലെയായിരുന്നു.

കല്യാണം കഴിഞ്ഞുവന്ന ഇടയ്ക്ക് രാധാകൃഷ്ണൻ എന്നോടു പറഞ്ഞു, എന്നെപ്പോലൊരു പെൺകുട്ടി നാട്ടിലെങ്ങാനുമുണ്ടെങ്കിൽ തനിക്ക് കല്യാണം ആലോചിച്ചാൽ കൊള്ളാം എന്ന്. ആദ്യമൊക്കെ തമാശയായിട്ടാണ് ഞാനതുകണ്ടത്. അങ്ങനെയല്ല എന്നു മനസ്സിലായപ്പോൾ, ഞാൻ ചെറിയമ്മയോടു പറഞ്ഞ്, കാണാൻ തരക്കേടില്ലാത്ത ഒരു പെൺകുട്ടിയുടെ ഫോട്ടോയും ജാതകവും വരുത്തി. പക്ഷേ, ആ ആലോചന ശരിയായില്ല. രാധാകൃഷ്ണൻ ചിരിച്ചു കളിച്ച്, തമാശ പറഞ്ഞ് എല്ലാവരേയും ചിരിപ്പിച്ച്, പാട്ടുപാടി അനേകം ആരാധികമാരുടെ നടുവിൽ പിന്നെയും നാലഞ്ചുവർഷങ്ങൾ കൂടി അങ്ങനെ വിലസി നടന്നു.

എഴുപത് നവംബറിൽ ആയിരുന്നു പത്മരാജന്റെ ഇളയ പെങ്ങൾ പത്മപ്രഭയുടെ വിവാഹം. മുതുകുളത്തെ പഞ്ചാരമണൽ വിരിച്ച വിശാലമായ മുറ്റത്ത് വലിയ നെടുമ്പുരയും പന്തലും കെട്ടിയായിരുന്നു കല്യാണം. കുടുംബത്തിലെ ഇളയ കുട്ടിയായിരുന്നു പ്രഭ. എട്ടു പത്മങ്ങളിൽ എട്ടാമത്തവൾ. അച്ഛനില്ലാത്തതിന്റെ കുറവ് പെങ്ങളെ അറിയിക്കാതെ നാല് ആങ്ങളമാരും കല്യാണം ഏറ്റവും ഭംഗിയായി നടത്താൻ അങ്ങേയറ്റം

ഉത്സാഹിച്ച അവസരം. സംഗീതം ഒരുപാട് ഇഷ്ടപ്പെടുന്ന ഒരു കുടുംബ മാണ് പത്മരാജന്റേത്. അതുകൊണ്ടു കല്യാണ ദിവസം ഒരു സംഗീത ക്കച്ചേരിവയ്ക്കാൻ പത്മരാജൻ തീരുമാനിച്ചു. അന്ന് ഞവരയ്ക്കൽ മുറ്റത്ത് കെട്ടിയുണ്ടാക്കിയ ചെറിയ സ്റ്റേജിലിരുന്ന് സംഗീതക്കച്ചേരി നടത്തിയത് എം.ജി. രാധാകൃഷ്ണനായിരുന്നു. സംഗീതം ഒരുപാട് ഇഷ്ടപ്പെട്ടിരുന്ന എന്റെ അച്ഛൻ രാധകൃഷ്ണനോട് ക്ഷീരസാഗര പാടാൻ ആവശ്യപ്പെട്ടത് ഓർമ്മയിലുണ്ട്.

പത്മരാജന്റെ കുഞ്ഞുപെങ്ങൾക്ക് രാധാകൃഷ്ണന്റെ വകയായുള്ള വിവാഹസമ്മാനമായിരുന്നു ആ കച്ചേരി. പത്തിരുപതു വർഷങ്ങൾക്കു ശേഷം, ഒരുച്ചയ്ക്ക് മദ്രാസിൽ നിന്നും വരുന്ന പത്മരാജനെ കൂട്ടിക്കൊണ്ടു വരാനായി ഞാൻ എയർപോർട്ടിൽ പോയപ്പോൾ എനിക്കു കൂട്ടായിവന്നത് പ്രഭയുടെ മൂത്തമകൻ അനന്തകൃഷ്ണനാണ്. അന്നത്തെ ആ ഫ്ളൈറ്റിൽ മദ്രാസിൽ നിന്നും വന്നിറങ്ങിയവരിൽ രാധാകൃഷ്ണൻ, നെടുമുടി, മുകേഷ് എന്നിവരും ഉണ്ടായിരുന്നു. എന്നെ കണ്ടപ്പോൾ രാധാകൃഷ്ണൻ അടുത്തു വന്നു.

രാധാകൃഷ്ണന് അനന്തകൃഷ്ണനെ പരിചയമില്ലായിരുന്നു. അവ നൊരു ആറടിപൊക്കക്കാരൻ സുന്ദരനാണ്, അയൽക്കാരെല്ലാം രഹസ്യ മായി നിധീഷ് ഭരദ്വാജ് എന്നാണ് പറയാറ്. എന്നോടൊപ്പം അവനെ കണ്ട പ്പോൾ, 'ഇതാരെടാ' എന്ന മട്ടിൽ രാധാകൃഷ്ണൻ അവനെ അടിമുടി ഒന്നുനോക്കി. പ്രഭയുടെ മകനാണവൻ എന്നു ഞാൻ പരിചയപ്പെടുത്തി യപ്പോൾ, നിന്റെ അമ്മയുടെ കല്ല്യാണത്തിനും എന്റെ കച്ചേരിയുണ്ടായി രുന്നു. നിന്റെ കല്യാണത്തിന് ഞാൻ പാടും എന്ന് ചിരിച്ചുകൊണ്ടു പറഞ്ഞത് ഇപ്പോഴും എന്റെ കാതിൽ മുഴങ്ങുന്നു. പക്ഷേ, അനന്ത കൃഷ്ണന്റെ കല്യാണമാകുമ്പോഴേക്കും രാധാകൃഷ്ണൻ ആരോഗ്യം നഷ്ടപ്പെട്ട്, ശബ്ദത്തിന്റെ ഗാംഭീര്യവും ശക്തിയും നഷ്ടപ്പെട്ട് അവശ നിലയിലെത്തിക്കഴിഞ്ഞിരുന്നു.

എഴുപത്തിഅഞ്ചിലാണ് രാധാകൃഷ്ണൻ വിവാഹിതനാകുന്നത്. വിമൻസ് കോളേജിലെ അനേകം ആരാധികമാരിൽ ഒരുപക്ഷേ, ഏറ്റവും സുന്ദരിയായ പത്മജയെ രാധാകൃഷ്ണൻ താലിചാർത്തുന്ന സമയത്ത് ഞാനും പത്മരാജനും കല്യാണമണ്ഡപത്തിനടുത്ത് ഉണ്ടായിരുന്നു. മുറുക്കിച്ചുവപ്പിച്ച ചുണ്ടും മുഖത്തെ സ്ഥിരം പുഞ്ചിരിയുമായി രാധാ കൃഷ്ണൻ നിന്നത് ഞാനിന്നും ഓർക്കുന്നു. മാതൃഭൂമി ആഴ്ചപ്പതിപ്പിൽ നല്ല നല്ല കഥകൾ എഴുതി പ്രസിദ്ധീകരിച്ചുകൊണ്ടിരുന്ന പത്മജ, രാധാ കൃഷ്ണന്റെ വധുവായി.

എഴുപത്തിയൊന്ന് അവസാനം ഞാൻ പപ്പന്റെ പ്രസവത്തിനായി ചിറ്റൂർക്കു പോയ സമയത്ത് പൂജപ്പുരയിലെ വാടക വീട്ടിൽ നിന്ന് പത്മ രാജൻ തല്ക്കാലത്തേക്ക് താമസം മാറി. അദ്ദേഹത്തിന്റെ മൂത്തചേട്ടനായ ഡോക്ടർ പത്മജന്, ഇപ്പോൾ അമ്മത്തൊട്ടിൽ ഇരിക്കുന്ന സ്ഥലത്തിന്

എതിർവശത്ത്, സംഗീത അക്കാദമിക്കും രാധാകൃഷ്ണൻ അന്നു താമസിച്ചിരുന്ന വീടിനും ഒക്കെ അടുത്തായി 'അനുപമ' എന്ന പേരിൽ ഒരു ലോഡ്ജ് ഉണ്ടായിരുന്നു. അവിടെ ഒരു മുറിയിലേക്കാണ് പത്മരാജൻ അന്ന് പൊറുതിക്കു പോയത്.

'അനുപമ'യിലെ കൂട്ടായ്മ ഒരുപാടുകാലം നിലനിന്നില്ല. പത്മജൻ ചേട്ടൻ ആ ലോഡ്ജ് പൂട്ടുകയും പിന്നീട് വിൽക്കുകയും ചെയ്തു. ഹരിജനങ്ങളുടെ ഹോസ്റ്റലായി പ്രവർത്തിച്ചിരുന്ന കെട്ടിടം പിന്നീടാണ് രാധാകൃഷ്ണന്റെ കുടുംബം വാങ്ങുന്നത്. പുതിയതായി വാങ്ങിയ വീടു കാണാൻ ഞങ്ങളെ രാധാകൃഷ്ണൻ കൂട്ടിക്കൊണ്ടുപോയത് ഓർമ്മയുണ്ട്. അന്ന് കെട്ടിടം ഇപ്പോഴത്തെ നിലയിലായിരുന്നില്ല. വാങ്ങി എട്ടൊമ്പതു മാസത്തേക്ക് വീടിന്റെ മരാമത്തുപണികൾ നീണ്ടുനിന്നു. അത്രയും കാലം രാധാകൃഷ്ണനോടൊപ്പം തമ്പിയും ആ കെട്ടിടത്തിൽത്തന്നെ താമസിക്കുകയായിരുന്നു. അതോടെ തമ്പി, രാധാകൃഷ്ണന്റെ അമ്മയുടെ മൂന്നാമത്തെ മകനെപ്പോലെ ആയിക്കഴിഞ്ഞിരുന്നു. മരാമത്തുകഴിഞ്ഞ് വീടുകാണാൻ ഞങ്ങൾ വീണ്ടും ചെന്നു. പാട്ടു പാടാനും സാധകം ചെയ്യാനും മറ്റുമായി മുകളിലത്തെ നിലയിലെ വലിയ ഹാൾ സജ്ജമാക്കിയത് ഞങ്ങളെ പ്രത്യേകം കാണിച്ചുതന്നു രാധാകൃഷ്ണൻ. വീടായതിനു ശേഷമായിരുന്നു രാധാകൃഷ്ണന്റെ കല്യാണം.

എന്റെ ഓർമ്മ ശരിയാണെങ്കിൽ, അറുപത്തി ഒമ്പതിൽ കള്ളിച്ചെല്ലമ്മയിൽ പാടിയതിനുശേഷം രാധാകൃഷ്ണൻ വീണ്ടും ഒരു സിനിമയ്ക്കുവേണ്ടി പാടുന്നത് എഴുപത്തിയൊന്നിലിറങ്ങിയ 'ശരശയ്യ' എന്ന പടത്തിനാണ്. 'ഉത്തിഷ്ഠതാ, ജാഗ്രതാ' എന്നു തുടങ്ങുന്ന 'ശാരിക'യെ വിളിച്ചു പാടുന്ന ഗാനം മനോഹരമായി ആലപിച്ചുകൊണ്ടാണ് രാധാകൃഷ്ണൻ സിനിമയിൽ കാലുറപ്പിക്കുന്നത്.

ഇതിനിടയിൽ വഴുതക്കാട്ടെ ഹോട്ടൽ നികുഞ്ജം കലാകാരന്മാരുടെ ഒരു സംഗമസ്ഥലമായി മാറിയിരുന്നു. ആകാശവാണിയിലൂടെ പ്രക്ഷേപണം ചെയ്തിരുന്ന രാധാകൃഷ്ണന്റെ നാടൻ ശീലുകളോടടുത്തു നില്ക്കുന്ന അർത്ഥപുഷ്ടമായ ലളിതഗാനങ്ങൾ, യുവജനോത്സവമേളകളെ കോൾമയിർ കൊള്ളിച്ചിരുന്ന കാലം. നികുഞ്ജത്തിലെ കൂട്ടുകെട്ടുകളാണ് രാധാകൃഷ്ണനെ കാവാലം നാരായണപ്പണിക്കരുചേട്ടനുമായി കൂടുതൽ അടുപ്പിച്ചത്. ആലപ്പുഴയിൽ വച്ചുതന്നെ പണിക്കരുചേട്ടന് രാധാകൃഷ്ണന്റെ അച്ഛനമ്മമാരുമായി നല്ല അടുപ്പമുണ്ടായിരുന്നു. പണിക്കരുചേട്ടന്റെ സഹോദരിയുടെ കല്യാണത്തിന് രാധാകൃഷ്ണന്റെ അമ്മയായ കമലാക്ഷിഅമ്മയുടെ ഹരികഥാകാലക്ഷേപവും അച്ഛൻ മലബാർ ഗോപാലൻ നായരുടെ ഹാർമോണിയവും ഉണ്ടായിരുന്ന കാര്യം പണിക്കരുചേട്ടൻ പറഞ്ഞിട്ടുണ്ട്. അന്നേ രാധാകൃഷ്ണനെ പരിചയമുണ്ടായിരുന്നെങ്കിലും രാധാകൃഷ്ണൻ അന്ന് ഒരു വിദ്യാർത്ഥിയായിരുന്നു. ആലപ്പുഴ എസ്.ഡി. കോളേജിൽ പ്രീയൂണിവേഴ്സിറ്റിക്കു പഠിച്ചശേഷം

തിരുവനന്തപുരത്ത് സംഗീതകോളേജിൽ ചേരുകയായിരുന്നു രാധാകൃഷ്ണൻ. അന്ന് സഹപാഠിയായി യേശുദാസ് ഉണ്ടായിരുന്നത് രാധാകൃഷ്ണൻ പറഞ്ഞിട്ടുണ്ട്. അറുപത്തിരണ്ടിലാണ് ആകാശവാണിയിൽ ഒരു തംബുരു ആർട്ടിസ്റ്റായി രാധാകൃഷ്ണൻ ജോയിൻ ചെയ്യുന്നത്. പത്മരാജനും ഞാനും അറുപത്തിഅഞ്ചിൽ തൃശൂർ ആകാശവാണിയിലെ ജോലിക്കാരായി എങ്കിലും അറുപത്തിയേഴിലാണ് പത്മരാജൻ തിരുവനന്തപുരം ആകാശവാണിയിലെ ഒരു ശബ്ദമായി മാറുന്നത്. സ്വതവേ സരസനായ രാധാകൃഷ്ണന്റെ ചടുലമായ ചലനങ്ങളും മായാത്തചിരിയും കലയോടും സാഹിത്യത്തോടും ഉള്ള അദമ്യമായ സ്നേഹവും സർവ്വോപരി രാധാകൃഷ്ണന്റെ സംഗീതവും അവരെത്തമ്മിൽ വളരെവേഗം അടുപ്പിച്ചു.

കാവാലം പണിക്കരുചേട്ടൻ ആദ്യമായി സിനിമയ്ക്കു പാട്ടെഴുതുന്നത് എഴുപത്തിയെട്ടിലാണെന്നാണ് എന്റെ ഓർമ്മ. തമ്പിനും രതിനിർവ്വേദത്തിനും വാടകയ്ക്കൊരു ഹൃദയത്തിനുമൊക്കെ മനോഹരങ്ങളായ പാട്ടുകൾ എഴുതിക്കൊണ്ടായിരുന്നു ചേട്ടന്റെ സിനിമാ പ്രവേശനം. അരവിന്ദൻ, പത്മരാജൻ, ഭരതൻ എന്നിവരുമായുള്ള കൂട്ടുകെട്ടാണ് പണിക്കരുചേട്ടനെ ഒരു സിനിമാഗാനരചയിതാവാക്കിമാറ്റുന്നത്. ഇതേകൂട്ടുകെട്ടാണ് രാധാകൃഷ്ണനെ ഒരു സിനിമാസംഗീത സംവിധായകനാക്കി മാറ്റുന്നതും. പണിക്കരു ചേട്ടനും രാധാകൃഷ്ണനും ഒരുമിച്ചു ചെയ്യുന്ന ആദ്യഗാനം 'ഓടക്കുഴൽവിളി' എന്ന ലളിതസംഗീതമാണ്. അവർക്കുതമ്മിൽ വല്ലാത്തൊരു പൊരുത്തമുണ്ടായിരുന്നു. അവർ തമ്മിലുള്ള അപൂർവ്വമായ ആ പൊരുത്തമാണ് പത്മരാജന്റെ ആദ്യ സംവിധാനസംരഭമായ 'പെരുവഴിയമ്പല'ത്തിന്റെ സംഗീതസംവിധായകനായി രാധാകൃഷ്ണനേയും രചയിതാവായി പണിയ്ക്കരുചേട്ടനേയും കൊണ്ടെത്തിക്കുന്നത്.

'പെരുവഴിയമ്പലം' എന്ന സിനിമയിൽ, സാധാരണ സിനിമാഗാനങ്ങളുടെ രീതിയിൽ ഒരു പാട്ടില്ല. ഉത്സവപ്പറമ്പിലെ 'ഹരികഥാകാലക്ഷേപ'മായിരുന്നു രാധാകൃഷ്ണന് ചിട്ടപ്പെടുത്താനുണ്ടായിരുന്നത്. തിയേറ്ററിനകത്ത് സിനിമയോടൊപ്പമല്ലാതെ പ്രേക്ഷകരാരും തന്നെ, മനോഹരമായ ആ ഹരികഥ കേട്ടിരിക്കാനിടയില്ല. നീണ്ട ആ ഹരികഥയോടൊപ്പം സിനിമയിൽ ഒരു കൊലപാതകത്തിന്റെ സീനുകൾ ഉരുത്തിരിഞ്ഞുവരുന്നത് ഉദ്വേഗത്തോടെ മാത്രമേ നമുക്കു കാണാനൊക്കുമായിരുന്നുള്ളൂ.

പത്മരാജൻ സംവിധാനം ചെയ്ത പതിനെട്ടു പടങ്ങളിൽ പതിമൂന്നെണ്ണത്തിലേ ഗാനങ്ങൾ ഉണ്ടായിരുന്നുള്ളൂ. അതിൽ പെരുവഴിയമ്പലം, നവംബറിന്റെ നഷ്ടം, നൊമ്പരത്തിപ്പൂവ് എന്നിവയിലെ ഗാനങ്ങൾ സംവിധാനം ചെയ്തത് രാധാകൃഷ്ണനായിരുന്നു. എന്റെ ഓർമ്മ ശരിയാണെങ്കിൽ, രാധാകൃഷ്ണന്റെ ശിഷ്യകളായിരുന്ന കെ.എസ്. ചിത്രയും അരുന്ധതിയും ആദ്യമായി സിനിമയ്ക്കുവേണ്ടി പാടുന്നത് നവംബറിന്റെ നഷ്ടം എന്ന ചലച്ചിത്രത്തിലാണ്. യേശുദാസിന്റെ തരംഗിണി സ്റ്റുഡിയോവിൽ വച്ചായിരുന്നു ആ പടത്തിന്റെ റെക്കോർഡിങ്ങ്.

റെക്കോർഡിങ്ങ് സമയത്ത് ഞാനും പത്മജയും സ്റ്റുഡിയോവിലുണ്ട്. ചിത്രയുടെ ചേച്ചി ബീനയും ആ പടത്തിൽ പാടാനുണ്ടായിരുന്നു. ആ വലിയ പാട്ടുകാർക്ക് തങ്ങളുടെ കഴിവുകൾ പുറത്തുകൊണ്ടുവരാനുള്ള അവസരം ഒരുക്കിയത് രാധാകൃഷ്ണനാണ്. കേരളത്തിന്റെ വാനമ്പാടി എന്നു വിശേഷിപ്പിക്കപ്പെടുന്ന ചിത്ര നമ്മുടെ നാടിന്റെ അഭിമാനമായി വളർന്നതും രാധാകൃഷ്ണന്റെ ശിക്ഷണത്തിലാണ്. നവംബറിന്റെ നഷ്ട ത്തിൽത്തന്നെ ജെൻസി എന്നൊരു പാട്ടുകാരിക്കുകൂടി പാടാൻ അവസരം കൊടുത്തിരുന്നു രാധാകൃഷ്ണൻ.

പിൽക്കാലത്ത് എന്തുകൊണ്ട് പത്മരാജനുവേണ്ടി രാധാകൃഷ്ണൻ കൂടുതൽ ഗാനങ്ങൾ ചെയ്തില്ല എന്നു ഞാൻ ചിന്തിച്ചു നോക്കിയിട്ടുണ്ട്. പ്രധാനകാരണം, രാധാകൃഷ്ണൻ ഗാനങ്ങളിൽ മാത്രം ശ്രദ്ധയൂന്നിനിന്നു എന്നതുതന്നെ. പശ്ചാത്തല സംഗീതം ചെയ്യാൻ വേറൊരു സംഗീത സംവിധായകനെ ഏല്പിക്കേണ്ടിവരുമ്പോൾ ഒരു പടത്തിൽ രണ്ടു സംഗീതസംവിധായകരുടെ ആവശ്യം വരും. പ്രൊഡ്യൂസറുടെ ഭാഗത്തു നിന്നു നോക്കുമ്പോൾ, അതൊരു അധികച്ചിലവാണ്. രണ്ടും ഒരുമിച്ചു ചെയ്യുന്നവരാണെങ്കിൽ ചിലവു കുറയ്ക്കാം. ജോൺസണെപ്പോലുള്ള വർക്ക് കൂടുതൽ അവസരങ്ങളുണ്ടായതിന്റെ ഒരു കാരണവും ഇതുതന്നെ യായിരുന്നു. പിന്നെ, രണ്ടാമതൊരു കാര്യം കൂടിയുണ്ട്. ഞാനത് എഴു താമോ എന്നെനിക്കറിയില്ല. എങ്കിലും പറയാതെ വയ്യാ. അനവസര ത്തിലുള്ള രാധാകൃഷ്ണന്റെ ചില ക്രൂരമായ തമാശകൾ പല സംവി ധായകരേയും അദ്ദേഹത്തിൽനിന്നും അകറ്റിയിരുന്നു. സ്വന്തം നാവുതന്നെ ശത്രുവായി മാറുന്ന അവസ്ഥ. എത്ര മനോഹരങ്ങളായ പാട്ടുകളാണ് രാധാകൃഷ്ണൻ ചെയ്തിരിക്കുന്നത്. പത്മരാജന്റെ തിരക്കഥയ്ക്ക് ജീവൻ നല്കി ഭരതൻ സംവിധാനം ചെയ്ത 'തകര'യിലെ 'മൗനമേ', 'ചാമര' ത്തിലെ 'നാഥാ നീ വരും കാലൊച്ച', മണിച്ചിത്രത്താഴിലെ 'പഴന്തമിഴ് പാട്ടുണരും' തുടങ്ങി മലയാളികൾ എന്നും നെഞ്ചിലേറ്റി നടക്കുന്ന എത്ര യെത്ര ഗാനങ്ങളാണ് ആ അനശ്വര പ്രതിഭ മലയാളത്തിനു നല്കിയത്.

എൺപത്തിയാറ് ജൂണിലാണ് പത്മരാജൻ ആകാശവാണിയിൽ നിന്ന് വോളന്ററി റിട്ടയർമെന്റ് വാങ്ങി പിരിയുന്നത്. പിന്നീട് നാലരക്കൊല്ലങ്ങൾ മാത്രമേ അദ്ദേഹം ജീവിച്ചിരുന്നുള്ളൂ. എൺപത്തിയേഴിൽ 'നൊമ്പരത്തി പ്പൂവ്' എന്ന പടത്തിനുവേണ്ടിയാണ് പത്മരാജനുവേണ്ടി രാധാകൃഷ്ണൻ അവസാനമായി സംഗീതസംവിധാനം നിർവ്വഹിച്ചത്. അതിനുശേഷം ആറു പടങ്ങളാണ് പത്മരാജൻ സംവിധാനം ചെയ്തത്. അവയിൽത്തന്നെ 'അപരനിൽ' പാട്ടുണ്ടായിരുന്നില്ല.

തൊണ്ണൂറ്റി ഒന്ന് ജനുവരി ഇരുപത്തിനാലിന് കൂട്ടുകാരന്റെ മരണ മറിഞ്ഞ് ഞങ്ങളുടെ മക്കളെ വിവരമറിയിക്കാനും വീട്ടിലോട്ടു കൊണ്ടു വരാനുമായി പോകുന്നത് രാധാകൃഷ്ണനാണ്. യൂണിവേഴ്സിറ്റി കോളേജിൽ ചെന്ന് പപ്പനെ വിളിച്ചിറക്കുമ്പോൾ അച്ഛന്റെ മരണവിവരം

രാധാകൃഷ്ണൻ അവനോടു പറയുന്നില്ല. മാർഇവാനിയോസ് കോളജിലേക്ക് കാർ വിടുമ്പോൾ, ഇതെന്തിനെന്നറിയാതെ പപ്പനിരുന്നു. ഇവാനിയോസ് യുവജനോത്സവത്തിന്റെ ലഹരിയിലായിരുന്നു. ഞങ്ങളുടെ മകൾ മാധവിക്കുട്ടി വയലാറിന്റെ 'ആത്മാവിലൊരുചിത'യിലൂടെ 'അച്ഛനുറങ്ങിക്കിടക്കുന്ന' കാര്യം എല്ലാവരേയും അറിയിച്ച് സ്റ്റേജിൽ നിന്നിറങ്ങിയിട്ടേ ഉണ്ടായിരുന്നുള്ളൂ.

അന്നവൾ പ്രീഡിഗ്രി ഒന്നാംവർഷ വിദ്യാർത്ഥിനിയാണ്. പദ്യപാരായണമത്സരത്തിന്റെ ഫലംവന്നു, അവൾക്ക് രണ്ടാംസ്ഥാനം. വിവരമറിഞ്ഞതേയുള്ളൂ ആരോ വന്ന് അവളെ വിളിച്ചു. തിരിഞ്ഞു നോക്കിയപ്പോൾ രാധാകൃഷ്ണൻ മാമൻ. പുസ്തകങ്ങളെല്ലാം എടുത്ത് രാധാകൃഷ്ണനോടൊത്ത് കാറിൽ കയറുമ്പോൾ, കേൾക്കാൻ പോകുന്ന വാർത്തയെക്കുറിച്ച് അവൾക്ക് ഒരു വിവരവും ഉണ്ടായിരുന്നില്ല. രാധാകൃഷ്ണൻ മാമന്റെ അപ്പുറത്തുമിപ്പുറത്തുമിരുന്ന് എന്റെ മക്കൾ സംഗതിയറിയാതെ വീർപ്പുമുട്ടി. അവസാനം ഒരു ചാട്ടുളിപോലെ എന്റെ മക്കളുടെ ചെവിയിൽ ആ വാർത്ത ആഴ്ന്നിറങ്ങി.

എം.ജി. ശ്രീകുമാറിന്റെ വെള്ള അംബാസഡർക്കാറിൽ കയറി ഞാനും മക്കളും മുതുകുളത്തോട്ടു പുറപ്പെട്ടത് എന്റെ ഓർമ്മയിലെങ്ങോ തങ്ങിനില്പുണ്ട്.

മകൾ മാധവിക്കുട്ടി ശേഷൻസ് അക്കാദമിയിലേക്ക് ട്യൂഷനു പോകുന്ന വേളകളിൽ, എന്നും രാവിലെ എഴുന്നേറ്റു കുളിച്ച് അമ്പലത്തിൽ തൊഴാൻ പോകുമായിരുന്ന രാധാകൃഷ്ണൻ പലപ്പോഴും അവളെ സ്കൂട്ടറിന്റെ പുറകിൽ കയറ്റി ട്യൂഷൻക്ലാസ്സിൽ എത്തിക്കുമായിരുന്നു. എഴുതാൻ വാസനയുള്ള മകൻ പപ്പന്റെ ഓരോ കഥയും ലേഖനവും പത്രത്തിൽ വരുമ്പോൾ, പത്മജ അവനെ ഫോണിൽ വിളിച്ച് ദീർഘമായി സംസാരിക്കുമായിരുന്നു. പത്മജയ്ക്ക് അവനോട് ഒരു പ്രത്യേക വാത്സല്യം ഉള്ളതായി എനിക്കു തോന്നിയിട്ടുണ്ട്.

പത്മരാജന്റെ മരണം നടന്ന് പന്ത്രണ്ടുവർഷങ്ങൾക്കു ശേഷമായിരുന്നു ഞങ്ങളുടെ മകളുടെ കല്യാണം. കല്യാണനിശ്ചയ ദിവസം അതിരാവിലെ രാധാകൃഷ്ണനും പത്മജയും കൂടെവന്നു. അവർക്ക് വേറെ എവിടേക്കോ അത്യാവശ്യമായി പോകേണ്ടതുള്ളതുകൊണ്ട് നിശ്ചയത്തിൽ പങ്കെടുക്കാൻ പറ്റില്ല; മോളെ അനുഗ്രഹിക്കാൻ വന്നതാണ് എന്നു പറഞ്ഞു. മാതു കാലിൽ വീണു നമസ്കരിച്ചപ്പോൾ പോക്കറ്റിൽ നിന്ന് നൂറ്റിയൊന്നു രൂപയെടുത്ത് അവളുടെ കൈയിൽ രാധാകൃഷ്ണൻ കൊടുത്തു. നിശ്ചയത്തിനും സമ്മാനമോ എന്ന് പപ്പൻ അദ്ഭുതപ്പെട്ടു. കല്യാണത്തിന് അവളുടെ വിരലിൽ ഒരു സ്വർണ്ണമോതിരവും അണിയിച്ചു പത്മജ. രാധാകൃഷ്ണന്റെ മനസ്സിൽ നിറഞ്ഞ വാത്സല്യമുണ്ടായിരുന്നു. എന്നോടും മക്കളോടും ആഴത്തിലുള്ള സ്നേഹമുണ്ടായിരുന്നു. പത്മരാജന് ഏറ്റവും അടുപ്പമുണ്ടായിരുന്ന, അപൂർവ്വം ചിലർ മാത്രമേ എന്നെ തങ്കം എന്നു

സംബോധനചെയ്യുമായിരുന്നുള്ളൂ. ഭരതൻ, ആകാശവാണിയിലെ സരസ്വതിഅമ്മ, കാവാലം പണിക്കരുചേട്ടൻ തുടങ്ങിയ ചിലർ, അക്കൂട്ടത്തിൽ രാധാകൃഷ്ണനനും പത്മജയും ഉൾപ്പെടുന്നു.

ഇടയ്ക്കെപ്പോഴോ, വീണ്ടും സംഗീതം പഠിച്ചാൽ കൊള്ളാം എന്നൊരു മോഹം എനിക്കുണ്ടായി. ഓമനക്കുട്ടിയും രാധാകൃഷ്ണനനും പാട്ടുപഠിപ്പിക്കുന്നുണ്ടായിരുന്നു. എന്റെ മോഹം രാധാകൃഷ്ണനോടു പറഞ്ഞപ്പോൾ, അങ്ങു ചെല്ലാൻ എന്നോടു പറഞ്ഞതാണ്. പക്ഷേ, തനിച്ചു പോയിവരുന്ന കാര്യം ഓർത്ത് ഞാനതു വേണ്ടെന്നുവയ്ക്കുകയായിരുന്നു. നാട്ടിൽനിന്ന് ബന്ധുക്കളും സ്വന്തക്കാരും വരുമ്പോൾ, തൈക്കാടുവഴി അവരെയും കൂട്ടി പോകുന്ന വേളകളിൽ ഞാനവർക്ക് രാധാകൃഷ്ണന്റെ വീട് ചൂണ്ടിക്കാണിച്ച് പറയുമായിരുന്നു, ഇവിടെ സംഗീതം വിളയുന്നു എന്ന്. അച്ഛനമ്മമാരും കൂടപ്പിറപ്പുകളും അവരുടെ മക്കളും മക്കളുടെ മക്കളും എല്ലാം ഒരുപോലെ പാട്ടുകാരായി പ്രസിദ്ധരായിട്ടുള്ള വേറൊരു കുടുംബം എന്റെ അറിവിലില്ല.

രണ്ടായിരത്തി ആറു മുതൽ രണ്ടുരണ്ടരവർഷക്കാലം ഞാൻ മകളോടൊപ്പം മംഗലാപുരത്തും ബാംഗ്ലൂരും മറ്റുമായിരുന്നു. അതിനിടയിലാണ് രാധാകൃഷ്ണൻ ഒരു നിത്യരോഗിയായി മാറുന്നത്. ഇടയ്ക്കെപ്പോഴോ നാട്ടിൽ എത്തി ഞാൻ വിളിച്ചപ്പോൾ രാധാകൃഷ്ണൻ പറഞ്ഞു, ഞാൻ ചത്തുപോകേണ്ടതായിരുന്നു. അമ്പിലിക്കൽ ഹെർണ്ണിയ വന്ന് വല്ലാതെ കഷ്ടപ്പെട്ടു. എറണാകുളത്ത് ആശുപത്രിയിലായിരുന്നു. രക്ഷപ്പെട്ടു വന്നത് പിള്ളേരുടെ ഭാഗ്യം എന്ന്. എറണാകുളത്തുവച്ച് സെപ്റ്റിസീമിയായി ശരീരമാകെ അണുബാധ. തിരുവനന്തപുരത്തേക്കു കൊണ്ടുവന്നു. കോസ്മോപോളിറ്റൻ ആശുപത്രിയിൽ വച്ചായിരുന്നു ഓപ്പറേഷൻ. ആയുസ്സ് തിരിച്ചുകിട്ടി എങ്കിലും ആരോഗ്യം മുഴുവൻ നഷ്ടപ്പെട്ടു. വിവരം അറിഞ്ഞപ്പോൾ പെട്ടെന്ന് ഞാൻ ഓർത്തത്, നാലഞ്ചുവർഷങ്ങൾക്കുമുമ്പ് ലിവർ സിറോസിസ്സ് ആയി ഒരു മാസക്കാലം രാധാകൃഷ്ണൻ ആശുപത്രിയിൽ കിടന്നതിനെക്കുറിച്ചാണ്. പത്തൊമ്പതു ദിവസങ്ങളാണ് ഐ.സി.യുവിന്റെ മുമ്പിൽ വിങ്ങുന്ന മനസ്സുമായി പത്മജ കാവൽ നിന്നത്.

എൺപത്തിയൊന്നിൽ പെട്ടെന്നൊരു ദിവസം ശരീരമാകെ തളർന്ന് മെഡിക്കൽ കോളേജ് ആശുപത്രിയിൽ അഡ്മിറ്റ് ചെയ്യപ്പെട്ട പത്മജയെ കാണാൻ പത്മരാജനോടൊപ്പം ഞാനും പോയിട്ടുണ്ട്. അത്യാപൂർവ്വമായി മാത്രം കണ്ടുവരുന്ന 'ഗില്യൻ പാരിസിൻഡ്രോം' എന്നോ മറ്റോ പേരുള്ള ഒരസുഖമായിരുന്നു അത്. ശരീരത്തിന്റെ ചലനശേഷി മുഴുവൻ നഷ്ടപ്പെട്ട് സ്തംഭനാവസ്ഥയിൽ കിടന്ന പത്മജ, രോഗത്തിന്റെ പിടിയിൽ നിന്ന് അദ്ഭുതകരമായി രക്ഷപ്പെടുകയായിരുന്നു. ഭർത്താവിനെ ശുശ്രൂഷിക്കാനും അദ്ദേഹത്തിന്റെ സൗഭാഗ്യങ്ങളിലും വളർച്ചയിലും ഒക്കെ കൂടെ നില്ക്കാനും ദൈവം വിധിച്ചിരുന്നതുകൊണ്ട് മാത്രമാണ് അന്ന് പത്മജ രക്ഷപ്പെട്ടത്.

ഓർമ്മകൾക്ക് കടിഞ്ഞാണിട്ടുകൊണ്ട് കാർ പെട്ടെന്നു നിന്നപ്പോഴാണ്, വീട്ടിലെത്തിയ വിവരം ഞാനറിയുന്നത്. കഴിഞ്ഞ പലതവണകളിലെപ്പോലെ ഇക്കുറിയും രാധാകൃഷ്ണൻ രക്ഷപ്പെടുമായിരിക്കും എന്ന് ഞാൻ ആശ്വസിച്ചു.

ഒരാഴ്ചകഴിഞ്ഞ്, വഞ്ചിയൂർ കോർട്ടിനടുത്ത് ഒരു നോട്ടറിയെ കണ്ടു ചില പേപ്പറുകൾ ഒപ്പിടുവിച്ചു വാങ്ങാനായി ഒരു ടാക്സി എടുത്ത് ഞാൻ പോയതാണ്. തിരിച്ചുവന്നത് തൈക്കാട് ശാസ്താംകോവിലിന്റെ വഴിയാണ്. കാറ് കോവിലിന്റെ വളവു തിരിഞ്ഞപ്പോൾ, 'മേടയിൽ' വീടിനു മുന്നിൽ കരിങ്കൊടിയും പൊലീസും ഒരുപാടു ഫോട്ടോഗ്രാഫർമാരും. ഉടനെ ഞാൻ കാർ നിർത്തി ഇറങ്ങി. 'മരിച്ചിട്ട് ഒരു മണിക്കൂറേ ആയുള്ളൂ. വീട്ടിൽ ഇപ്പോൾ കൊണ്ടുവന്നിട്ടേയുള്ളൂ' എന്ന് ആരോ പറഞ്ഞു. അകത്തു ചെന്നപ്പോൾ മൊബൈൽ മോർച്ചറിക്കു ചുറ്റുമായി വേണ്ടപ്പെട്ടവരെല്ലാം ഉണ്ട്. അധികനേരം അവിടെ തങ്ങാൻ കഴിഞ്ഞില്ല. ഒന്നു തൊഴുത് വലംവച്ചു, പെട്ടെന്നു തിരിച്ച് വണ്ടിയിൽ കയറി. വല്ലാത്തൊരു മരവിപ്പാണ് എനിക്കനുഭവപ്പെട്ടത്. പത്മരാജന്റെ 'ചെക്കൻ' അരങ്ങൊഴിഞ്ഞിരിക്കുന്നു. ആരാധകർക്കും വേണ്ടപ്പെട്ടവർക്കും എണ്ണമറ്റ ശിഷ്യർക്കും മുന്നിൽ ഇനി രാധാകൃഷ്ണനില്ല.

പതിമ്മൂന്ന്

മൂന്നാം തലമുറ

രഞ്ജിത് സംവിധാനം ചെയ്ത 'ഇന്ത്യൻ റുപ്പി' എന്ന പടം കണ്ട് വന്നിട്ട് മകൻ പറഞ്ഞു, 'അമ്മേ നല്ല പടം' രഞ്ജിത് നന്നായി വർക്ക് ചെയ്തിരിക്കുന്നു. ജഗതിയും തിലകനും മത്സരിച്ചഭിനയിച്ചിരിക്കുന്നു. പൃഥ്വിരാജും നന്നായി ചെയ്തിട്ടുണ്ട്" എന്ന്. നിർമ്മാണത്തിൽ കൂടി പൃഥ്വിരാജിനു പങ്കുണ്ടെന്നും പടമൊരു ഹിറ്റാകുമെന്നും കൂടി പറഞ്ഞു. പെട്ടെന്ന് ഞാനോർത്തത് കൈനിക്കര കുമാരപിള്ള സാറിനെയാണ്. എപ്പോഴും ബഹുമാനപൂർവ്വം മാത്രം ഓർക്കാൻ കഴിയുന്ന ഒരു പേരാണത്. ഞാനേറെ ഇഷ്ടപ്പെട്ടിരുന്ന ഒരു വലിയ മനുഷ്യൻ! പൃഥ്വിരാജിന്റെ വലിയ മുത്തശ്ശൻ.

ആയിരത്തിത്തൊള്ളായിരത്തി എഴുപതിൽ വിവാഹിതനായി പത്മരാജനോടൊപ്പം ഞാൻ താമസമാക്കിയത് പൂജപ്പുരയിലെ പാതിരപ്പള്ളി റോഡിലെ 'കമലാലയം' എന്ന കെട്ടിടത്തിന്റെ മുകളിലത്തെ നിലയിലാണ്. താഴെ വീട്ടുടമസ്ഥരായ ഇന്ദിരച്ചേച്ചിയും ഭർത്താവും മകൻ റാമും. ഞങ്ങൾ താമസം തുടങ്ങിയ സമയത്ത് ഇന്ദിരച്ചേച്ചിയുടെ ഭർത്താവ് സുകുമാരൻ നായർ ചേട്ടൻ അമേരിക്കയിലാണ്. ഇന്ദിരച്ചേച്ചി വലിയ സായിഭക്തയായിരുന്നു. മനോഹരമായി പാടും. എല്ലാ വ്യാഴാഴ്ചയും 'കമലാലയ'ത്തിൽ സായിഭജനയുണ്ടായിരുന്നു.

ഞാൻ താമസമാക്കി ദിവസങ്ങൾക്കകം തന്നെ ഇന്ദിരച്ചേച്ചി എന്റെ അടുത്ത സുഹൃത്തായി. അവർ ഒഴിവുസമയങ്ങളിൽ വായിക്കുന്നതു ഞാൻ ശ്രദ്ധിച്ചു. പൊതുവെ കലയും സാഹിത്യവും അവർക്ക് വളരെ ഇഷ്ടപ്പെട്ട സംഗതികളായിരുന്നു. ലോകകാര്യങ്ങളെക്കുറിച്ച് നല്ല ബോധവും അറിവും അവർക്കുണ്ടെന്ന് മനസ്സിലാക്കി. പത്മരാജൻ ഓഫീസിൽ പോകുന്ന അവസരങ്ങളിൽ ഞാൻ എപ്പോഴും ഇന്ദിരച്ചേച്ചിയുടെ അടുത്തു ചെല്ലുമായിരുന്നു. വായിക്കാനുള്ള പുസ്തകങ്ങളൊക്കെ എവിടെനിന്നാണ് കിട്ടുന്നതെന്ന് ഒരിക്കൽ ഞാൻ ഇന്ദിരച്ചേച്ചിയോട്

ചോദിച്ചു. കൈനിക്കരസാറിന്റെ വീട്ടിൽ നിന്നാണെന്ന് ചേച്ചി മറുപടി പറഞ്ഞു. കൈനിക്കര സാറിന്റെ പേരു കേട്ടപ്പോൾ എനിക്കു വലിയ അദ്ഭുതമായി. കൈനിക്കര സഹോദരന്മാരെക്കുറിച്ചൊക്കെ പത്മരാജൻ നേരത്തേതന്നെ എനിക്കു പറഞ്ഞു തന്നിരുന്നു. അതുകൊണ്ടു തന്നെ, സാറിനെ ഒന്നു പരിചയപ്പെട്ടാൽ കൊള്ളാമെന്ന് തോന്നി. എന്റെ ആഗ്രഹം ഇന്ദിരച്ചേച്ചിയോടു പറഞ്ഞു, ഒരു ദിവസം പത്മരാജനോടൊപ്പം ഞാനും ഇന്ദിരച്ചേച്ചിയും കൈനിക്കരസാറിന്റെ വീട്ടിലേക്കു ചെന്നു.

ഇപ്പോൾ 'നടുതല ഭഗവതിക്ഷേത്രം' റോഡായി മാറിയ പഴയ പാതിരപ്പള്ളി റോഡിലേക്ക് കടന്നാലുടൻ ഇടതുവശത്തു കാണുന്ന ആദ്യത്തെ വീടായിരുന്നു കുമാരപിള്ള സാറിന്റേത്. കാണുന്ന മാത്രയിൽ നമിക്കാൻ തോന്നിപ്പോകുന്ന ഒരു പേഴ്സണാലിറ്റിയായിരുന്നു സാറിന്റേത്. ആറടിപ്പൊക്കം, വെളുത്ത് കൊലുന്നനെയുള്ള ശരീരം, കനത്ത മീശ, ഗൗരവം സ്ഫുരിക്കുന്ന മുഖം, നീണ്ടു നിവർന്ന ശരീരവും കൈകാലുകളും. ശരിക്കു പറഞ്ഞാൽ അങ്ങോട്ട് കയറി എന്തെങ്കിലും ചോദിക്കാനോ പറയാനോ നമുക്കു ധൈര്യം തോന്നാത്ത അത്രയും ഗംഭീരമായ ഒരു രൂപമായിരുന്നു. എന്നാൽ, പരിചയപ്പെട്ടു കുറച്ചു സമയം കഴിഞ്ഞപ്പോൾ ഞങ്ങൾക്കു മനസ്സിലായി അദ്ദേഹം വളരെ സൗമ്യനായ ഒരു മനുഷ്യനാണെന്ന്.

സാറിന്റെ വീട്ടിൽ ഒരു ലൈബ്രറി ഉണ്ടായിരുന്നു. ഏറ്റവും പുതുതായി ഇറങ്ങുന്ന പുസ്തകങ്ങൾ വരെ ആ ലൈബ്രറിയിൽ ഞങ്ങൾ കണ്ടു. എല്ലാം ചിട്ടയായും ഭംഗിയായും അലമാരകളിൽ അടുക്കിവച്ചിട്ടുണ്ടായിരുന്നു.

പത്മരാജൻ വീട്ടിലില്ലാത്ത സമയങ്ങളിൽ വായനയായിരുന്നു എന്റെ ഹോബി. കൈനിക്കര സാറിന്റെ വീട്ടിലെ പുസ്തകങ്ങൾ എന്നെ വളരെ ഏറെ സന്തോഷിപ്പിച്ചു. പിന്നീട് ഒന്നിടവിട്ട ദിവസങ്ങളിൽ ഞാനവിടെ ചെല്ലാനും സാറിന്റെ ലൈബ്രറിയിൽ നിന്നും പുസ്തകങ്ങൾ എടുത്തുകൊണ്ടുവന്ന് വായിക്കാനും തുടങ്ങി. എടുക്കുന്ന പുസ്തകങ്ങളുടെ പേര് സാറിന്റെ ഭാര്യ ഒരു പുസ്തകത്തിൽ എഴുതി വയ്ക്കും.

വെളുത്തു കൊലുന്നനെയുള്ള ഒരു സുന്ദരിപ്പെൺകുട്ടിയെ വല്ലപ്പോഴുമൊക്കെ അവിടെ കാണുമായിരുന്നു. "അത് എന്റെ സഹോദരൻ മാധവൻ പിള്ളയുടെ മോളാ, മോഹമല്ലിക. ഇവിടെ വിമൻസ് കോളേജിൽ ഡിഗ്രിക്കു പഠിക്കുന്നു" എന്നൊരിക്കൽ സാറ് എന്നോടു പറഞ്ഞു. നല്ല ചുറുചുറുക്കും സൗന്ദര്യവുമുള്ള ആ പെൺകുട്ടിയെ എനിക്ക് വളരെ ഇഷ്ടപ്പെട്ടു. പെൺകുട്ടികളായാൽ ഇങ്ങനെ വേണം എന്ന് ആ കുട്ടിയുടെ പെരുമാറ്റവും മിടുക്കും കണ്ടപ്പോൾ തോന്നി.

കൈനിക്കര സഹോദരന്മാരെക്കുറിച്ചും അവരുടെ നാടകങ്ങളെക്കുറിച്ചും വീട്ടിൽ ചർച്ച പതിവായി. സി.വി രാമൻ പിള്ളയുടെ രചനകളെ

കുറിച്ചൊക്കെ പത്മരാജൻ വാചാലനാകുന്നതും കേട്ട് ഞാനിരിക്കും. ഒരിക്കൽ 'ധർമ്മരാജ' രംഗത്തവതരിപ്പിച്ചപ്പോൾ അതിലെ ഹരി പഞ്ചാനനന്മാരായി കൈനിക്കരസഹോദരന്മാർ വേഷമിട്ട കാര്യവും അദ്ദേഹം പറഞ്ഞു തന്നു. ഉഗ്രഹരിപഞ്ചാനനനായി കൈനിക്കര പത്മനാഭപിള്ളയും ശാന്തഹരി പഞ്ചാനനനായി കുമാരപിള്ളസാറും സറ്റേജിൽ വരുന്നതൊക്കെ ഞാൻ സങ്കല്പിക്കും. സ്വതവേ കഥപറച്ചിലുകാരനായ പത്മരാജന് ഈ കഥകളൊക്കെ പറഞ്ഞു തരാൻ നല്ല ഉത്സാഹമായിരുന്നു.

എഴുപത്തിരണ്ടിലോ മറ്റോ ആണ് 'കമലാലയ'ത്തിലിരുന്ന് പത്മരാജൻ 'ഇതാ ഇവിടെ വരെ' എന്ന നോവൽ എഴുതിക്കഴിഞ്ഞിരുന്നു. ഒരു ദിവസം പ്രസിദ്ധ സിനിമാനടനായ മധുസാറ് ഞങ്ങൾ താമസിക്കുന്നിടത്ത് കയറി വന്നു. പത്മരാജന് നേരത്തേ മധുസാറിനെ പരിചയമുണ്ടായിരുന്നു. പത്മരാജൻ സിനിമാക്കാരനായിട്ടില്ല. അദ്ദേഹത്തിന്റെ 'നക്ഷത്രങ്ങളേ കാവൽ' എന്ന നോവൽ കുങ്കുമം വാരികയിൽ ഖണ്ഡശഃയായി പ്രസിദ്ധീകരിച്ചു വന്നതിന് ശേഷം ഒരുപാടു സിനിമാക്കാർ അദ്ദേഹവുമായി ബന്ധപ്പെടുകയും കാണാൻ വരികയും പതിവായിരുന്നു.

മധുസാർ എന്തിനാണ് വന്നതെന്ന് കൃത്യമായി ഞാനിപ്പോൾ ഓർക്കുന്നില്ല. പോകാൻ നേരത്ത് സാറ് എന്നോടു ഒരു കാര്യം പറഞ്ഞു, "അടുത്ത പടം തുടങ്ങാൻ പോകുകയാണ്. അതിലേക്ക് ഒരു പുതിയ നായികനടിയെ വേണം. കൂട്ടുകാരാരെങ്കിലും ഉണ്ടെങ്കിൽ പറയണം. 'സതി' എന്ന പടമാണെന്നാണ് എന്റെ ഓർമ്മ. 'അന്വേഷിച്ചിട്ടു പറയാം' എന്ന് ഞാനേറ്റു. ഒരുപക്ഷേ, മധുസാർ ഇക്കാര്യം അപ്പോൾ തന്നെ മറന്നു കാണും. പക്ഷേ, ഞാൻ മറന്നില്ല. ഞാൻ റോഡിലൂടെ പോകുന്ന സുന്ദരിമാരെയെല്ലാം സൂക്ഷിച്ചു നോക്കി തുടങ്ങി. പെട്ടെന്നാണ് എനിക്ക് കൈനിക്കര സാറിന്റെ സഹോദരൻ മാധവൻപിള്ള സാറിന്റെ മകളെ ഓർമ്മ വന്നത്. അഭിനയ പാരമ്പര്യമുള്ള കുടുംബത്തിൽ പിറന്ന സുന്ദരി പെൺകുട്ടി. ആ കുട്ടിയുടെ നീണ്ട് ഇടതൂർന്ന മുടിയും വെണ്ണപോലെ വെളുത്ത നിറവും ഉയരവും ഒരു നായികയാകാൻ പറ്റിയതാണെന്ന് എനിക്കു തോന്നി. ഞാനീക്കാര്യം പത്മരാജനോടു പറഞ്ഞു. അദ്ദേഹം അതുകേട്ട് ഒറ്റച്ചിരി. "നിങ്ങൾക്കു വട്ടുണ്ടോ? ആ കുട്ടിയെ സിനിമയിൽ അഭിനയിക്കുവാൻ വിടില്ല" എന്നായി പത്മരാജൻ. എനിക്ക് ആ അഭിപ്രായത്തോടു യോജിക്കാൻ കഴിഞ്ഞില്ല. കൈനിക്കര സാറിനോടു ചോദിക്കാം എന്നായി ഞാൻ. ആദ്യം അതു വേണ്ടെന്ന് വിലക്കി എങ്കിലും അവസാനം എന്റെ നിർബന്ധം സഹിക്കവയ്യാതായപ്പോൾ അദ്ദേഹം സമ്മതം മൂളി.

പിറ്റേന്ന് പുസ്തകമെടുക്കാൻ എന്ന ഭാവത്തിൽ ഞാൻ കൈനിക്കര സാറിന്റെ വീട്ടിലേക്കു ചെന്നു. ഭാഗ്യത്തിന് സാറ് വീട്ടിൽ തന്നെ ഉണ്ടായിരുന്നു. ആദ്യമാദ്യം നാട്ടുകാര്യങ്ങളൊക്കെ സംസാരിച്ച് അവസാനം

സിനിമാ കാര്യത്തിലെത്തി. "മോഹമല്ലികയെ അഭിനയ്ക്കാൻ വിടുമോ?" എന്നു ഞാൻ സാറിനോടു ചോദിച്ചു അതുകേട്ട് സാറ് എന്റെ മുഖത്തോട്ട് നോക്കി ഒന്നു പുഞ്ചിരിച്ചു. അപ്പോൾ ഞാൻ മധുസാർ വീട്ടിൽ വന്ന കാര്യ മൊക്കെ വിശദമായി പറഞ്ഞു കേൾപ്പിച്ചു. "ഞാൻ മാധവൻ പിള്ളയോ ടൊന്നു ചോദിച്ചു നോക്കട്ടെ. അയാൾ വിടുമോ എന്നറിഞ്ഞു കൂടാ" എന്ന് കൈനിക്കര സാർ പറഞ്ഞപ്പോൾ എനിക്കു സന്തോഷമായി. എന്റെ ശ്രമം വിജയിച്ചു എന്ന് വിശ്വാസത്തിൽ വീട്ടിലേക്കു തിരിച്ചു.

"അവർ അഭിനയിക്കാനൊന്നും വിടില്ല" എന്ന് പത്മരാജൻ വീണ്ടും പറഞ്ഞപ്പോൾ തെല്ലൊരഹന്തയോടെ "നമുക്കു കാണാം" എന്ന ഭാവ ത്തിൽ തുള്ളിച്ചാടി ഞാനകത്തേക്കു പോയി. പക്ഷേ, എന്റെ പ്രതീക്ഷ കളെയെല്ലാം അട്ടിമറിച്ചുകൊണ്ട് രണ്ടു ദിവസം കഴിഞ്ഞപ്പോൾ കൈനിക്കര സാറിന്റെ മറുപടി കിട്ടി. "അയാൾക്കതിൽ (മാധവൻ പിള്ള യ്ക്ക്) താത്പര്യമില്ല അവൾ പഠിക്കുകയല്ലേ എന്നാണ് പറഞ്ഞത്" എന്ന്. ഇതുകേട്ട് പത്മരാജൻ പൊട്ടിച്ചിരിച്ചു. 'നിങ്ങൾക്കെന്തറിയാം' എന്ന ഭാവ ത്തിൽ അദ്ദേഹം ചിരിക്കുന്നതു കേട്ടപ്പോൾ എനിക്കു വല്ലാത്ത നിരാശ തോന്നി.

ഒരാഴ്ച കഴിഞ്ഞില്ല, പത്മരാജൻ വന്ന് എന്നോടു പരിഭവിക്കുന്നു, "നിങ്ങൾക്ക് വല്ല ആവശ്യവുമുണ്ടായിരുന്നോ വേണ്ടാത്ത കാര്യത്തിനു പോയിട്ട്, ആ ചെക്കൻ (എം. ജി രാധാകൃഷ്ണനെ അദ്ദേഹം അങ്ങനെ യാണ് പറഞ്ഞിരുന്നത്) എന്നോടു വന്നു ചോദിച്ചു. 'നീ മോഹമല്ലികയെ അഭിനയിക്കാൻ വിളിച്ചിട്ട് അവൾ വരില്ല എന്നു പറഞ്ഞല്ലേ' എന്ന്. 'അവന്റെ ഒരു ചിരിയും പരിഹാസവും കണ്ടപ്പോൾ എന്റെ തൊലി ഉരിഞ്ഞു പോയി' എന്നൊക്കെ. ഞാനാകെ വല്ലാതായി ഈ വാർത്ത ഇത്ര വേഗം മറ്റുള്ളവർ അറിയുമെന്ന് ഞാൻ കരുതിയതേയില്ല.

താമസിയാതെ മധുസാർ പടം തുടങ്ങി. ജയഭാരതിയായിരുന്നു നായിക എന്നാണ് എന്റെ ഓർമ്മ. രണ്ടുമൂന്നു മാസം കഴിഞ്ഞു കാണും പത്മരാജൻ എന്നോടു വന്നു പറഞ്ഞു. "നിങ്ങൾക്കൊരു ചൂടുള്ള വാർത്ത യുണ്ട് നിങ്ങളുടെ നായിക മോഹമല്ലിക ഒളിച്ചോടി, നമ്മുടെ എൻ.കെ ആചാരിയുടെ മകൻ അമ്പിളിയുടെ കൂടെ." സത്യം പറഞ്ഞാൽ വാർത്ത കേട്ട് ഞാൻ അന്തം വിട്ടു പോയി. പെട്ടെന്ന് ഞാനോർത്തത് കൈനിക്കര സാറിനെയാണ്. അദ്ദേഹവും കുടുംബവും ഈ സംഭവത്തെ എങ്ങനെ യായിരിക്കും സ്വീകരിക്കുക എന്നു ഞാൻ ചിന്തിച്ചു. "അഭിനയിക്കാൻ അയച്ചിരുന്നെങ്കിൽ ഇപ്പോൾ നായികയായി വിലസാമായിരുന്നു." എന്നു ഞാൻ പിറുപിറുത്തപ്പോൾ പത്മരാജൻ അതുകേൾക്കാത്തതു പോലെ ഒരു സിഗരറ്റിനു തീ കൊളുത്തി.

വർഷങ്ങൾ കുറെ കടന്നു പോയി ഇതിനിടയിൽ, മല്ലിക ജഗതി ശ്രീകുമാറിന്റെ ഭാര്യയായി. മല്ലികയുടെ ബന്ധുക്കൾക്ക് ആ വിവാഹത്തിൽ താത്പര്യമുണ്ടായിരുന്നില്ല. തുടർന്ന് അവർ ഏതൊക്കെയോ പടങ്ങളിൽ ചെറിയ ചെറിയ റോളുകളിൽ അഭിനയിച്ചു അതുകണ്ടപ്പോഴൊക്കെ 'എന്തൊരു വിധിയായിപ്പോയി' എന്നു ഞാൻ തലയിൽ കൈവച്ചു. ഏതായാലും കാലത്തോടൊപ്പം അവർ വളരുകയും അറിയപ്പെടുന്ന സിനിമാ താരങ്ങളായി മാറുകയും ചെയ്തു. നാട്ടുകാർ അവരുടെ കഥകൾ മറന്നു തുടങ്ങി.

എഴുപത്തി എട്ടിലോ മറ്റോ ആണ് ഞാനും മക്കളും പത്മരാജനോടൊപ്പം ചിറ്റൂർക്ക് പോകുന്ന വഴിയിൽ എറണാകുളത്ത് ഒരു ഹോട്ടലിൽ ഒരു ദിവസം തങ്ങി. അന്നവിടെ ഞങ്ങൾ താമസിക്കുന്നതിന്റെ അടുത്ത മുറിയിൽ മോഹമല്ലികയുണ്ട്. ജഗതി എൻ. കെ ആചാരിയും എം.ടി വാസുദേവൻ നായരുമുണ്ട്. എം.ടിയെ ഞാൻ ആദ്യമായി നേരിൽ കണ്ടതും പരിചയപ്പെട്ടതും അന്നവിടെ വച്ചാണ്. അദ്ദേഹം 'ബന്ധനം' എന്ന പടത്തിന്റെ ജോലികളുമായി അവിടെ തങ്ങുകയായിരുന്നു. പടത്തിലെ നായകനായ സുകുമാരനും അവിടെ ഒരു മുറിയിൽ ഉണ്ടായിരുന്നു. അന്ന് പത്മരാജൻ എന്നോടു പറഞ്ഞു "എന്തൊക്കെയോ കുഴപ്പങ്ങളുണ്ടെന്നു തോന്നുന്നു. എൻ.കെ. ആചാരിയുടെ (അമ്പിളിയുടെ പിതാവ്) സംസാരത്തിൽ നിന്ന് എനിക്കങ്ങനെയാണ് തോന്നുന്നത്." എൻ.കെ. ആചാരി ആകാശവാണിയിൽ പ്രോഗ്രാം എക്സിക്യൂട്ടീവ് ആയതുകൊണ്ട് ഞങ്ങൾക്ക് നല്ല പരിചയമുണ്ടായിരുന്നു. പത്മരാജൻ പറഞ്ഞത് കേട്ടെങ്കിലും എം.ടിയെ പരിചയപ്പെട്ട ത്രില്ലിൽ ഇരിക്കുകയായിരുന്ന ഞാൻ എന്താണ് കുഴപ്പമെന്നോ ആർക്കാണ് കുഴപ്പമെന്നോ ഒന്നും അന്വേഷിക്കാൻ പോയില്ല.

പിന്നേയും ഒന്നു രണ്ടു വർഷങ്ങൾ കഴിഞ്ഞാണെന്നാണ് എന്റെ ഓർമ്മ, മോഹമല്ലിക ജഗതി ശ്രീകുമാറുമായി പിരിഞ്ഞു എന്നും സുകുമാരനെ കല്യാണം കഴിക്കാൻ പോകുകയാണെന്നും അറിഞ്ഞു. അപ്പോഴും അവരുടെ കുടുംബത്തെക്കുറിച്ച് ഞാനോർത്തു. ആദ്യ വിവാഹത്തിൽ ദുഃഖിതരായിരുന്ന വീട്ടുകാർ സുകുമാരനുമായുള്ള വിവാഹത്തിൽ വളരെ സന്തുഷ്ടരാണെന്ന് പത്മരാജൻ പറഞ്ഞു. ഞാനപ്പോൾ വെറുതെ ഓർത്തു, ഒരു നായികയായി സിനിമയിൽ വന്ന് വെട്ടിത്തിളങ്ങേണ്ടിയിരുന്ന ആ പെൺകുട്ടിക്ക് എത്രയെത്ര ചെറിയ റോളുകളിലാണ് അഭിനയിക്കേണ്ടി വന്നത്. എന്തുമാത്രം കഷ്ടപ്പാടുകളാണ് അനുഭവിക്കേണ്ടി വന്നത് എന്നൊക്കെ. എല്ലാം ദൈവനിശ്ചയം എന്ന് സമാധാനിച്ചു.

സുകുമാരന്റെ ഭാര്യയായതിനുശേഷം മല്ലികയെ പടങ്ങളിലൊന്നും കാണാതായി. നല്ലൊരു വീട്ടമ്മയായി സുഖമായി ആ കുട്ടി കഴിയുന്നു

എന്നറിഞ്ഞപ്പോൾ സന്തോഷം തോന്നി. മല്ലികയുടെ അമ്മയും ചേച്ചിയുമൊക്കെ പൂജപ്പുര തന്നെയാണ് താമസിച്ചിരുന്നത്. ഞങ്ങൾ നല്ല പരിചയക്കാരുമായിരുന്നു. മല്ലികയുടെ ഒരു ചേച്ചിയുടെ ഭർത്താവ് എന്റെ രണ്ടാമത്തെ ആങ്ങളയായ കുട്ടേട്ടനോടൊപ്പം ചിറ്റൂർ കോളേജിൽ ഉണ്ടായിരുന്ന സച്ചിദാനന്ദമേനോനും മറ്റൊരു ചേച്ചിയുടെ ഭർത്താവ് ഫിസിക്സ് പ്രൊഫസറായ കർത്താ സാറുമാണ്. എന്റെ മകൾ മാധവിക്കുട്ടി കർത്താ സാറിന്റെ അടുത്ത് ഫിസിക്സ് പഠിക്കാൻ പോകുമായിരുന്നു.

വിവാഹശേഷം മല്ലികയും സുകുമാരനും തിരുവനന്തപുരത്ത് കുഞ്ചാലുമ്മൂട് എന്ന സ്ഥലത്തൊരു വീടുവച്ച് താമസമായി. ഒരിക്കൽ സുകുമാരൻ പത്മരാജനോടൊപ്പം ഞങ്ങളുടെ വീട്ടിൽ വന്നതോർക്കുന്നു. പത്മരാജൻ എന്നെ സുകുമാരനു പരിചയപ്പെടുത്തിയപ്പോൾ ആ മുഖത്ത് വളരെ കഷ്ടപ്പെട്ടു വരുത്തിയ ഒരു ചെറുചിരി മാത്രമേ കണ്ടുള്ളൂ. വല്ലാത്ത ഗൗരവക്കാരൻ എന്നു ഞാൻ മനസ്സിൽ പറഞ്ഞു. 'കള്ളൻ പവിത്രൻ' എന്ന പടത്തിന്റെ പൂജയ്ക്ക് പുളിയറക്കോണത്തുണ്ടായിരുന്ന മധു സാറിന്റെ സ്റ്റുഡിയോയിൽ ചെന്നപ്പോൾ അവിടെ സുകുമാരനും സീമയും ഉണ്ടായിരുന്നു. അങ്ങനെ രണ്ടോ മൂന്നോ പ്രാവശ്യം മാത്രമേ ഞാൻ സുകുമാരനെ കണ്ടിരുന്നുള്ളൂ.

തൊണ്ണൂറ്റിയൊന്നിൽ പത്മരാജനും അതുകഴിഞ്ഞ് സുകുമാരനും തങ്ങളുടെ ഏറ്റവും നല്ല കാലത്ത് ഈ ലോകത്തോടു വിട പറഞ്ഞു. സുകുമാരന്റെ മരണവിവരം ആരോ പറഞ്ഞറിഞ്ഞപ്പോൾ വിശ്വസിക്കാൻ പറ്റാതെ ഞാൻ പൂജപ്പുരയുള്ള മല്ലികയുടെ വീട്ടിലേക്കു വിളിച്ചു നിർഭാഗ്യത്തിന്, ഫോണെടുത്തത് മല്ലികയുടെ അമ്മയായിരുന്നു. സുകുമാരന്റെ മരണം അമ്മയെ അറിയിക്കാതെ ചേച്ചിയും മറ്റുമിരിക്കുന്ന സമയത്താണ് ഞാൻ വിളിച്ചത്. സുകുമാരന് എന്തോ പറ്റി എന്നു കേൾക്കുന്നു ശരിയാണോ എന്നു ചോദിച്ചത് അബദ്ധമായിപ്പോയെന്ന് പിന്നീടാണ് മനസ്സിലാക്കിയത്. സത്യമറിഞ്ഞപ്പോൾ ആ അമ്മയ്ക്കുണ്ടായ വിഷമത്തെക്കുറിച്ച് മല്ലികയുടെ ചേച്ചി ലതിക എന്നോടു പറഞ്ഞു. മരണമന്വേഷിച്ച് കുഞ്ചാലുമ്മൂടിലെ വീട്ടിലേക്കു ചെന്നപ്പോഴാണ് മല്ലികയുടെ രണ്ടു മക്കളേയും ഞാനാദ്യമായി കാണുന്നത്. മൂത്തയാൾക്ക് പതിനഞ്ചും രണ്ടാമത്തെയാൾക്ക് പന്ത്രണ്ടും വയസ്സേ കാണൂ. മക്കൾ അമ്മയെ സമാധാനിപ്പിച്ചുകൊണ്ടിരുന്നു. പാവം കുട്ടികൾ എന്ന് മനസ്സു നൊന്തു.

രഞ്ജിത്തിന്റെ 'നന്ദനം' എന്ന് ചലച്ചിത്രം കണ്ടപ്പോൾ മല്ലികയെ ഞാൻ വിളിച്ചു. പൃഥ്വിരാജിന്റെ ആദ്യത്തെ പടം. മോന്റെ അഭിനയം എനിക്കു വളരെ ഇഷ്ടപ്പെട്ടു. ഞാനെന്റെ അഭിനന്ദനം അറിയിച്ചു. അതു കഴിഞ്ഞ് 'മീശമാധവ'ന്റെ ഷൂട്ടിംഗിനിടയ്ക്ക് ഇന്ദ്രജിത്ത് പപ്പനോടൊപ്പം ചിറ്റൂരുള്ള എന്റെ ചെറിയമ്മയുടെ വീട്ടിൽ വന്നിരുന്നു. ദൈവനാമത്തിൽ

എന്ന പടത്തിന്റെ പ്രിവ്യൂവിനും മറ്റേതൊക്കെയോ അവസരങ്ങളിലും പൃഥ്വിരാജിനെ കണ്ടു. മോൻ സുകുമാരന്റെ അതേ ഛായയാണല്ലോ എന്നെനിക്കു തോന്നി. രണ്ടു പ്രാവശ്യം ഗീതു മോഹൻ ദാസ് എന്നെ പരിചയപ്പെടുത്തുകയും ചെയ്തു. എന്റെ രണ്ടു മക്കളുടെ കല്യാണത്തിനും ഞാൻ മല്ലികയെ ക്ഷണിച്ചിരുന്നു. ഇന്ദ്രജിത്തിന്റെ കല്യാണത്തിന് മല്ലിക വന്നു ക്ഷണിച്ചതുകൊണ്ട്, എന്റെ മക്കളുടെ കല്യാണത്തിനു മല്ലിക വരാതിരുന്നിട്ടും ഞാനെന്റെ മകനെ എറണാകുളത്തേക്കയച്ചു.

വർഷങ്ങൾ കടന്നു പോകുന്നിതിനിടെ പൃഥ്വിരാജ് മലയാളത്തിലെ ഏറ്റവും നല്ല നടനുള്ള കേരള ഗവണ്മെന്റിന്റെ പുരസ്ക്കാരത്തിനർഹനാകുകയും വലിയ നടന്മാർക്കിടയിൽ ഒരു സ്ഥാനം നേടിയെടുക്കുകയും ചെയ്തത് എന്നെ ഒരു പാടു സന്തോഷിപ്പിച്ചു.

പൂജപ്പുരയിൽ വളരെ പുരാതനമായ, തൊണ്ണൂറ്റിഒന്നു വർഷം കഴിഞ്ഞ ഒരു അനാഥമന്ദിരമുണ്ട്. എസ്.എം.എസ് ഹിന്ദു മഹിളാ മന്ദിരം. ഞാൻ കഴിഞ്ഞ മുപ്പത്തിയൊന്നു വർഷമായി അവിടുത്തെ ഭരണസമിതിയിൽ അംഗമാണ്. മല്ലിക ഇടയ്ക്കിടയ്ക്ക് മന്ദിരത്തിൽ വരികയും സാമ്പത്തിക സഹായം ചെയ്യുകയും പതിവാണ്. കഴിഞ്ഞ വർഷം സെപ്തംബറിൽ മല്ലിക ഇളയമകനെയും കൊണ്ടാണ് വന്നത്. പൃഥ്വിരാജിന്റെ ജന്മദിനം പ്രമാണിച്ച് ഞങ്ങളുടെ മന്ദിരത്തിലെ കുട്ടികളെ കാണാനും അവർക്ക് സാമ്പത്തിക സഹായം ചെയ്യാനുമായി വന്ന അമ്മയെയും മകനെയും ഞാനും ചേർന്ന് എതിരേറ്റു.

അവരെത്തുന്നതിനു മുമ്പു തന്നെ ഞാൻ മന്ദിരത്തിലെ എന്റെ സഹപ്രവർത്തകരോട് പണ്ട് ഞാൻ മല്ലികയെ നടിയാക്കാൻ ശ്രമിച്ച കഥയൊക്കെ പറഞ്ഞിരുന്നു. അവർ മന്ദിരത്തിലെത്തി. കുശലപ്രശ്നത്തിനിടയ്ക്ക് ഞാൻ പൃഥ്വിരാജിനോടു ചോദിച്ചു. 'അമ്മയിൽ ഒരഭിനേത്രിയുണ്ട് എന്ന് ആദ്യം മനസ്സിലാക്കിയതാരാണെന്നറിയാമോ?' എന്ന്. അറിയില്ല എന്നു മകൻ. അപ്പോൾ അതേ ചോദ്യം തന്നെ ഞാൻ മല്ലികയോടു ചോദിച്ചു. മല്ലികയ്ക്കും അറിയില്ലായിരുന്നു. അവരെ മധുസാറിന്റെ നായികയായി അഭിനയിക്കാൻ ക്ഷണിക്കാൻ പോയ കാര്യം വിശദമായി ഞാൻ മകനെ പറഞ്ഞു കേൾപ്പിച്ചു. പക്ഷേ, അമ്മയ്ക്ക് അത് ഒട്ടും ഓർമ്മയുണ്ടായിരുന്നില്ല. സഹപ്രവർത്തകരുടെ മുമ്പിൽ കൊച്ചായതുപോലെ തോന്നി എങ്കിലും ചമ്മൽ പുറത്തു കാണിക്കാതെ ഞാൻ കൈനിക്കരസാറിന്റെ ലൈബ്രറിയെ കുറിച്ചും പുസ്തകങ്ങളെക്കുറിച്ചും കൊച്ചുമോനോടു സംസാരിച്ചു. മന്ദിരത്തിൽ നിന്ന് അന്നത്തെ യോഗം കഴിഞ്ഞ് തിരിച്ചു പോരുമ്പോഴും മോഹമല്ലിക പഴയകാലം മറന്നു പോയല്ലോ എന്ന വിഷമം മനസ്സിനെ അലട്ടിയിരുന്നു.

മഹാരഥന്മാരായ രണ്ടു നടന്മാരുടെ കൊച്ചുമകനും കഴിവുറ്റ ഒരു നടന്റെയും നടിയുടെയും മകനുമായ പൃഥ്വിരാജിന് പാരമ്പര്യമായി തനിക്കു കിട്ടിയ കഴിവിനെക്കുറിച്ചു നല്ല ബോദ്ധ്യമുണ്ട്. "എനിക്ക് ജീവിതത്തിൽ, അഭിനയിക്കാൻ അറിയില്ല" എന്ന പൃഥ്വിയുടെ പ്രസ്താവന പല ചാനലുകളിൽ കേട്ടു. സുകുമാരൻ എന്ന നടനും അങ്ങനെ ആയിരുന്നല്ലോ. പക്ഷേ ഇക്കാലത്ത് ജീവിതത്തിലും കുറച്ച് അഭിനയിച്ചെങ്കിലേ പൊതുജനങ്ങൾ നമ്മുടെ കൂടെ നിൽക്കു എന്നതാണ് സത്യം.

പുതിയ തലമുറയിൽ ഞാൻ ഏറെ ഇഷ്ടപ്പെടുന്ന ഒരു നടനാണ് പൃഥ്വിരാജ്. കൈനിക്കര സഹോദരന്മാരുടെ മൂന്നാം തലമുറക്കാരായ പൃഥ്വിരാജും ഇന്ദ്രജിത്തും തങ്ങളുടെ പാരമ്പര്യം എന്നുമെന്നും കാത്തു സൂക്ഷിക്കും എന്നു ഞാൻ വിശ്വസിക്കുന്നു.

പതിന്നാല്

ദി മാസ്റ്റർ

ആയിരത്തി തൊള്ളായിരത്തി അറുപത്തിയഞ്ച് മേയ് മാസം - പത്മ രാജനും എനിക്കും തൃശൂർ ആകാശവാണി നിലയത്തിൽ അനൗൺസർ മാരായി ജോലികിട്ടിയ കാലം. വെറും ഒരു റിലേയിംഗ് സ്റ്റേഷനായിരുന്ന തൃശൂർ നിലയം വികസിപ്പിച്ച് സ്വയംഭരണശേഷിയുള്ള ഒന്നായി വളർത്തി യെടുക്കാൻ ഗവണ്മെന്റിൽ നിന്ന് ആദ്യമായി ചെയ്തത്, റിലേ ചെയ്യുന്ന പരിപാടികൾക്കുള്ള അറിയിപ്പുകൾ ലൈവ് ആക്കുക എന്നതാണ്. അങ്ങനെയാണ് പത്മരാജനും ഞാനും വെണ്മണി വിഷ്ണുവും അവിടുത്തെ ആദ്യ അനൗൺസർമാരാകുന്നത്.

പ്രഭാതപരിപാടികൾ കഴിഞ്ഞാൽ ഉച്ചയ്ക്കുള്ള ബ്രോഡ്കാസ്റ്റിങ്ങ് തുടങ്ങുന്നതുവരെ, തുടക്കത്തിൽ ഞങ്ങൾക്ക് പറയത്തക്ക ജോലി കളൊന്നും ഉണ്ടായിരുന്നില്ല. മൂന്ന് അനൗൺസർമാരും മൂന്നു ഷിഫ്റ്റു കളിൽ പണിയെടുത്തു വരികയായിരുന്നു.

ഒരു ദിവസം, രാവിലത്തെ പരിപാടികൾ കഴിഞ്ഞ് മദ്ധ്യാഹ്ന പരി പാടികൾ ആരംഭിക്കുന്നതിനു മുമ്പായുള്ള ഇടവേളയിൽ, ഞാനും പത്മ രാജനും മാത്രം ഡ്യൂട്ടിയിലുണ്ടായിരുന്ന സമയത്ത്, പല കാര്യങ്ങളും സംസാരിക്കുന്നതിനിടയിൽ അദ്ദേഹം എന്നോടു ചോദിച്ചു, ആയിടയ്ക്കി റങ്ങിയതിൽ ഏറ്റവും ഇഷ്ടപ്പെട്ട പടമേതാണ് എന്ന്. ഭാർഗ്ഗവിനിലയം എന്നു ഞാൻ പറഞ്ഞു. അതുവരെ കണ്ടിട്ടുള്ളതിൽനിന്ന് വളരെ വ്യത്യസ്തമായ മനോഹരങ്ങളായ ഗാനങ്ങളുള്ള പടം. വിജയനിർമ്മല യുടെ ശാലീനസുന്ദരമായ അഭിനയം. അന്നൊക്കെ സത്യൻ അഭിനയിച്ച പടം, നസീർ അഭിനയിച്ച പടം എന്നൊക്കെയല്ലാതെ, സിനിമയുടെ അണി യറയിൽ പങ്കെടുക്കുന്നവരെക്കുറിച്ച്, പ്രത്യേകിച്ച് സംവിധായകൻ എന്ന ആളുടെ റോളിനെക്കുറിച്ച് എനിക്കൊന്നും അറിയില്ലായിരുന്നു. കഥയും അഭിനയവും പാട്ടും മാത്രമാണ് സിനിമ എന്ന് ധരിച്ചുവച്ചിരുന്ന കാലം.

ഭാർഗ്ഗവിനിലയത്തിന്റെ കാര്യം പറഞ്ഞപ്പോഴാണ് വലിയ ഒരു ക്യാമറാ മാനായ എ. വിൻസന്റ് എന്നൊരാളാണ് അതിന്റെ സംവിധായകൻ എന്ന്

അദ്ദേഹം പറയുന്നത്. തുടർന്ന്, ഒരു സിനിമയിൽ സംവിധായകന്റേതാണ് ഏറ്റവും പ്രധാനപ്പെട്ട റോൾ എന്ന് പറഞ്ഞു മനസ്സിലാക്കിത്തന്നു.

വിൻസന്റ് മാഷുടേതായി പിന്നീട് ഞാൻ കാണുന്ന പടം എം.ടി. കഥയും തിരക്കഥയും എഴുതി, മാഷ് സംവിധാനം ചെയ്ത മുറപ്പെണ്ണാണ്. തൃശൂർ മാതാ തിയേറ്ററിലാണ് ആ പടം റീലീസ് ചെയ്തത് എന്നാണ് എന്റെ ഓർമ്മ. മനസ്സിനെ വല്ലാതെ ഇളക്കിമറിച്ച ആ പടത്തെക്കുറിച്ച്, ആകാശവാണിയിലെ ഇടവേളകളിൽ അദ്ദേഹം വാതോരാതെ സംസാരിക്കുമായിരുന്നു. പൊതുവേ ആരോടും സംസാരിക്കാതെ, കൈയിലൊരു ഇംഗ്ലീഷ് പുസ്തകവുമായി ഒതുങ്ങിയിരിക്കുന്ന പത്മരാജനെ വിൻസന്റ് മാഷിന്റെ രണ്ടു പടങ്ങളും വാചാലനാക്കി മാറ്റുന്നത് ഞാൻ കണ്ടു. പിന്നീട് രാമുകാര്യാട്ടിന്റെ ചെമ്മീൻ റീലീസായതോടെ, എന്നെ സംബന്ധിച്ച്, സംവിധായകൻ എന്നൊരു വ്യക്തിയെക്കുറിച്ച് കുറച്ചു കുറച്ച് മനസ്സിലായിത്തുടങ്ങി. പക്ഷേ, സിനിമ എന്താണ് എന്നു മനസ്സിലാകാൻ പിന്നെയും ഏറെ വർഷങ്ങൾ വേണ്ടിവന്നു - ശരിക്കു പറഞ്ഞാൽ, പത്മരാജൻ ഒരു സിനിമാക്കാരനാകുന്നതുവരെ.

എഴുപതുകളുടെ തുടക്കത്തിൽ, നക്ഷത്രങ്ങളേ കാവൽ എന്ന പത്മരാജന്റെ നോവൽ ഒരുപാടു ശ്രദ്ധിക്കപ്പെടുകയും അന്ന് സംവിധായകരായി പേരെടുത്തിരുന്ന പി.എൻ. മേനോൻ, സേതുമാധവൻ, രാമുകുര്യാട്ട് തുടങ്ങിയ പ്രഗത്ഭന്മാർ നോവൽ സിനിമയാക്കണം എന്ന ആവശ്യവുമായി അദ്ദേഹത്തെ സമീപിക്കുകയും ചെയ്തിരുന്നു. അക്കൂട്ടത്തിൽ മേലാറ്റൂർ രവിവർമ്മ എന്നൊരാളും ഉണ്ടായിരുന്നു. വർഷം ആയിരത്തി തൊള്ളായിരത്തി എഴുപത്തി നാല്. ഉദയാ സ്റ്റുഡിയോവരെ ചെല്ലണം എന്ന് പത്മരാജന് ഒരറിയിപ്പുകിട്ടി. മേലാറ്റൂർ രവിവർമ്മ ഒരു പടത്തിന്റെ ജോലിയുമായി ഉദയാ സ്റ്റുഡിയോവിലുണ്ട്, ഒരു ഡിസ്കഷനുവേണ്ടി അങ്ങോട്ടു ചെല്ലണം എന്നായിരുന്നു അറിയിപ്പ്. അവിടെ ചെന്നപ്പോഴാണറിയുന്നത്, അവിടെ വിൻസന്റ് മാഷ് സംവിധാനം ചെയ്യുന്ന ഗന്ധർവ്വക്ഷേത്രം എന്ന പടത്തിന്റെ ചിത്രീകരണം നടക്കുകയാണെന്നും മേലാറ്റൂർ രവിവർമ്മ, വിൻസന്റ് മാഷിന്റെ സഹസംവിധായകനാണെന്നും. അവിടെ വച്ചാണ് പത്മരാജൻ വിൻസന്റ് മാഷിനെ പരിചയപ്പെടുന്നത്. അന്ന് ആ പടത്തിന്റെ കലാസംവിധായകനായി ഭരതനും അവിടെ ഉണ്ട്. മേലാറ്റൂരാണ് ഭരതനെ പത്മരാജനു പരിചയപ്പെടുത്തുന്നത്.

മേലാറ്റൂർ രവിവർമ്മയുമായി പടം ചെയ്യാനായില്ലെങ്കിലും സിനിമാലോകത്തെ ദൃഢമായ ഒരു കൂട്ടുകെട്ടിലേക്ക് പത്മരാജനെയും ഭരതനെയും കൊണ്ടെത്തിക്കാൻ രവിവർമ്മയ്ക്കു കഴിഞ്ഞു. വിൻസന്റ് മാഷുമായി അന്നുതുടങ്ങിയ സ്നേഹബന്ധം പത്മരാജന്റെ മരണം വരെയും നിലനിന്നു. വിൻസന്റ് മാഷിനെ ക്യാമറാമാനാക്കി ഒരു ചലച്ചിത്രം പോലും അദ്ദേഹത്തിന് ചെയ്യാനൊത്തില്ല എന്നത് ദൈവനിശ്ചയമായിരിക്കാം. മാഷിന്റെ മക്കളായ ജയാനൻ വിൻസെന്റും അജയൻ വിൻസന്റും പത്മരാജന്റെ ചലച്ചിത്രങ്ങളുടെ ക്യാമറാമാന്മാരായിരുന്നു.

തമിഴ്, തെലുങ്ക്, ഹിന്ദി പടങ്ങളുടെ പിടിയിൽനിന്ന് മലയാളസിനിമയെ മോചിപ്പിച്ച്, സ്റ്റുഡിയോ ഫ്ളോറിന്റെ കൂടാരങ്ങളിൽനിന്ന് യാത്രാമൊഴി ചൊല്ലിച്ച്, പ്രകൃതിയുടെ ശുദ്ധവായു നൽകി, അതിമനോഹരമായ പ്രകൃതിക്ക് കഥയ്ക്കൊപ്പവും കഥാപാത്രങ്ങളോടൊപ്പവും തന്നെയോ സ്ഥാനമുണ്ടെന്ന് തെളിയിക്കുന്നതിൽ പി.എൻ. മേനോനെപ്പോലെതന്നെ വിൻസന്റ് മാഷും കാരണക്കാരനായിരുന്നു എന്നത് ഒരു യാഥാർത്ഥ്യ മാണ്. ബ്ലാക്ക് ആന്റ് വൈറ്റ് ഫോട്ടോഗ്രാഫിയിൽ വിൻസന്റ് മാഷിനെ വെല്ലാൻ ഇനിയും വേറൊരാൾ ജനിക്കേണ്ടിയിരിക്കുന്നു എന്നദ്ദേഹം പറയുമായിരുന്നു. ഫോട്ടോഗ്രാഫി പഠിക്കുന്ന ഇളംതലമുറയ്ക്ക് കറുപ്പിലും വെളുപ്പിലും ദൃശ്യങ്ങൾ എത്രമാത്രം മനോഹരമാക്കാം എന്ന് മാഷ് പഠി പ്പിച്ചുകൊടുത്തു. പിന്നീട്, മാഷിന്റെ ഫ്രെയിംസിനോട് കുറച്ചെങ്കിലും അടുത്തുനിൽക്കുന്നത്, പ്രത്യേകിച്ചും ഇന്റീരിയർ ചെയ്യുന്നതിൽ, മധു അമ്പാട്ടാണെന്ന് അദ്ദേഹം പറയുമായിരുന്നു. ബ്ലാക്ക് ആന്റ് വൈറ്റ് ഫോട്ടോഗ്രാഫിയുടെ മാസ്റ്ററായി അദ്ദേഹം വാഴ്ത്തപ്പെട്ടു. അതുകൊണ്ട് മാസ്റ്റർ എന്ന സ്ഥാനം അദ്ദേഹത്തിന്റെ പേരിനൊപ്പം ചേർത്തുവയ്ക്ക പ്പെട്ടു.

മാതൃഭൂമി ചാനലിൽ ജോലിചെയ്തിരുന്ന സമയത്ത് ചക്കരപന്തൽ എന്ന പരിപാടിക്കുവേണ്ടി ഒരു അഭിമുഖത്തിനായി ഞങ്ങളുടെ മകൻ പപ്പൻ (അനന്തപത്മനാഭൻ) വിൻസെന്റ് മാഷെ കണ്ടിരുന്നു. അച്ഛനെ പ്പറ്റി മാഷ് ഒരുപാടു സംസാരിച്ചു അമ്മേ, എന്നവൻ പറഞ്ഞത് ഒരുപാട് നാളുകൾക്കു മുമ്പല്ലല്ലോ. ഒരുപക്ഷേ, ടി.വി. ചാനലുകളിലൂടെ അവസാന മായി സംപ്രേഷണം ചെയ്ത അഭിമുഖവും അതുതന്നെ ആയിരിക്കു മെന്നു തോന്നുന്നു.

ബലമുള്ള കണ്ണികൾകൊണ്ടു കോർത്തിണക്കി, ബന്ധങ്ങൾ മുറിഞ്ഞു പോകാതെ, സൂക്ഷിച്ചുവച്ചവരായിരുന്നു കടന്നുപോയ ആ വലിയ കലാ കാരന്മാർ. അവരെക്കുറിച്ചുള്ള ഓർമ്മകൾ എന്നും നമ്മെ പുളകംകൊള്ളി ക്കുന്നു. വിൻസെന്റ് മാഷ് എന്ന മഹാനായ ആ കലാകാരന്റെ ഓർമ്മ യ്ക്കുമുമ്പിൽ നിറമനസ്സുമായി തലകുനിക്കുന്നു.

പതിനഞ്ച്
നന്മകളുടെ സൂര്യൻ - കഥയുടെ കഥ

ഒരു സാഹിത്യസൃഷ്ടി പ്രസിദ്ധീകരിച്ചുവരുമ്പോൾ അത് വളരെ നന്നാ യിരിക്കുന്നു എന്ന നാലുപേർ പറയുമ്പോൾ അതിന്റെ സ്രഷ്ടാവിനുണ്ടാ കുന്ന ആത്മനിർവൃതിയെക്കുറിച്ച് ഒരുപക്ഷേ, എഴുത്തുകാരല്ലാത്തവരാരും ചിന്തിച്ചു കാണാൻ വഴിയില്ല. അതുപോലെ ആ സൃഷ്ടിക്കുവേണ്ടി അയാളനുഭവിക്കേണ്ടിവരുന്ന വേദനയെക്കുറിച്ചോ കഷ്ടപ്പാടിനെ ക്കുറിച്ചോ മറ്റൊരാൾ അറിയാനും ഇടയില്ല. പത്മരാജന്റെ ഭാഷയിൽ പറഞ്ഞാൽ ഒരു പ്രസവം പോലെയാണത്. നീണ്ടുനിൽക്കുന്ന വേദന യ്ക്കൊടുവിൽ പുറത്തുവരുന്ന കുഞ്ഞിനെ കാണുമ്പോൾ എല്ലാം മറന്ന് പുഞ്ചിരിക്കുന്ന ഒരമ്മയുടെ മനസ്സുപോലെ - നല്ലതും ചീത്തയുമായ അഭി പ്രായങ്ങൾ പ്രതീക്ഷിച്ചുകൊണ്ടുതന്നെയാണ് ഓരോ സാഹിത്യകാരനും തന്റെ കൃതികൾ പുറത്തിറക്കുന്നത്. സംഭവം പുറത്തിറങ്ങിക്കഴിഞ്ഞാൽ ഏതു ക്രിട്ടിക്കിനെക്കാളും എഴുത്തുകാരനെ അലട്ടുന്ന ചിലരുണ്ട്.

കഥാനായകൻ തങ്ങളുടെ ബന്ധുവാണ് അല്ലെങ്കിൽ കൂട്ടുകാരനാണ് അതുമല്ലെങ്കിൽ താൻതന്നെയാണ് എന്ന നിലപാടെടുത്ത് എഴുത്തു കാരനെതിരെ യുദ്ധം പ്രഖ്യാപിച്ച്, അയാളുടെ കുറ്റവും കുറവും വിളിച്ചു പറഞ്ഞ് ആ സാഹിത്യസൃഷ്ടിയെ താറടിച്ചു കാണിക്കുന്ന കുറേ പേർ. അവർ എഴുത്തുകാരനുണ്ടാക്കുന്ന മനഃപ്രയാസം കുറച്ചൊന്നുമല്ല - ഊമ ക്കത്തുകളും കേസുകൊടുക്കും എന്ന ഭീഷണിയും അങ്ങനെയങ്ങനെ പലതരത്തിലും വിധത്തിലും അവർ എഴുത്തുകാരനെ അസ്വസ്ഥരാക്കാ റുണ്ട്. പത്മരാജന്റെ പല സൃഷ്ടികളും പുറത്തുവന്നപ്പോൾ അത്തരം സംഭവങ്ങൾ ഉണ്ടായിട്ടുണ്ട്. തല്ലും കൊല്ലും എന്നുവരെ പറഞ്ഞവരുണ്ട്. തുടർന്ന്, ഒരേ ചന്ദ്രൻ, നക്ഷത്രങ്ങളേ കാവൽ, നന്മകളുടെ സൂര്യൻ തുടങ്ങി ഒട്ടനവധി കഥകൾക്കെതിരെ പരാതികളും പരിഭവങ്ങളും ഉണ്ടായി ട്ടുണ്ട്. ഇതിൽ അവസാനം പ്രതിപാദിച്ച നന്മകളുടെ സൂര്യൻ ഉണ്ടാക്കിയ പുകിലുകളെക്കുറിച്ച് ഓർക്കാനുള്ള ഒരു സംഭവം ഈ കഴിഞ്ഞയാഴ്ച ഉണ്ടായി. അതേക്കുറിച്ചാണ് ഈ ലേഖനം.

ഈ കഴിഞ്ഞ ആഗസ്റ്റ് ഇരുപത്തിയാറാം തീയതിയിലെ പത്രം വായിക്കുന്നതിനിടയിൽ മുൻവശത്തെ മുറിയിൽനിന്ന് മകൻ പപ്പൻ വിളിച്ചു പറഞ്ഞു, ഡോക്ടർ മുണ്ടോൾ അബ്ദുള്ള മരിച്ചു അമ്മേ എന്ന്. ഞാൻ ചെന്ന് മോന്റെ കൈയിൽനിന്ന് പത്രം മേടിച്ചു നോക്കി. പ്രശസ്ത ഭിഷഗ്വരനും ചിന്തകനും എഴുത്തുകാരനുമായ ഡോ. മുണ്ടോൾ അബ്ദുള്ള (74) അന്തരിച്ചു. ലിബിയയിലെ മുൻഭരണാധികാരി കേണൽ ഖദ്ദാഫിയുടെ ഡോക്ടേഴ്സ് ടീമിൽ അംഗമായിരുന്നു. ചട്ടഞ്ചാൽ മുണ്ടോൾ സ്വദേശിയായ ഡോ. അബ്ദുള്ള വിദേശരാജ്യങ്ങളിലുൾപ്പെടെ നിരവധി സ്ഥലങ്ങളിൽ സേവനമനുഷ്ഠിച്ചിരുന്നു. ഭാര്യ ഡോ.വിലാസിനി. മക്കൾ ഹിഷാം, യൂജൻ.

അബ്ദുള്ളയുടെ മരണവാർത്ത എന്നെക്കൊണ്ടെത്തിച്ചത് ആയിരത്തി ത്തൊള്ളായിരത്തി എഴുപതിനു മുമ്പുണ്ടായ ചില സംഭവങ്ങളിലേക്കാണ്. അന്ന് ഞാൻ പത്മരാജന്റെ ഭാര്യയായിട്ടില്ല. അറുപത്തിയെട്ട് അറുപത്തി യൊമ്പത് കാലത്താണെന്നാണ് എന്റെ ഓർമ്മ. പത്മരാജൻ ആകാശ വാണി തിരുവനന്തപുരം നിലയത്തിൽ പ്രോഗ്രാം അനൗൺസറായും ന്യൂസ് റീഡറായുമൊക്കെ ജോലി ചെയ്തിരുന്നു. ആ സമയത്താണ് മുണ്ടോൾ അബ്ദുള്ള അദ്ദേഹത്തിന്റെ പരിചയക്കാരനാവുന്നത്. അദ്ദേഹം എനിക്കയച്ചുതന്നിരുന്ന കത്തുകളിൽ അതേകുറിച്ച് സൂചിപ്പിച്ചിരുന്നെ ങ്കിലും ആ സൗഹൃദത്തെക്കുറിച്ച് ഞാൻ കൂടുതലൊന്നും അന്വേഷി ക്കുകയോ അദ്ദേഹം എഴുതുകയോ ചെയ്തിരുന്നില്ല. ഏതായാലും, അറുപത്തിയേഴിനുശേഷമാണ് സുഹൃത്താവുന്നത്. കാസർകോട്ടുകാര നായ അബ്ദുള്ള ഇങ്ങു തിരുവനന്തപുരത്തുള്ള പത്മരാജനുമായി എങ്ങനെ അടുത്തു എന്നു ഞാൻ ചോദിച്ചില്ല.

വിവാഹശേഷം പുതിയവീട് വച്ച് ഞങ്ങൾ തിരുവനന്തപുരത്ത് സ്ഥിര താമസമാക്കിയശേഷം അബ്ദുള്ള ഭാര്യ വിലാസിനിയെയും കൂട്ടി വീട്ടിൽ വന്നു. അപ്പോഴാണ് വിലാസിനി എന്റെ നാട്ടുകാരിയാണെന്ന് മനസ്സിലാ ക്കുന്നത്. വലിയമ്മയുടെ മകൾ ഓമനചേച്ചിയോടൊപ്പം പ്രീയൂണി വേഴ്സിറ്റിക്ക് ചിറ്റൂർ കോളേജിൽ പഠിക്കുമ്പോൾ വിലാസിനി വലിയമ്മ യുടെ മകൾ നന്ദിനിക്കുട്ടിയും ഞാനും ഒന്നാം ക്ലാസ് മുതൽ ഒരുമിച്ചു പഠിച്ചവരും കൂട്ടുകാരും ആയിരുന്നു. കോളേജിലും സബ്ജക്ടുകൾ വേറെ വേറെ ആയിരുന്നെങ്കിലും ഇംഗ്ലീഷിനും ജനറൽ എജുക്കേഷനുമൊക്കെ അടുത്തടുത്ത സീറ്റുകളിലിരുന്നു പഠിച്ചവർ. കൂട്ടുകാരികളും നാട്ടുകാരും എന്നെ തങ്കക്കുട്ടി എന്നാണ് വിളിച്ചിരുന്നത്. അങ്ങനെയാണ് വിലാസിനി യിലൂടെ ഞാൻ അബ്ദുള്ളയ്ക്കും തങ്കക്കുട്ടിയായത്.

പക്ഷേ, നാട്ടുകാരിയും പരിചയക്കാരിയും ആയ വിലാസിനിയാണ് അബ്ദുള്ളയുടെ ഭാര്യ എന്ന് അവർ വീട്ടിൽ വന്നപ്പോഴാണ് മനസ്സിലാ ക്കുന്നത്. തന്നോടടുക്കുന്നവരിൽനിന്നൊക്കെ പുതിയ പുതിയ കഥകൾ ക്കുള്ള വിഷയം കണ്ടെത്തുക എന്നത് പത്മരാജനിലെ എഴുത്തുകാരന്റെ

സ്വഭാവമായിരുന്നു. എന്നിൽനിന്നും ചോർത്തിയെടുത്ത പല സംഭവങ്ങളും ഞാൻപോലുമറിയാതെ ചെറുകഥകളായി പുറത്തുവരുകയും, പലപ്പോഴും ചെയ്യാത്ത കുറ്റത്തിന് നാട്ടുകാരാലും ബന്ധുക്കളാലും ഞാൻ ക്രൂശിക്കപ്പെടുകയും ചെയ്തിട്ടുണ്ട്. അതുപോലെ, മുണ്ടോൾ പറഞ്ഞുകൊടുത്ത ഒരു സംഭവത്തിൽനിന്നാണ്, നന്മകളുടെ സൂര്യൻ ഉണ്ടാകുന്നത്.

അറുപതുകളുടെ രണ്ടാം പകുതിയിലെന്നോ നടന്ന കഥയാണത്. തിരുവനന്തപുരം മെഡിക്കൽകോളേജിൽ ഒരു ആംഗ്ലോ ഇന്ത്യൻ പെൺകുട്ടി പഠിച്ചിരുന്നു. അവർ ഒരു അനാഥ പെൺകുട്ടി ആയിരുന്നു. മക്കളില്ലാത്ത ഒരു സായിപ്പ് ആ കുട്ടിയെ എടുത്തുവളർത്തി.

അനാഥത്വത്തിൽനിന്ന് സമ്പത്തിന്റെ അപാരതയിൽ എത്തിപ്പെട്ട പെൺകുട്ടി. വിളിച്ചതും പറഞ്ഞതും കേൾക്കാനും പരിചരിക്കാനും ഒരുപാട് സേവകർ ഉണ്ടായിരുന്ന സായിപ്പിന്റെ വീട്ടിൽ ഒരു നിയന്ത്രണവുമില്ലാതെ അവൾ വളർന്നു. ഇടയ്ക്കുവച്ച് മെഡിക്കൽ കോളേജിലെ പഠിത്തം മതിയാക്കി വീട്ടിൽ ചടഞ്ഞുകൂടിയ അവൾക്ക് അധികം താമസിയാതെ തന്നെ ഒരു കാമുകനെ കിട്ടി. എല്ലാ ആംഗ്ലോ ഇന്ത്യൻ പെൺകുട്ടികളെയും പോലെ അവൾക്കും കുറെ ആൺസുഹൃത്തുക്കൾ ഉണ്ടായിരുന്നു. അക്കൂട്ടത്തിൽ വിൽഫ്രഡ് സിറാങ്കോ എന്ന നീഗ്രോയ്ക്ക് അവളോട് കൂടുതൽ അടുപ്പമുണ്ടായിരുന്നു. അയാളാണ് സുഹൃത്തായ ഷംസിനെ അവൾക്കു പരിചയപ്പെടുത്തിക്കൊടുക്കുന്നത്. ഷംസ് എൻ. മൊഹാലി ഒരു അറബിയായിരുന്നു. ഷംസ് എന്ന വാക്കിന്റെ അർത്ഥം നന്മകളുടെ സൂര്യൻ എന്നാണെന്ന് അയാൾ പെൺകുട്ടിക്ക് പറഞ്ഞുകൊടുക്കുന്നുണ്ട് കഥയിൽ. നൊവെല്ലയിൽ മേരി വയോള ഡയാന എന്നായിരുന്നു ആ പെൺകുട്ടിയുടെ പേര്. ആ പേരിൽ അതിസുന്ദരിയും അവിവാഹിതയുമായ ഒരധ്യാപിക കോഴിക്കോട്ടുണ്ടായിരുന്നു എന്നും, അബ്ദുള്ളയ്ക്ക് അവരെ പരിചയമുണ്ടായിരുന്നു എന്നും പിന്നീടെപ്പോഴോ അറിഞ്ഞു. അവർക്ക് ഈ കഥയുമായി ഒരു ബന്ധവുമില്ല. ആ പേരിന്റെ സൗന്ദര്യമാണ് കഥാപാത്രത്തിന് ആ പേരിടാൻ അദ്ദേഹത്തെ പ്രേരിപ്പിച്ചത്.

സിറങ്കോയുടെ മനസ്സിൽ എന്നും ഡയാനയുമുണ്ടായിരുന്നു. അവൾ ഷംസിനോട് കൂടുതൽ അടുക്കുന്നതു കണ്ട് അയാളുടെ മനസ്സ് ഒരുപാടു നൊന്തു. ഡയാന തന്നിൽനിന്നകലുന്നതും അയാൾ വേദനയോടെ നിരീക്ഷിച്ചു. പക്ഷേ, ഷംസുമായുള്ള ഡയാനയുടെ പ്രേമബന്ധം ഒരുപാട് നാൾ നീണ്ടുനിന്നില്ല. ഡയാനയുടെ കൂട്ടുകാരി അരുണയുമായി ഷംസ് കൂടുതൽ അടുത്തുതുടങ്ങുന്നതോടെ ഡയാനയും തളരുന്നു. മനസ്സുനിറഞ്ഞ പുച്ഛത്തോടെയാണ് സിറാങ്കോ ഇതെല്ലാം അകലെനിന്ന് മൂകനായി വീക്ഷിക്കുന്നത്. പ്രേമം എന്ന വാക്കിന്റെ അർത്ഥമില്ലായ്മയെക്കുറിച്ച് ഡയാനയും മനസ്സിലാക്കുന്നു. കഥാന്ത്യത്തിൽ, പ്രേമകാലത്ത് ഷംസ് സ്നേഹപൂർവ്വം നൽകിയ മഞ്ചാടിക്കുരു വെള്ളത്തിലേക്കു

വലിച്ചെറിഞ്ഞ്, പ്രായത്തിന്റെ വിഴുപ്പ് മാത്രമാണ് ഞാനിപ്പോൾ വെള്ള ത്തിലെറിഞ്ഞതെന്ന് ഡയാന ആശ്വാസപൂർവം ചിരിച്ച് ഷംസിൽനിന്ന് അകന്നുപോകുന്നു.

ഈ കഥ പറഞ്ഞുവന്നതോടെ മെഡിക്കൽകോളേജിലും പരിസരത്തും അത് പാട്ടായി. നീഗ്രോയുടെ പേരുപോലും മാറ്റാതെയാണ് പത്മരാജൻ കഥ എഴുതിയത്. മലയാളിയായ കൂട്ടുകാരിലാരോ സിറാങ്കോയ്ക്ക് കഥ വിവർത്തനം ചെയ്തുകൊടുക്കുകയും അയാളാകെ പൊട്ടിത്തെറിക്കു കയും ചെയ്തു. പിന്നീട് ഇതെഴുതിയവനെ തല്ലും കൊല്ലും എന്നൊക്കെ യുള്ള ഭീഷണികൾ തുടങ്ങി. അവസാനം പരാതി ആകാശവാണിയിലും എത്തി. അന്ന് ഇ.എം.ജെ. വെണ്ണിയൂർ ആയിരുന്നു ആകാശവാണിയുടെ സ്റ്റേഷൻ ഡയറക്ടർ. സിറാങ്കോ ഇ.എം.ജെയെ ചെന്നുകണ്ട് പരാതിപ്പെട്ടു. അദ്ദേഹം പത്മരാജനെ വിളിച്ച് വിശദീകരണം ചോദിച്ചു. സംഭവത്തിന് ആകാശവാണിയുമായി ബന്ധമൊന്നുമില്ലാത്തതിനാൽ, വേണമെങ്കിൽ സിറാങ്കോ കേസുകൊടുക്കട്ടെ എന്നായി പത്മരാജൻ. കുറെ ദിവസം അതിന്റെ പൊല്ലാപ്പുകൾ ഉണ്ടായിരുന്നു. ദിവസങ്ങളോടൊപ്പം കേസും വഴക്കുമൊന്നുമില്ലാതെ സംഗതി മാഞ്ഞുപോയി.

വർഷങ്ങൾ കുറേ കഴിഞ്ഞ് ഞങ്ങൾ താമസിക്കുന്ന വീട്ടിലേക്ക് കൗമാരക്കാരായ രണ്ടു കുട്ടികൾ പത്മരാജനെ അന്വേഷിച്ചുവന്നു. അവർ അദ്ദേഹത്തിനോട് കുറച്ചുനേരം ഇരുന്ന് സംസാരിച്ച് അദ്ദേഹത്തിന്റെ കൈ യിൽനിന്ന് കുറച്ചു പൈസയും വാങ്ങിച്ച് സ്ഥലം വിട്ടു. ആ കുട്ടികൾ കഥയിലെ നായികയുടെ മക്കളാണെന്നും അവരുടെ അമ്മ മരിച്ചു പോയെന്നും പത്മരാജൻ പറഞ്ഞു. പെൺകുട്ടി ഒരു സാമർത്ഥ്യക്കാരിയും ആങ്ങളപ്പയ്യൻ ഒരു പഞ്ചപാവവുമായിരുന്നു. അവരുടെ വരവിന് ഒരൊറ്റ ഉദ്ദേശ്യമേ ഉണ്ടായിരുന്നുള്ളൂ. പത്മരാജന്റെ കൈയിൽനിന്നും വട്ടച്ചെലവി നുള്ള പണം വാങ്ങുക. വല്ലതുമൊക്കെപ്പറഞ്ഞ് കേൾക്കുന്നവരുടെ മനസ്സ് അലിയിപ്പിക്കാനുള്ള കഴിവ് ആ പെൺകുട്ടിയ്ക്കുണ്ടായിരുന്നു. അതു കൊണ്ടുതന്നെ, അദ്ദേഹത്തിന്റെ മരണംവരെ അവർ ഇടയ്ക്കിടക്ക് ഇവിടെ കയറിവരുന്നത് പതിവാക്കി. വന്നപ്പോഴൊന്നും അവർ വെറുംകൈയുമായി തിരിച്ചുപോയിട്ടില്ല.

വർഷങ്ങൾ കടന്നുപോവുകയും അദ്ദേഹം എന്നെന്നേക്കുമായി യാത്ര യാവുകയും ചെയ്ത് കുറേക്കാലത്തേക്ക് ആ കുട്ടികളെ കണ്ടിരുന്നില്ല. കുറേനാളുകൾക്കു ശേഷം വീണ്ടും വന്നുതുടങ്ങിയപ്പോൾ അവർ പറഞ്ഞ കഥ വേറെയായിരുന്നു. അപ്പോഴേക്കും ആ പെൺകുട്ടിക്ക് പത്തു പതിനഞ്ചു വയസ്സായിട്ടുണ്ടായിരുന്നു. അവർ വേറെ ഏതോ സ്ത്രീയുടെ സംരക്ഷണയിലാണെന്നും ആ സ്ത്രീ അവരെ ഒരുപാട് ഉപദ്രവിക്കുന്നു എന്നുമാണ് അവരെന്നോടു പറഞ്ഞ കഥ. കഥ കേട്ട്, ഞാനും കൈയി ലുള്ളത് കൊടുത്തുതുടങ്ങി. ഇടയ്ക്കെപ്പോഴോ അവർ വന്നപ്പോൾ ആ ആൺകുട്ടിക്ക് പെങ്ങളോടെന്തോ അടുപ്പക്കുറവുള്ളതുപോലെ തോന്നിച്ചു.

അടുത്ത പ്രാവശ്യം അനിയത്തി റോഡിലേക്കിറങ്ങിയപ്പോൾ ചേട്ടൻ എന്റെ അരികിൽ വന്നു പറഞ്ഞു. അവളുടെ പോക്ക് ശരിയല്ല എന്ന്. അവന് വേറെ എന്തോ കൂടി എന്നോട് പറയാനുണ്ട് എന്നും തോന്നി. ഏതായാലും അതു കഴിഞ്ഞ് ഒരിക്കൽകൂടി മാത്രമേ അവരിവിടെ വന്നിട്ടുള്ളൂ. പിന്നെ ആ കുട്ടികളെ ഞാനോ മക്കളോ കണ്ടിട്ടില്ല. അവസാനമായി ഇവിടെ വന്നപ്പോൾ ആങ്ങളപ്പയ്യൻ അനിയത്തി കേൾക്കാതെ എന്നെ മാറ്റിനിർത്തി ഒരു സ്വകാര്യം പറഞ്ഞു. തങ്ങളെ സംരക്ഷിച്ചുവരുന്ന സ്ത്രീയുടെ കൊച്ചു മകൾക്ക് പെങ്ങൾ പാലിൽ വിം കലക്കിക്കൊടുത്ത കഥ. ഇവർ ഇവിടെ അധികം ദൂരെയല്ലാതെ, പി.ടി.പി. നഗറിൽ എവിടെയോ ആണ് താമസി ക്കുന്നത് എന്നാണ് പറഞ്ഞിരുന്നത്. അന്നത്തേതിനുശേഷം അവരിവിടെ വന്നിട്ടില്ല. എവിടെപ്പോയി എന്നും അറിഞ്ഞുകൂടാ.

പേരു മാറ്റാത്ത ശരിയായ വ്യക്തിയുടെ പേരുതന്നെ കഥാപാത്ര ങ്ങൾക്കു കൊടുക്കുന്ന ഒരു (ദു)ശീലം പത്മരാജനുണ്ടായിരുന്നു. അതു തന്നെയാണ് വിൽഫ്രഡ് സിറാങ്കോ എന്ന നീഗ്രോ യുവാവിനെ ഇ.എം.ജെ. വെണ്ണിയൂരിന്റെ അടുത്തെത്തിച്ചതും.

കഥയെഴുതിയ പത്മരാജനും കഥ പറഞ്ഞുകൊടുത്ത മുണ്ടോൾ അബ്ദുള്ളയും കഥാവശേഷരായി. ഡോ. വിലാസിനി വർഷങ്ങളായി ഭർ ത്താവിൽനിന്ന് പിരിഞ്ഞ് പാലക്കാട് പ്രാക്ടീസ് ചെയ്യുന്നു. മക്കൾ രണ്ടു പേരും വിവാഹിതരായി വിദേശത്താണെന്ന് മുമ്പൊരിക്കൽ വിളിച്ചപ്പോൾ അബ്ദുള്ള പറഞ്ഞിരുന്നു. അബ്ദുള്ള പന്ത്രണ്ടുവർഷത്തോളം ലിബിയ യിലായിരുന്നു. അങ്ങോട്ടുപോകുന്നതിനു മുമ്പും തിരിച്ചുവന്നിട്ടും വിലാ സിനിയുമായി ഇവിടെ വന്നിട്ടുണ്ട്. അവരെപ്പോഴാണ് വേർപിരിഞ്ഞത് എന്നെനിക്കറിഞ്ഞുകൂടാ. മുണ്ടോളിനെപ്പോലൊരാളെ വിലാസിനിയെ പ്പോലൊരു പെൺകുട്ടി എങ്ങനെ പ്രേമിച്ചു എന്നെനിക്കു സംശയം തോന്നി യിട്ടുണ്ട്. സഹപാഠികളുമായി അബ്ദുള്ളയ്ക്ക് വലിയ അടുപ്പമൊന്നു മുണ്ടായിരുന്നില്ല എന്നാണ് കേട്ടിരിക്കുന്നത്. പക്ഷേ, സമൂഹത്തിൽ മേലേ ത്തട്ടിൽ നിൽക്കുന്നവരുമായി എന്നും വലിയ ബന്ധങ്ങളായിരുന്നുതാനും. അവരെയൊക്കെ തന്നിലേക്കാകർഷിക്കാനൊരു പ്രത്യേക കഴിവുതന്നെ മുണ്ടോളിനുണ്ടായിരുന്നു എന്നുവേണം പറയാൻ. അല്ലെങ്കിൽ മുൻമന്ത്രി സി.എച്ച്. മുഹമ്മദ് കോയയെപ്പോലുള്ള മഹാന്മാരുമായിട്ടൊക്കെ അടുപ്പ മുണ്ടാവാൻ വഴിയൊന്നുമില്ലല്ലോ.

ഏതായാലും മുണ്ടോൾ യാത്രയായി. വേറിട്ടു താമസിച്ചിരുന്നെങ്കിലും വിലാസിനിയുടെ മനസ്സിൽ ഭർത്താവിനോടുണ്ടായിരുന്ന അഗാധസ്നേഹം എനിക്കൂഹിക്കാം. അല്ലെങ്കിൽ പ്രശസ്തമായ തത്തമംഗലം മുത്തേടത്ത് കുടുംബത്തിൽനിന്നും ചേരാമംഗലം കാണൂരെ സ്വന്തം അമ്മവീട്ടിൽ നിന്നും ഒരന്യജാതിക്കാരനോടൊപ്പം അകന്നുമാറി താമസിക്കാൻ വിലാ സിനിക്കു പറ്റുമായിരുന്നില്ലല്ലോ. കാലം എല്ലാ വേദനകളെയും മാറ്റു മെന്നാണ് പറയാറ്. വലിയ ബന്ധങ്ങൾ സൂക്ഷിക്കുന്ന കുടുംബമാണ്

വിലാസിനിയുടേത്. കറുകമണിക്കളത്തിലെ വിലാസിനിയുടെ വീട് ഇപ്പോഴുണ്ടോയെന്നനിക്കറിഞ്ഞുകൂടാ. തത്തമംഗലത്തെ പഴയവീട്ടിൽ തിരിച്ചെത്തിയ വിലാസിനിക്ക് കൂടപ്പിറപ്പുകളും ബന്ധുക്കളും തുണയായി കാണുമെന്നു പ്രതീക്ഷിക്കം. അകലെയുള്ള മക്കൾക്ക് അതിനു കഴിഞ്ഞി ല്ലെങ്കിലും.

സാഹിത്യകാരന്മാരെ വിടാതെ പിന്തുടരുന്ന പൊല്ലാപ്പുകളെക്കുറിച്ചു പറഞ്ഞുവന്നതിന്റെ കൂട്ടത്തിലാണ് മേരി വയോള ഡയാന എന്ന കഥാ പാത്രത്തിന്റെ തനിജീവിതത്തിലെ മക്കളെക്കുറിച്ച് എഴുതിപ്പോയത്. ഇതു പോലെ എത്രയോ കഥകൾ ഇനിയും എഴുതാൻ ബാക്കി വച്ചിട്ടാണ് പത്മ രാജൻ പോയത്. വർഷങ്ങൾ കടന്നുപോയിട്ടും അദ്ദേഹം എപ്പോഴോ എഴുതിയ കഥയുടെ പേരിൽ, എന്റെ പരിമിതമായ കഴിവുകൾക്കുള്ളിൽ നിന്നുകൊണ്ട് ആ രണ്ടുകുട്ടികളെ ഞാൻ സഹായിച്ചിട്ടുണ്ട്. എനിക്കു വേണമെങ്കിൽ അത് ഒഴിവാക്കാമായിരുന്നു. പക്ഷേ, എന്തുകൊണ്ടോ അതിനു കഴിഞ്ഞില്ല.

മേരി വയോള ഡയാനയുടെയും നന്മകളുടെ സൂര്യന്റെയും കഥ പറഞ്ഞുകൊടുത്ത് ഡോ. മുണ്ടോൾ അബ്ദുള്ള യാത്രയായി. ചരമവാർത്ത യോടൊപ്പം കണ്ട അബ്ദുള്ളയുടെ പടം എനിക്കു നൽകിയത് വല്ലാത്തൊ രമ്പരപ്പാണ്. ഇതയാളുതന്നെയാണോ എന്നു സംശയിച്ചു. വെളുത്തു മെലിഞ്ഞ് നല്ല ഉയരവും പുഞ്ചിരിച്ചുകൊണ്ടിരിക്കുന്ന മുഖവും ഉള്ള സുന്ദരനായ ചെറുപ്പക്കാരന്റെ രൂപമായിരുന്നു മനസ്സിൽ. കാലവും രോഗവും അയാളിൽ വരുത്തിയ മാറ്റം വളരെ വലുതാണ്.

ഡോ. മുണ്ടോൾ അബ്ദുള്ളയുടെ ആത്മാവിന് നിത്യശാന്തി നേരുന്നു. അതോടൊപ്പംതന്നെ, എവിടെയാണെന്നറിയാതെ എങ്ങോ പോയിമറഞ്ഞ മേരി വയോള ഡയാനയുടെ ആ രണ്ടു മക്കളെക്കുറിച്ചാലോചിച്ച് മനസ്സ് നൊമ്പരപ്പെടുകയും ചെയ്യുന്നു. ഒരുപക്ഷേ, അങ്ങു ദൂരെ ദൂരെ ഒരിടത്ത് ആ കുട്ടികൾ സന്തോഷമായി കഴിയുന്നുണ്ടാവാം.

പതിനാറ്

നിശ്ശബ്ദ സേവനത്തിന്റെ മഹനീയ മാതൃക

1926-ാം ആണ്ട് മേയ് മാസത്തിൽ ആലപ്പുഴപട്ടണത്തിൽ തെക്കുമാറി കൈതവനഗ്രാമത്തിൽ 'കണ്ണൻകുളങ്ങര' എന്ന ഒരു സാധാരണ കുടുംബത്തിൽ ജനിച്ചു. എൽ ഭാർഗ്ഗവിഅമ്മ. അച്ഛൻ സ്കൂൾ ഹെഡ്മാസ്റ്റർ ആയിരുന്നു. അമ്മ ലക്ഷ്മിക്കുട്ടിഅമ്മ. ഈ ദമ്പതികളുടെ അഞ്ചുമക്കളിൽ ഇളയ കുട്ടിയായിരുന്നു അവർ. അന്ന് അതൊരു കൂട്ടുകുടുംബമായിരുന്നു. കുടുംബകാരണവരും അടുത്തുള്ള സ്കൂളിലെ ഹെഡ്മാസ്റ്റർ ആയിരുന്നെങ്കിലും അദ്ദേഹം നല്ല കൃഷിക്കാരനും പൊതുജനസമ്മതനുമായിരുന്നു. കുടുംബാംഗങ്ങളിൽ പലരും അദ്ധ്യാപകരും അഭിഭാഷകരുമായിരുന്നു എന്ന പ്രത്യേകത കുടുംബത്തിനുണ്ട്.

ഭാർഗ്ഗവിഅമ്മയുടെ ബാല്യകാലത്തിന് ഒരു പ്രത്യേകത ഉണ്ടായിരുന്നു. ഭാരതത്തിൽ നവോത്ഥാനത്തിന്റെ കാലഘട്ടമായിരുന്നു അത്. അടിമത്തത്തിലും അജ്ഞതയിലും ദാരിദ്ര്യത്തിലും കഴിഞ്ഞിരുന്ന ഭാരതീയരെ തന്റെ സിംഹഗർജ്ജനം കൊണ്ട് സ്വാമി വിവേകാനന്ദൻ ഉണർത്തി എഴുന്നേല്പിച്ച സമയം. തന്റെ ആത്മീയപ്രഭാവം കൊണ്ട് ഭാരതീയരെ ഉൽബുദ്ധരാക്കി ദേശഭക്തിയും സ്വാതന്ത്ര്യവാഞ്ഛയും ശക്തമാക്കി വളർത്തിയ കാലം. സ്വാതന്ത്ര്യം നമ്മുടെ ജന്മാവകാശമാണെന്നും അത് നേടിയെടുക്കേണ്ടത് ഓരോ ഭാരതീയന്റേയും കടമയാണെന്നും ഓർമ്മിപ്പിച്ച് ഉത്തേജനം നൽകിക്കൊണ്ടിരുന്ന കാലം, സമരം കൊടുമ്പിരി കൊണ്ടിരുന്ന കാലം. ഈ രണ്ടു തരംഗങ്ങളും ശക്തമായി അലയടിച്ചിരുന്നു അന്ന്. അത് ഭാർഗ്ഗവിഅമ്മയുടെ കുടുംബത്തിലും ശക്തമായ സ്വാധീനം ചെലുത്തിയിരുന്നു.

ഗാന്ധിജിയുടെ ആദർശങ്ങളിൽ അടിയുറപ്പിച്ചുള്ള ഒരു ജീവിതചര്യയായിരുന്നു വീട്ടിലേത്. വസ്ത്രധാരണത്തിലും ഭക്ഷണകാര്യത്തിലും വാക്കിലും പ്രവർത്തിയിലും അങ്ങേയറ്റം ലാളിത്യവും സഹജീവികളോട്

കാരുണ്യവും മാന്യതയും പുലർത്തണമെന്ന് നല്ല ഭരണാധികാരിയായിരുന്ന അമ്മാവന് നിർബന്ധമുണ്ടായിരുന്നു. അച്ചടക്കം അത്യന്താപേക്ഷിതമായ ഗുണമാണെന്ന് കരുതിയിരുന്ന അമ്മാവന്റെ ശിക്ഷണത്തിൽ വളർന്ന ഭാർഗ്ഗവിഅമ്മയും ഗാന്ധിജിയുടെ ആദർശങ്ങൾ ഉൾക്കൊള്ളുകയും ഗാന്ധിജിയെ റോൾ മോഡൽ ആയി സ്വീകരിക്കുകയും ചെയ്തു.

ഔപചാരിക സ്കൂൾ വിദ്യാഭ്യാസം ആരംഭിക്കുന്നത്, തിയോസഫിക്കൽ സൊസൈറ്റിയുടെ പ്രശസ്തമായ സനാതനധർമ്മ വിദ്യാശാലയിൽ IInd form (ഇന്നത്തെ 7-ാം സ്റ്റാൻഡേർഡ്)ൽ ചേർന്നുകൊണ്ടാണ്. ഈ സമയത്ത് ഗാന്ധിജിയെ ഒരിക്കൽ നേരിൽ കാണാൻ അവസരമുണ്ടായത് ഒരു അസുലഭ അനുഗ്രഹമായി ഭാർഗ്ഗവിഅമ്മ പറയുന്നു. ഗാന്ധിജിയുടെ പ്രസംഗം ഹിന്ദിയിലായിരുന്നു. ഒരു വാചകം ഇന്നും ഓർമ്മയിലുണ്ട്. ഈശാവാസ്യമിദംസർവ്വം. ഇക്കാലത്ത് തന്നെ ചിന്നമ്മഅമ്മയെപ്പറ്റി കേട്ടറിവുണ്ടായിരുന്നു. ചിന്നമ്മഅമ്മ സ്കൂൾ ഇൻസ്പെക്ട്രസ്സ് ആയിരുന്നു. അന്നൊക്കെ തിരുവിതാംകൂറിലെ മുഴുവൻ സ്കൂളുകളുടെ മേൽനോട്ടത്തിന് ഒരു ഇൻസ്പെക്ടർ മാത്രമേ ഉണ്ടായിരുന്നുള്ളൂ. അദ്ധ്യാപകരുടെ വീടായതിനാൽ സ്കൂൾ ഇൻസ്പെക്ട്രസ്സ് ചിന്നമ്മഅമ്മയെപ്പറ്റിയും കേട്ടറിവുണ്ടായിരുന്നു. ഹെഡ്മാസ്റ്ററിന് ചിന്നമ്മഅമ്മയെ വളരെ ബഹുമാനമായിരുന്നു. അമ്മ സ്ത്രീകൾക്ക് ഉത്തമ മാതൃകയാണെന്ന് ചൂണ്ടിക്കാട്ടുകയും ചെയ്തിരുന്നു. ഇൻസ്പെക്ടർ പദവിയിലെത്തുന്ന ആദ്യത്തെ വനിത എന്ന പ്രത്യേകതയും അമ്മയ്ക്കുണ്ടായിരുന്നു. അങ്ങനെയൊക്കെ അമ്മയെപ്പറ്റി പ്രത്യേകമായ ആദരവ് തോന്നിത്തുടങ്ങിയിരുന്നെങ്കിലും നേരിൽ കാണാൻ കഴിഞ്ഞിരുന്നില്ല.

ഉന്നത വിദ്യാഭ്യാസം നേടുന്നതിന് പല തടസ്സങ്ങളും നേരിടേണ്ടി വന്നുവെങ്കിലും തിരുവനന്തപുരത്തെ പ്രശസ്തമായ മഹാരാജാസ് വിമൻസ് കോളേജിലും മഹാരാജാസ് യൂണിവേഴ്സിറ്റി കോളേജിലും പഠിക്കാനും പ്രശസ്തമായ നിലയിൽ എം.എ. പാസ്സാകാനും കഴിഞ്ഞു. അന്നെല്ലാം മനസ്സിൽ ഒരാഗ്രഹം കൊണ്ടുനടന്നിരുന്നു. ഗാന്ധിജിയുടെ കൂടെ സബർമതി ആശ്രമത്തിൽപോയി താമസിച്ച് അദ്ദേഹത്തിന്റെ പ്രവർത്തനങ്ങളിൽ എളിയ നിലയിലെങ്കിലും പങ്കെടുക്കണമെന്ന്. പാഠ്യേതര വിഷയങ്ങളിലും താത്പര്യമുണ്ടായിരുന്നു. എം.എ.യ്ക്കു പഠിക്കുമ്പോൾ യൂണിവേഴ്സിറ്റി യൂണിയൻ ചെയർപേഴ്സണായി ഏകകണ്ഠേന തിരഞ്ഞെടുക്കപ്പെട്ടു. യൂണിയൻ വിദ്യാർത്ഥി പ്രശ്നങ്ങൾ യൂണിവേഴ്സിറ്റി അധികാരികളെ ധരിപ്പിക്കുക, പ്രശ്നപരിഹാരം ഉണ്ടാക്കുക തുടങ്ങിയ കാര്യങ്ങളിൽ സജീവമായിരുന്നു. അന്ന് യൂണിവേഴ്സിറ്റിയുടെ പേര് ട്രാവൻകൂർ യൂണിവേഴ്സിറ്റി എന്നായിരുന്നു. ചെയർപേഴ്സൺ ആകുന്ന ആദ്യത്തെ വനിത എന്ന പ്രത്യേകതയും ലഭിച്ചിരുന്നു.

മഹാത്മജിയുടെ മരണം സംഭവിച്ചതോടുകൂടി സബർമതി ആശ്രമത്തിൽ പോകാനുള്ള ആഗ്രഹം കുറഞ്ഞുതുടങ്ങി. ആകസ്മികമായി കുടുംബത്തിൽ സംഭവിച്ച അനിഷ്ടസംഭവങ്ങളും ഈ ആഗ്രഹം ഉപേക്ഷിക്കാൻ പ്രേരണയായി. രണ്ടാം ലോകമഹായുദ്ധത്തിന്റെ കെടുതികൾ വളരെ രൂക്ഷമായിരുന്നു. കടുത്ത ക്ഷാമവും ദുരിതവും അങ്ങേയറ്റം ജനങ്ങൾ നേരിടുന്ന കാലം. ഭാർഗ്ഗവിഅമ്മയുടെ തറവാട്ടിലും ആളോഹരി ഭാഗം നടന്നു. പല അംഗങ്ങളും ഓഹരി വാങ്ങി പിരിഞ്ഞുപോയി. സംരക്ഷിക്കാൻ മക്കളും ഭർത്താക്കന്മാരുമില്ലാത്ത ചില സ്ത്രീകളും പിതാവില്ലാത്ത ചില കുട്ടികളും ഭാർഗവിഅമ്മയുടെ അമ്മയുടെ ഒപ്പം കുടുംബത്തിൽ അവശേഷിച്ചു. ഇതേസമയം നായർ സർവ്വീസ് സൊസൈറ്റി തിരുവനന്തപുരത്ത് ഒരു Ist Grade കോളേജ് ആരംഭിച്ചു. ഭാർഗ്ഗവിഅമ്മയ്ക്ക് ആ കോളേജിൽ ലക്ചററായി നിയമനം ലഭിച്ചു. സബർമതി ആശ്രമത്തിലേക്ക് പോകണമെന്ന് ആഗ്രഹിച്ചത് സേവനം ചെയ്യാനുള്ള താത്പര്യം കൊണ്ടാണെങ്കിൽ സ്വന്തം കുടുംബത്തിലേക്ക് അപ്പോൾ ആവശ്യമെന്ന തിരിച്ചറിവുണ്ടായതുകൊണ്ട് ജോലിയിൽ പ്രവേശിക്കാൻ തന്നെ തീരുമാനിച്ചു. എൻ.എസ്.എസ് കോളേജിൽ നിയമനം കിട്ടുന്നത് സമുദായാചാര്യൻ മന്നത്തുപത്മനാഭനും താത്പര്യമെടുത്തിരുന്നു. അദ്ദേഹം അമ്മാവന്റെ അടുത്ത സുഹൃത്തായിരുന്നു. ആദ്യവർഷം കോളേജ് പെരുന്താന്നിയൽ 'വടശ്ശേരി വീട്' എന്ന കെട്ടിടസമുച്ചയത്തിലാണ് ആരംഭിച്ചത്. രണ്ടു വർഷംകൊണ്ട്, കേശവദാസപുരത്ത് ഇന്നു കാണുന്ന കോളേജ് കെട്ടിടം പൂർത്തിയാക്കി മഹാത്മാഗാന്ധി കോളേജ് എന്ന പേരും നൽകി.

1948 മുതൽ 57 വരെ എം.ജി. കോളേജിൽ സേവനമനുഷ്ഠിച്ചു. അപ്പോഴേക്കും എൻഎസ്എസ്സിന്റെ ഒരു വിമൻസ് കോളേജ് 'വടശ്ശേരി അമ്മവീട്' കെട്ടിടത്തിൽ ആരംഭിക്കുകയും അവിടെ ഡിഗ്രി ക്ലാസ് നടത്താൻ അനുവാദം ലഭിക്കുകയും ചെയ്തിരുന്നു. ഭാർഗ്ഗവിഅമ്മയെ പ്രൊഫസർ അവിടേക്ക് സ്ഥലംമാറ്റി. പിന്നീട് 1970ൽ പ്രിൻസിപ്പൽ ആയി ചുമതലയേറ്റു. കോളേജിന്റെ നടത്തിപ്പിലും വികസനത്തിലും കോളേജിന്റെ നീറമൺകരയിലുള്ള കെട്ടിടത്തിന്റെ പണിയിലും ഹോസ്റ്റൽ കാര്യങ്ങളിലും തന്റെ പരമാവധി കഴിവും ശ്രദ്ധയും ചെലുത്തുന്ന കാര്യത്തിൽ ടീച്ചർ ജാഗരൂകയായിരുന്നു. എൻ.എസ്.എസ്സിന്റെ മറ്റൊരു കോളേജ് ആയ നെയ്യാറ്റിൻകര വേലുത്തമ്പി മെമ്മോറിയൽ കോളേജിലും ഒരു വർഷം പ്രിൻസിപ്പൽ ആയി ജോലി ചെയ്തു. അവസാനത്തെ രണ്ട് വർഷം 1984-86 ഒറ്റപ്പാലം എൻ.എസ്.എസ് കോളേജിലും ജോലി നോക്കിയശേഷം 1986ൽ സർവ്വീസിൽനിന്നും 38 കൊല്ലത്തെ സേവനത്തിനു ശേഷം വിരമിച്ചു.

1986-ലാണ് മഹിളാമന്ദിരം സെക്രട്ടറിയായി ചുമതലയേറ്റത്. ചിന്നമ്മ അമ്മയേയും അമ്മയുടെ വ്യക്തിത്വത്തെയും സേവനത്തെപറ്റിയും വളരെ ആദരവുണ്ടായിരുന്ന ടീച്ചർ സന്തോഷത്തോടെ ആ ജോലി ഏറ്റെടുത്തു.

ടീച്ചർ പൂജപ്പുരയിൽ താമസമായപ്പോൾ മുതൽ മഹിളാമന്ദിരത്തിൽ പോകുകയും വീട്ടിൽ എന്തെങ്കിലും വിശേഷമുള്ളപ്പോൾ മന്ദിരത്തിലെ കുട്ടികൾക്ക് ഒരു നേരം ആഹാരം കൊടുക്കുകയും ചെയ്തിരുന്ന തൊഴിച്ചാൽ മറ്റു കാര്യങ്ങളിലൊന്നും പങ്കുകൊണ്ടിരുന്നില്ല. ഉദ്യോഗത്തിലിരിക്കുമ്പോൾ തന്നെ, പ്രതിഫലം ഒന്നുംപറ്റാതെ ഏതെങ്കിലും സേവന പ്രവർത്തനങ്ങളിൽ ഏർപ്പെടണമെന്നുള്ള ആഗ്രഹം ഇങ്ങനെ കൈവന്നപ്പോൾ വളരെയധികം സന്തോഷിച്ചു എന്നുപറയേണ്ടതില്ലല്ലോ. ഏതാണ്ട് പത്തു വർഷക്കാലം മന്ദിരത്തിലെ കാര്യങ്ങൾ നോക്കി നടത്താൻ കഴിഞ്ഞത് ചാരിതാർത്ഥ്യത്തോടെ ടീച്ചർ പറയാറുണ്ട്. ദീർഘദർശിയായ ചിന്നമ്മ അമ്മ ഏർപ്പെടുത്തിയ ചിട്ടവട്ടങ്ങൾ അനുസരിച്ചുതന്നെ മന്ദിരത്തിലെ പ്രവർത്തനങ്ങൾ നടന്നിരുന്നു എങ്കിലും കൂടുതൽ ശുഷ്കാന്തിയോടെയുള്ള മേൽനോട്ടത്തിന്റെ കുറവുണ്ടായിരുന്നു അക്കാലത്ത്. ആ മേൽനോട്ടം വഹിക്കുന്നതിൽ ഭാർഗ്ഗവിഅമ്മ കൂടുതൽ ശ്രദ്ധചെലുത്തി. ഒരിക്കലും കുട്ടികൾ കാണുകയോ കേൾക്കുകയോ അനുഭവിക്കുകയോ ചെയ്യാൻ പാടില്ലാത്ത സാഹചര്യത്തിൽ ജനിച്ചു വളർന്ന കുട്ടികളായിരുന്നു മന്ദിരത്തിലെ അന്തേവാസികളിൽ മിക്കവരും. അവരെ സമൂഹത്തിന്റെ മുഖ്യധാരയിലേക്ക് കൊണ്ടുവരികയും സമൂഹത്തെക്കൊണ്ട് അംഗീകരിപ്പിക്കുകയും ചെയ്യണമെന്ന തിരിച്ചറിവിന്റെ അടിസ്ഥാനത്തിലാണ് മന്ദിരത്തിലെ കാര്യങ്ങൾ നോക്കി നടത്തിയത്.

മന്ദിരത്തിൽ പ്രധാനമായി ഒരു മാനേജർ, ഒരു അക്കൗണ്ടന്റ് ഇവരായിരുന്നു സൂപ്പർവൈസറി സ്റ്റാഫ്. അക്കൗണ്ടന്റ് വിജയകുമാരി ഒരു graduate ആയിരുന്നു. കണക്കും കാര്യങ്ങളും ഒക്കെ കൃത്യമായി സൂക്ഷിക്കാനും ഫയൽ, രസീതുകൾ എന്നിവ വേണ്ടപോലെ കൈകാര്യം ചെയ്യാനും വിജയ മിടുക്കിയായിരുന്നു. എല്ലാറ്റിനും ഉപരി മന്ദിരത്തോട് സ്വന്തം എന്ന ഭാവവും ആ കുട്ടിക്കുണ്ടായിരുന്നു. കുട്ടികളെ സ്നേഹം വിടാതെ ശാസിച്ച് നേർവഴിക്ക് കൊണ്ടുവരാൻ കഴിവുണ്ടായിരുന്ന വിജയകുമാരി, സെക്രട്ടറിക്ക് വളരെയധികം സഹായമായിരുന്നു. കുട്ടികളെ തന്നിലേക്ക് അടുപ്പിക്കാനും അവരെ സ്നേഹിക്കുന്ന ഒരാളാണ് താനെന്ന വിശ്വാസം അവരിൽ വളർത്തിയെടുക്കാനും സെക്രട്ടറിക്ക് കഴിഞ്ഞു. മന്ദിരത്തിന്റെ പരിധിയിൽ വരുന്ന മറ്റു യൂണിറ്റുകളായ ചിന്നമ്മ മെമ്മോറിയൽ സ്കൂൾ, നെയ്ത്തുശാല, വർക്കിംഗ് വിമൻസ് ഹോസ്റ്റൽ, നേഴ്സറി സ്കൂൾ, ഡേകെയർ, തയ്യൽ യൂണിറ്റ് ഇവയൊക്കെ തമ്മിൽ കൂടുതൽ ഒത്തൊരുമിച്ച് പ്രവർത്തിക്കാനുള്ള ഒരു കൂട്ടായ പ്രവർത്തനശൈലി വരുത്താനും ശ്രമം നടത്തിയിരുന്നു. അത് ഒട്ടൊക്കെ വിജയിക്കുകയും ചെയ്തു.

ടീച്ചറിന്റെ സുഹൃദ് വലയത്തിൽപ്പെട്ടവരെ മന്ദിരവുമായി ബന്ധപ്പെടുത്താനും അവർ കുട്ടികളുമായി സംസാരിക്കാനും കഥ പറയാനും ഗീത ക്ലാസ്, ഭജന ക്ലാസ് എന്നിവ നടപ്പിലാക്കാനും കഴിഞ്ഞു. സ്ഥാപകദിനമായി ജനുവരി അഞ്ചാം തീയതി നിശ്ചയിച്ച് അന്നേദിവസം അമ്മയെ

അനുസ്മരിക്കാനും അമ്മയെപ്പറ്റി കുട്ടികൾ ശരിയായി മനസ്സിലാക്കാനും വേണ്ടി ആരെങ്കിലും അവരോട് സംസാരിക്കാനും തുടങ്ങി. ഭൗതികാവശിഷ്ടം സ്ഥാപിച്ചിരുന്ന സ്ഥലത്ത് ദീപം തെളിയിച്ച് പുഷ്പാർച്ചന നടത്തുക എന്ന പരിപാടിയും ആരംഭിച്ചു. ടീച്ചർ ദിവസവും മന്ദിരത്തിൽ പോയി സന്ധ്യാപ്രാർത്ഥനയിൽ കുട്ടികളോടൊപ്പം പങ്കെടുക്കുകയും പുരാണകഥകളും ചരിത്രകഥകളും പറഞ്ഞുകൊടുക്കുകയും നമ്മുടെ സംസ്കാരത്തെപ്പറ്റിയും പൈതൃകത്തിന്റെ മഹത്വത്തെപ്പറ്റിയും ബോധവൽക്കരണം നടത്തുകയും പതിവായി. ആഴ്ചയിൽ ഒരു ദിവസം - വെള്ളിയാഴ്ചയോ ശനിയാഴ്ചയോ ദീപാരാധനയ്ക്കു ശേഷം കുട്ടികൾ പ്രധാന ഹാളിൽ ഒന്നിച്ചു കൂടാനും അവർക്ക് എന്തെങ്കിലും പരാതിയോ ബുദ്ധിമുട്ടോ ഉണ്ടെങ്കിൽ പറയാനും അവസരം കൊടുത്തിരുന്നു. എല്ലാം കേട്ടതിനുശേഷം അന്വേഷിച്ച് പരിഹരിക്കേണ്ടവ പ്രത്യേകം ശ്രദ്ധിച്ച് വേണ്ടത് ചെയ്തുകൊടുക്കുകയായിരുന്നു പതിവ്, അവരുടെ പഠിത്തം, ആരോഗ്യകരമായ ജീവിതരീതി ഇതിലൊക്കെ മേൽനോട്ടം വഹിക്കുക ഒക്കെയായിരുന്നു സെക്രട്ടറി എന്ന നിലയിൽ ചെയ്തിരുന്നത്. കുട്ടികളുടെ ഭക്ഷണം, വസ്ത്രം, മരുന്നുകൾ ഇവക്കൊക്കെ സ്ഥിരവരുമാനം വളരെ തുച്ഛമായ ഒരു ഗ്രാന്റ് മാത്രമായിരുന്നു. പൂജപ്പുര നിവാസികളോട് ഒരു അഭ്യർത്ഥന നടത്തിയതിന്റെ ഫലമായി പല വീടുകളിൽനിന്നും വർഷത്തിലൊരിക്കൽ ഒരു നേരത്തെ ഭക്ഷണം എന്ന നിലയിൽ സഹായം, ഒരു പരിധിവരെ കിട്ടാനിടയായി. പലതും ചെയ്യണമെന്നുണ്ടായിരുന്നു വെങ്കിലും വളരെ കുറച്ച് മാത്രമേ ചെയ്യാൻ കഴിഞ്ഞുള്ളൂ എന്നാണ് ടീച്ചർ വിചാരിക്കുന്നത് എങ്കിലും ഞാൻ പ്രാതഃസ്മരണീയയായി ആദരിക്കുന്ന ചിന്നമ്മ അമ്മയുടെ നാമത്തിൽ പ്രവർത്തിക്കുന്ന സ്ഥാപനത്തിലായിരുന്നല്ലോ എന്ന കാര്യം കൃതാർത്ഥതയോടെ ഓർമ്മിക്കുന്നു. വാർദ്ധക്യത്തിന്റെ പരാധീനതകൾ കാരണം പണ്ടത്തെപ്പോലെ മന്ദിരത്തിൽ പോകാനും പ്രവർത്തനങ്ങളിൽ പങ്കെടുക്കാനും സാധിക്കുന്നില്ല എന്നേയുള്ളൂ. മന്ദിരത്തിന്റെ വളർച്ചയിലും വികസനപ്രോഗ്രാമുകളിലും നേട്ടങ്ങളിലും സന്തോഷിക്കുകയും അഭിമാനിക്കുകയും ചെയ്യുന്ന അഭ്യുദയകാംക്ഷിയായിരുന്നു ഭാർഗ്ഗവിഅമ്മ.

വിദ്യാഭ്യാസകാലത്തുതന്നെ രാമകൃഷ്ണമിഷനുമായി ബന്ധപ്പെടാൻ തുടങ്ങിയിരുന്നു. തിരുവനന്തപുരത്ത്, രാമകൃഷ്ണഭക്തകളായ സ്ത്രീകൾ ശാരദാസംഘം എന്ന് ഒരു അസോസിയേഷൻ രൂപീകരിക്കുകയും ശ്രീശാരദാ ദേവിയുടെ ശതവാർഷിക സ്മാരകമായി വഴുതയ്ക്കാട് ശാരദാ ശിശുവിഹാർ എന്ന ഒരു സ്കൂൾ സ്ഥാപിക്കുകയും ചെയ്തു. ഇന്ന് അത് നല്ല നിലയിൽ പ്രവർത്തിക്കുന്ന മലയാളം മീഡിയം യു.പി. സ്കൂൾ ആണ്. ശാരദാസംഘത്തിലും സ്കൂൾ സ്ഥാപിക്കുന്നതിലും ഭാർഗ്ഗവിഅമ്മ സജീവമായി പ്രവർത്തിച്ചിരുന്നു. രാമകൃഷ്ണ ശാരദാ മിഷൻ എന്ന സ്ത്രീകളുടെ ഒരു സെന്റർ തുടങ്ങിയപ്പോൾ അവിടേയും ഭാർഗ്ഗവിഅമ്മ പ്രവർത്തനങ്ങളിലൊക്കെ ഭാഗഭാക്കായിരുന്നു. സെന്ററിന്റെ

കാര്യങ്ങൾ നടത്തുന്ന കമ്മറ്റിയുടെ പ്രസിഡൻറായും സേവനമനുഷ്ഠിച്ചി ട്ടുണ്ട്.

ശ്രീരാമകൃഷ്ണനുമായുള്ള ബന്ധം ഭാർഗ്ഗവി അമ്മയുടെ ആദ്ധ്യാ ത്മികത ജീവിതത്തിൻ്റെ പ്രധാനഭാഗമായി. അത് തൻ്റെ ജീവിതത്തിലും കുടുംബജീവിതത്തിലും വളരെ സഹായകമായിരുന്നു. സമചിത്തത യോടെ തൻ്റെ കൃത്യങ്ങൾ നിർവ്വഹിക്കുന്നതിനും ജീവിതത്തിൽ സമാ ധാനവും ശാന്തിയും അനുഭവിക്കുന്നതിനും രാമകൃഷ്ണ ശാരദാമിഷനു മായുണ്ടായ അഭേദ്യമായ ബന്ധമാണ് കാരണമെന്നും വിശ്വസിക്കുന്നു. ഭാർഗ്ഗവി അമ്മയുടെ ഭർത്താവ് എൻ. രാമൻ നായർ റിട്ട. ഗവ. ഉദ്യോഗസ്ഥ നാണ്. ഇവർക്ക് മൂന്നു മക്കൾ, രണ്ടു പെൺകുട്ടികളും ഒരു മകനും. എല്ലാവരും സ്വന്തം കുടുംബവും ജോലിയുമായി തിരുവനന്തപുരത്ത് തന്നെയുണ്ട്. ചെറുപ്പം മുതലേ വായന ഒരു ശീലമായി വളർത്തിയിരുന്ന തിനാൽ വാർദ്ധക്യത്തിൽ പുസ്തകങ്ങൾ നല്ല സുഹൃത്തുക്കളായിട്ടുണ്ട്. കലാകാരിയോ സാഹിത്യകാരിയോ അല്ലെങ്കിലും രണ്ടിൻ്റെയും നല്ല ആസ്വാദകയാണ്. കലാരൂപങ്ങളിൽ ക്ഷേത്രകലകളോടും സാഹിത്യ ത്തിൽ കവിതാശാഖയോടും പ്രത്യേക മമതയുണ്ട്. പ്രസംഗത്തിനേക്കാൾ സംഭാഷണം ചെയ്യാനാണ് കൂടുതൽ താത്പര്യം. അതുകൊണ്ടുതന്നെ ശാന്തവും സമാധാനവുമുള്ള ഒരു ജീവിതം ലഭ്യമായി. കഴിഞ്ഞ കാല ത്തേക്ക് തിരിഞ്ഞു നോക്കുമ്പോൾ സംതൃപ്തിയുണ്ടെന്നും ആരോടും പരിഭവവും പരാതിയും ഒന്നുമില്ല എന്നുമാണ് മന്ദിരത്തിൽ നിന്നും കാണാൻ ചെന്നവരോട് അവസാനമായി ടീച്ചർ പറഞ്ഞത്.

പതിനേഴ്
വേദനകളെ വെല്ലുവിളിച്ച ലൈല

ഹിന്ദുമഹിളാമന്ദിരത്തിന്റെ കീഴിലുള്ള പഞ്ചവടിയിലെ 'വാത്സല്യ'യുടെ വാർഡനാണ് ലൈല. അസാമാന്യമായ ധൈര്യവും അച്ഛനിൽ നിന്നു കിട്ടിയ നിശ്ചയദാർഢ്യവുമാണ് ലൈലയെ മഹിളാമന്ദിരത്തിൽ എത്തിച്ചത്.

ആയിരത്തിതൊള്ളായിരത്തി അമ്പത്തി അഞ്ചിൽ തിരുവനന്ത പുരത്തെ നെടുമങ്ങാട് താലൂക്കിലാണ് ജനനം. വെമ്പായത്തിനടുത്തുള്ള ഇരിഞ്ചയത്തിൽ പി.ജി. വേലായുധന്റെയും ഇളവട്ടത്ത് രാജമ്മയുടെയും നാലു മക്കളിൽ രണ്ടാമത്തെ ആളായി പിറന്ന ലൈലയ്ക്ക് രാഷ്ട്രീയ നേതാവായിരുന്ന അച്ഛന്റെ ശീലങ്ങളാണ് പകർന്നു കിട്ടിയത്. ഏതു സാഹചര്യവും പരിഭ്രമം കൂടാതെ നേരിടാനുള്ള ധൈര്യവും സ്ഥിരോ ത്സാഹവും ജന്മനാൽത്തന്നെ ലൈലയ്ക്ക് ലഭ്യമായതാണ്.

നാട്ടുകാരോടും കഷ്ടപ്പെടുന്നവരോടും ഉള്ള അനുഭാവവും സഹക രണ മനോഭാവവും ലൈലയ്ക്ക് കൈമുതലായി എന്നും ഉണ്ടായിരുന്നു. അച്ഛന്റെ വഴികളാണ് ലൈല പിന്തുടർന്നത്. നാടിനുവേണ്ടി സമരം ചെയ്ത് ഇ.എം.എസ്സിനോടും എ.കെ.ജിയോടും ഒപ്പം ജയിൽവാസമനു ഭവിച്ചിട്ടുള്ള അച്ഛന് ഏതോ ഒരു ഘട്ടത്തിൽ അമ്മയുമായി വേർപിരി യേണ്ടി വന്നു. പക്ഷേ, മക്കളെന്നും അച്ഛന്റെ സ്നേഹത്തിൻ കീഴിലാ യിരുന്നു, അച്ഛന്റെ മരണംവരെ. ലൈല കുട്ടിയായിരിക്കുമ്പോൾത്തന്നെ അച്ഛൻ വേർപിരിഞ്ഞെങ്കിലും ആ മനസ്സിൽ എന്നും ദൈവത്തിന്റെ സ്ഥാന മാണ് അച്ഛന്. അമ്മാവന്മാരുടെ സംരക്ഷണവും നിയന്ത്രണവും എന്നും ലൈലയ്ക്കും കൂടപ്പിറപ്പുകൾക്കും ഉണ്ടായിരുന്നു. പക്ഷേ എല്ലാ പഴയ രാഷ്ട്രീയക്കാരേയും പോലെ, ഉള്ള സ്വത്തുക്കൾ നാടിനുവേണ്ടി ഉപേക്ഷി ക്കാനല്ലാതെ സ്വന്തമായിട്ടൊന്നും സമ്പാദിക്കുവാൻ അച്ഛനു കഴിഞ്ഞിരു ന്നില്ല. ലൈലയ്ക്ക് കൂടപ്പിറപ്പുകളായി മൂന്നുപേർ. ഒരു ചേച്ചിയും രണ്ട് ഇളയ സഹോദരന്മാരും. ബി.ആർ.എം.എച്ച്.എസ്സിൽ (ഭാസ്കരൻ രഹുലസ്സ് മെമ്മോറിയൽ ഹൈസ്കൂൾ) ആണ് പത്തുവരെ പഠിച്ചത്. മനോഹരമായ ഒരു കുന്നിൻപുറത്തായിരുന്നു സ്കൂൾ. പത്തു കഴിഞ്ഞ്

പ്രസ്സിൽ കമ്പോസിങ്ങും ബൈന്റിങ്ങും പഠിച്ച് ഡിപ്ലോമ എടുത്തു. അതു കഴിഞ്ഞ് ചുള്ളിമാനൂരുള്ള പി. എസ്. സി പ്രസ്സിൽ ഇരുപത്തിയഞ്ചുവർഷം ജോലി ചെയ്തു.

ഇതിനിടയ്ക്ക് വിവാഹിതയാവാനോ, ഒരു വീട്ടമ്മയാവാനോ ലൈല ഒരുക്കമായിരുന്നില്ല. ഒറ്റയ്ക്കു കഴിയാം എന്ന തീരുമാനത്തിൽ ഉറച്ചു നിന്നുകൊണ്ട് ജോലിയിൽ തുടരുകയായിരുന്നു. കൂടപ്പിറപ്പുകളെല്ലാം താന്താങ്ങളുടെ കുടുംബജീവിതം കെട്ടിപ്പടുത്തപ്പോൾ, പെറ്റമ്മയ്ക്ക് ഒരു താങ്ങായി ലൈല നിലകൊണ്ടു. നല്ല കെട്ടുറുപ്പുള്ള, സ്നേഹബന്ധങ്ങൾ എന്നും സൂക്ഷിച്ച കൂടപ്പിറപ്പുകളാണ് ലൈലയുടെ ശക്തി. പക്ഷേ, അമ്മയുടെ രോഗം ലൈലയ്ക്ക് പ്രസ്സിലെ ജോലി ഉപേക്ഷിക്കുവാൻ കാരണമായി. നാലുവർഷം അമ്മ രോഗശയ്യയിൽ കിടന്നു. കുടുംബസ്വത്തായി കിട്ടിയ വസ്തുക്കൾ വിറ്റുവിറ്റ് അമ്മയെ ചികിത്സിച്ചു. കൂടപ്പിറപ്പുകൾ എന്തിനും തയ്യാറായി കൂടെ നിന്നു. പക്ഷേ, നാലുവർഷത്തെ കിടപ്പിനു ശേഷം അമ്മ പോയി. പക്ഷേ ആ ഒറ്റപ്പെടൽ ലൈലയെ തളർത്തിയില്ല. രാഷ്ട്രീയവും പൊതുപ്രവർത്തനവുമായി നാളുകൾ കടന്നുപോയിക്കൊണ്ടിരുന്നു.

ലൈല രണ്ടായിരാമാണ്ടു മുതൽ മഹിളാസമഖ്യയിലേയും കുടുംബശ്രീയിലെയും സജീവ പ്രവർത്തകയാണ്. കുടുംബശ്രീയുടെ ആദ്യകാല സെക്രട്ടറി ആയിരുന്നു രണ്ടായിരത്തി ഏഴുവരെ. അസുഖത്തെ തുടർന്ന് ഒരു വർഷക്കാലം ഭാരവാഹിത്വത്തിൽ നിന്ന് വിട്ടു നിന്നു. രണ്ടായിരത്തി എട്ടു മുതൽ വീണ്ടും സജീവപ്രവർത്തകയായി. രണ്ടായിരത്തി പതിനൊന്നു മുതൽ ADS സെക്രട്ടറിയായി. പിന്നീട് മഹിളാസമഖ്യയുടെ പഞ്ചായത്തുതല കൂട്ടായ്മയായ 'പൗർണ്ണമി'യുടെ പ്രസിഡന്റായി.

ഒരു ദിവസം ഇളവട്ടത്തുനിന്ന് സുഖമില്ലാതിരിക്കുന്ന ബന്ധുവിനെ കാണാനാണ് ലൈല തച്ചോട്ടുകാവിൽ ചെന്നത്. അവർക്കു തുണയായി ലൈലയും ഡോക്ടറുടെ അടുത്തുചെന്നു. ബന്ധുവിന്റെ പരിശോധന കഴിഞ്ഞപ്പോൾ ലൈല മനസ്സിലുണ്ടായിരുന്ന ഒരു സംശയം തീർക്കാനായി സ്വന്തം കാര്യം ഡോക്ടർ ഗീതയോടു പറഞ്ഞു. കൈക്കുഴിക്കും മാറിടത്തിനും ഇടയ്ക്ക് ചെറിയ ഒരു കല്ലപ്പുപോലെ തോന്നുന്നു. ഒന്നു നോക്കിയാൽ കൊള്ളാം. ഉടനെ തന്നെ ഡോക്ടർ പരിശോധിച്ചു. വിശദമായ പരിശോധനയിൽ ക്യാൻസറാണോ എന്ന് ഡോക്ടർക്കു സംശയം. ഡോക്ടർ ലൈലയെ ആർ.സി.സിയിലേക്ക് പറഞ്ഞയച്ചു. ആർ.സി.സിയിലേക്ക് മറ്റാരേയും കൂട്ടാതെ ലൈല ഒറ്റയ്ക്കാണ് ചെന്നത്. രണ്ടായിരത്തി ഏഴ് ഒക്ടോബർ മൂന്നിന് ഒരു ക്യാൻസർ രോഗിയായി ലൈലയുടെ പേര് ആർ.സി.സിയിൽ രജിസ്റ്റർ ചെയ്യപ്പെട്ടു.

ഉടൻ തന്നെ ഓപ്പറേഷൻ വേണമെന്നാണ് ലൈലയെ ചികിത്സിച്ചിരുന്ന ഡോക്ടർ രമണി പറഞ്ഞത്. ഓപ്പറേഷന് പൈസ വേണം. റേഷൻ കാർഡിൽ ദാരിദ്ര്യരേഖയ്ക്കു മുകളിലാണ് ലൈലയുടെ സ്ഥാനം

രേഖപ്പെടുത്തിയിരുന്നത്. ബി.പി.എൽ ആയിരുന്നെങ്കിൽ എല്ലാം സൗജന്യ മാകുമായിരുന്നു. കുറഞ്ഞത് മൂന്നുലക്ഷം രൂപയെങ്കിലും ഉണ്ടെങ്കിലേ ഓപ്പറേഷൻ നടത്താനാകൂ. വിവാഹിതരും പ്രാരബ്ധക്കാരുമായ കൂട പ്പിറപ്പുകൾ ആൾബലമായും സാമ്പത്തിക സഹായികളായും ലൈലയുടെ പിന്നിൽ നിന്നു. കുഞ്ഞുങ്ങളില്ലാത്ത ഇളയ സഹോദരനാണ് ചെലവിന്റെ മുക്കാൽ പങ്കും വഹിച്ചത്. നാട്ടുകാരും സഹായഹസ്തങ്ങളുമായി കൂടെ കൂടി. കുടുംബം ഭാഗംവച്ചപ്പോൾ കിട്ടിയ ഇരുപതു സെന്റ് സ്ഥലത്തിൽ പത്തുസെന്റ് താമസിയാതെ വിറ്റു. രണ്ടായിരാമാണ്ടിൽത്തന്നെ പഞ്ചാ യത്തിന്റെ സഹായത്തോടെയും ബാക്കി ലോണെടുത്തും ഒരു വീട് സ്വന്തമായി പണിതിരുന്നു. ഭാഗ്യത്തിന് രോഗവിവരം അറിയുന്നതിനു മുമ്പുതന്നെ ലോൺ അടച്ചു തീർത്തിരുന്നു. അടുത്ത ആഴ്ച ഓപ്പറേഷൻ വേണമെന്ന് ഡോക്ടർ പറഞ്ഞെങ്കിലും അതിനാവശ്യമുള്ള സാമ്പത്തികം കൈവരുവാൻ പത്തിരുപതു ദിവസം കൂടി എടുത്തു. ഒക്ടോബർ ഇരു പത്തിമൂന്നിന് ഓപ്പറേഷൻ വിജയകരമായി നടന്നു. തുടർന്ന് ആറു കീമോയും ഇരുപത്തിയഞ്ചു റേഡിയേഷനും. കൂടാതെ റേഡിയേഷന്റെ ബൂസ്റ്റർ ഡോസ് അഞ്ചെണ്ണം വേറെയും. ഓപ്പറേഷൻ സമയത്ത് കൂടെ ആശുപത്രിയിൽ നിന്നത് ചേച്ചിയായിരുന്നു. ഡോക്ടർ ജെ പ്രഭാകറായി രുന്നു സർജൻ. ഓപ്പറേഷൻ കഴിഞ്ഞ് നാലാം ദിവസം ആശുപത്രിയിൽ നിന്ന് ഡിസ്ചാർജ് ചെയ്ത് വീട്ടിലേക്കു പോയി. കീമോതെറാപ്പിയുടെ സമയത്ത് ആശുപത്രിക്കടുത്തുള്ള ഒരു ഹോസ്റ്റലിൽ മുറിയെടുത്തു. സഹോദരന്റെ മകളായിരുന്നു അവിടെ കൂട്ടിന്. സാമ്പത്തികമായ എല്ലാ കാര്യങ്ങൾക്കും ഇളയ അനിയൻ കൂടെത്തന്നെ ഉണ്ടായിരുന്നു. കൂടപ്പിറ പ്പിനുവേണ്ടി അനിയൻ ചെലവാക്കിയത് മൂന്നുലക്ഷം രൂപ. ഒരു കെട്ടിട ത്തൊഴിലാളിയായ അനിയന്റെ ആ നല്ല മനസ്സിനും സ്നേഹത്തിനും മുന്നിൽ ലൈലയുടെ കണ്ണും മനസ്സും എപ്പോഴും നിറയുന്നു.

നന്ദിയോട് പ്രവർത്തിക്കുന്ന പാലിയേറ്റീവ് കെയറിന്റെ സഹായ ത്തോടെയായിരുന്നു തുടർ ചികിത്സകൾ. രോഗം നല്ലതുപോലെ മാറി എന്നു ബോദ്ധ്യമായപ്പോൾ മുമ്പത്തേക്കാൾ ചുറുചുറുക്കോടെ ലൈല വീണ്ടും ജോലിക്കിറങ്ങി. ഒരു വർഷം കഴിഞ്ഞ് തൊഴിലുറപ്പു പദ്ധതിയു മായി ബന്ധപ്പെട്ട് പ്രവർത്തിച്ചുതുടങ്ങി. രാഷ്ട്രീയവും പൊതുപ്രവർ ത്തനവുമായി രംഗത്തിറങ്ങി. രോഗത്തെകുറിച്ചോർത്ത് സങ്കടപ്പെടാനോ ആകാംക്ഷപ്പെടാനോ ഒന്നും ലൈല മെനക്കെട്ടില്ല. എല്ലാം ദൈവനിശ്ചയം പോലെ വരും എന്ന ഉറപ്പിൽ, തന്നെക്കൊണ്ടാവുന്നതൊക്കെ ചെയ്തു.

ആശുപത്രി മരുന്നുകൾക്കുശേഷം നാടൻ ചികിത്സ ചെയ്യാൻ ആരോ ഉപദേശിച്ചു. കറ്റാർവാഴയുടെ അകത്തുള്ള ദ്രവം തേനിൽ മിക്സ് ചെയ്ത് രാവിലെ കഴിക്കും. അത്തിപ്പഴത്തിന്റെ ഇല ഉണക്കിയത് വെള്ളത്തിലിട്ട് തിളപ്പിച്ച് ആ വെള്ളം കുടിക്കും ഇതൊക്കെയായിരുന്നു നാടൻ രീതി കൾ.

വർഷങ്ങൾ ആറേഴ് കഴിഞ്ഞിരിക്കുന്നു. രണ്ടായിരത്തിപതിനാല് ജൂൺ ഒമ്പതിന് പൂജപ്പുരയുള്ള എസ്.എം.എസ്.എസ് ഹിന്ദുമഹിളാമന്ദിരത്തിൽ വാർഡനായി ലൈല ജോയിൻ ചെയ്തു. മഹിളാസമഖ്യ വഴിയാണ് മന്ദിരത്തിൽ എത്തിയത്. ഇപ്പോൾ നൂറോളം വരുന്ന കുട്ടികളുടെ വളർച്ചയും ഭക്ഷണവും പഠിത്തവും എല്ലാം വളരെ ശുഷ്ക്കാന്തിയോടെ ശ്രദ്ധിച്ച് മന്ദിരത്തിൽ കഴിയുന്നു. കഴിഞ്ഞകാലങ്ങൾ ഇപ്പോൾ ലൈലയെ അലട്ടാറില്ല. ശരിക്കു പറഞ്ഞാൽ നൂറു കുഞ്ഞുങ്ങളുടെ പുറകേ നടക്കുന്നതിനിടയിൽ പിന്നിട്ട വഴികളെക്കുറിച്ചു ചിന്തിക്കാൻ സമയം കിട്ടാതെ തികച്ചും ഊർജ്ജസ്വലയായി ലൈല മന്ദിരത്തിൽ കഴിയുന്നു. ഒരിക്കലും കൈവിട്ടുപോകാത്ത മനസ്സും പതറാത്ത ഹൃദയവുമാണ് ഏതൊരു രോഗത്തേയും മറികടക്കാൻ ലൈലയെ സഹായിച്ചത്. ലൈലയുടെ ജീവിതം ഒരു പാഠപുസ്തകമാണ്. ആത്മവിശ്വാസത്തിന്റെ പാഠപുസ്തകം.

പതിനെട്ട്
എല്ലാവരെയും ചിരിപ്പിച്ചിട്ട് ഒടുവിൽ

കഴിഞ്ഞ നാലഞ്ചു വർഷങ്ങളായി പൂജപ്പുര എസ്.എം.എസ്.എസ് ഹിന്ദു മഹിളാ മന്ദിരം അനാഥമന്ദിരത്തിന്റെ പ്രസിഡന്റാണ് ഞാൻ. മിക്കവാറും ദിവസങ്ങളിൽ ഞാനവിടെ ചെല്ലും. മന്ദിരത്തിൽ അന്നദാനത്തിനും സ്പോൺസർഷിപ്പിനും ഒക്കെയായിട്ട് ഒരുപാടുപേർ വന്നുപോകാറുണ്ട്. അക്കൂട്ടത്തിൽ മന്ദിരം സ്കൂൾകുട്ടികൾക്ക് പഠിക്കാൻ, നടൻ മോഹൻ ലാലിന്റെ ഒഫീഷ്യൽ വെബ്സൈറ്റായ 'ദ കംപ്ലീറ്റ് ആക്ടറി'ന്റെ അണിയറ പ്രവർത്തകർ നാല് കമ്പ്യൂട്ടറുകൾ ദാനം ചെയ്യാനായി എത്തുകയുണ്ടായി. സ്കൂളിലെ കുട്ടികളും ടീച്ചർമാരും ടി.സി.എയുടെ അംഗങ്ങളും ചേർന്നുള്ള ഒരു യോഗത്തിൽ വച്ചായിരുന്നു കമ്പ്യൂട്ടറുകൾ ദാനം ചെയ്തത്. യോഗത്തിന്റെ അധ്യക്ഷസ്ഥാനത്ത് ഞാനായിരുന്നു.

ദുബായിലുള്ള മോഹൻലാൽ ഫോണിലൂടെ സംസാരിച്ചു. ആ സംസാരത്തിനിടെ 'പത്മരാജൻ ചേട്ടന്റെ ഭാര്യ'യെക്കുറിച്ചും പരാമർശിച്ചു. അധ്യക്ഷപ്രസംഗത്തിന് എഴുന്നേറ്റ എന്റെ മനസ്സിൽ അപ്പോൾ കയറി ക്കൂടിയതാണ് മോഹൻലാലിന്റെ അമ്മ ശാന്തകുമാരി അമ്മ. പ്രസംഗ ത്തിൽ ഞാൻ കൂടുതലും ശാന്തച്ചേച്ചിയെക്കുറിച്ചാണ് സംസാരിച്ചത്. അസുഖമായി അവർ എറണാകുളത്ത് ആശുപത്രിയിൽ കിടക്കുന്ന സമ യത്ത് ഞാനവരെ കാണാൻ പോയതും നല്ലതുപോലെ ഒരുക്കി പുത പ്പിച്ച് കിടത്തിയിരിക്കുന്ന ശാന്തചേച്ചിയുടെ തലയുടെ ഒരു ഭാഗം കുഴിഞ്ഞു കിടക്കുന്നതു കണ്ടപ്പോൾ, അക്ഷരാർത്ഥത്തിൽ ഞാൻ ഞെട്ടുകയും അറിയാതെ കണ്ണുകൾ നിറഞ്ഞുപോവുകയും ചെയ്തതും എന്റെ മനസ്സി ലേക്കോടിയെത്തി.

ശാന്തച്ചേച്ചി എന്റെ ആരാണ്? ആരുമല്ല. പക്ഷേ, പത്മരാജൻ ജീവി ച്ചിരുന്ന സമയത്തും അതിനുശേഷവും എനിക്കവരുമായി നല്ല അടുപ്പമു ണ്ടായിരുന്നു. അവരെ എപ്പോഴാണ് ആദ്യമായി കണ്ടത് എന്നൊക്കെ ഞാനോർത്തുനോക്കി. എന്റെ വലിയമ്മയുടെ മകൾ മാനസിച്ചേച്ചിയുടെ ഭർത്താവ് രാധേട്ടന്റെ ചേട്ടൻ ഞങ്ങൾ ഉണ്ണിയേട്ടൻ എന്നു വിളിച്ചിരുന്ന

എം. ശേഖർ തിരുവനന്തപുരത്ത് ലോ സെക്രട്ടറിയായിരുന്ന സമയത്ത്, ഉണ്ണിയേട്ടന്റെ വീട്ടിൽ എന്തോ വിശേഷത്തിനു പോയ അവസരത്തിൽ ശാന്തച്ചേച്ചിയും ലാലിന്റെ അച്ഛൻ വിശ്വനാഥൻനായർ ചേട്ടനും അവിടെ ഉണ്ടായിരുന്നു. അന്ന് ലാലിന്റെ അച്ഛൻ ലോ ഡിപ്പാർട്ടുമെന്റിൽ ഉണ്ണിയേട്ടന്റെ തൊട്ടുതാഴെയുള്ള പദവി വഹിച്ചിരുന്ന ആളായിരുന്നു എന്നാണ് ഓർമ്മ. തുടർന്ന് പല സ്ഥലങ്ങളിലുംവച്ച് ഞങ്ങൾ തമ്മിൽ കാണുകയും സംസാരിക്കുകയുമൊക്കെ ചെയ്തിരുന്നു.

പത്മരാജന്റെ നാലഞ്ച് ചലച്ചിത്രങ്ങളിൽ മോഹൻലാൽ അഭിനയിക്കുകയും അവർക്കിടയിൽ സ്നേഹബന്ധം ഉടലെടുക്കുകയും ചെയ്തതോടെ വല്ലപ്പോഴുമൊക്കെ വീട്ടിലോട്ട് ചെല്ലുകയും ശാന്തച്ചേച്ചിയുമായുള്ള അടുപ്പം കൂടിക്കൂടിവരികയും ചെയ്തു. ലാലിന്റെ ചേട്ടൻ പ്യാരേലാലിന്റെ കല്യാണം, തിരുവനന്തപുരത്ത് വെള്ളയമ്പലത്തെ വീടിന്റെ ഗൃഹപ്രവേശം തുടങ്ങിയ കാര്യങ്ങൾക്കൊക്കെ ഞങ്ങളും പങ്കെടുക്കുകയും 'പപ്പേട്ടന്റെ സ്വന്തം നടൻ' എന്ന് പലരാലും ലാൽ പരാമർശിക്കപ്പെടുകയും ചെയ്ത കാലം. ശരിക്കു പറഞ്ഞാൽ ലാലാണ് പത്മരാജനെ 'പപ്പേട്ട'നാക്കിയത്. അതുവരെ സിനിമാരംഗത്തുള്ളവർ പത്മരാജൻ സാർ എന്നും പത്മരാജൻ ചേട്ടൻ എന്നുമൊക്കെയാണ് അദ്ദേഹത്തെ വിളിച്ചിരുന്നത്. തിരുവനന്തപുരത്തുകാരനായ ലാലിന് 'ചേട്ടൻ' എങ്ങനെ 'പപ്പേട്ടൻ' ആയി എന്ന് ക്യാമറാ വേണു ചോദിച്ച് അദ്ഭുതപ്പെട്ടത് ഞാനിന്നുമോർക്കുന്നു.

തൂവാനത്തുമ്പികളുടെ ഷൂട്ടിങ്ങിനിടയ്ക്ക്, തൃശൂർ കേരളവർമ കോളേജിന്റെ മുറ്റത്ത് ചിത്രീകരണം നടക്കുന്ന സമയത്ത്, ചിറ്റൂരിലെ എന്റെ തറവാട്ടിലേക്കുള്ള യാത്രയ്ക്കിടയിൽ, ഞാനും മക്കളും അവിടെ ഇറങ്ങി. അന്നവിടെ മകനെ കാണാനായി ശാന്തച്ചേച്ചിയും ലാലിന്റെ അമ്മാവനായ രാധാകൃഷ്ണൻ ചേട്ടനും ഉണ്ട്. ഒരു പകൽ മുഴുവൻ ഷൂട്ടിങ്ങും കണ്ട് ഞാനും ശാന്തച്ചേച്ചിയും അവിടെ ഒരുമിച്ചുണ്ടായിരുന്നു. ശാന്തച്ചേച്ചിയുടെ 'മോളേ' എന്നു വിളിച്ചുള്ള തമാശ നിറഞ്ഞ സംസാരവും പ്രസന്നമായ മുഖവും ചിരിയും എന്നെ വല്ലാതെ ആകർഷിച്ചു. സാവധാനം അതൊരു ചങ്ങാത്തത്തിലേക്ക് നീങ്ങുകയായിരുന്നു.

തൊണ്ണൂറ്റിഒന്നിൽ ഞവരയ്ക്കൽ വീട്ടിൽനിന്ന് പത്മരാജൻ അങ്ങു ദൂരെ ദൂരെ ഒരിടത്തേക്കു പോയപ്പോൾ മുതുകുളത്തെ തറവാട്ടുവീട്ടിലേക്ക് ലാലും പിന്നിടെപ്പോഴോ പൂജപ്പുരയിലെ വീട്ടിൽ ശാന്തച്ചേച്ചിയും വന്നു. ശാന്തച്ചേച്ചി അത് ഒരൊറ്റ കണ്ണുക്കിൽ ഒതുക്കിയില്ല. ഇടയ്ക്കിടയ്ക്ക് ഉപ്പുമാങ്ങയോ ബിസ്ക്കറ്റോ മറ്റു പലഹാരങ്ങളോ ഒക്കെയായി ആ വരവ് തുടർന്നു. ഒന്നുരണ്ട് പ്രാവശ്യം സുചിത്രയും കൂടെ വന്നത് ഞാനോർക്കുന്നു. ഒരിക്കൽ ശാന്തച്ചേച്ചിയോടൊപ്പം വന്ന കൊച്ചുമോൻ പ്രണവ് പപ്പനെ കണ്ട് ചാടി അവന്റെ കൈയിലോട്ടുപോയതും താടിയും മുടിയുമൊക്കെ കണ്ട് ലാലൂനെപ്പോലെ തോന്നിക്കാണും എന്ന് ശാന്തച്ചേച്ചി ചിരിച്ചതും ഒക്കെ ഇന്നലെ കഴിഞ്ഞതുപോലെ മനസ്സിലുണ്ട്.

മാസങ്ങളും വർഷങ്ങളും കഴിഞ്ഞിട്ടും ശാന്തച്ചേച്ചി ഡ്രൈവർ ഷണ്മുഖത്തിനോടൊപ്പം ഇടയ്ക്കിടയ്ക്ക് ഇവിടെ വന്നുകൊണ്ടേയിരുന്നു. ഒരിക്കൽ വന്നത് ഒരു സാരിയുമായിട്ടാണ്. ആ ഓർമ്മയ്ക്കായി ഞാനിപ്പോഴും ആ സാരി സൂക്ഷിക്കുന്നു.

ഒരോണസമയത്ത് സെറ്റ്മുണ്ടും നേര്യതുമായി ഞാൻ ശാന്തച്ചേച്ചിയുടെ അടുത്തു ചെന്നപ്പോൾ, ഇയ്യാളെന്താ പകരത്തിനു പകരം തരികയാണോ? എന്നെന്നോട് ചോദിച്ചു. ശാന്തച്ചേച്ചി വന്ന ദിവസങ്ങളിലൊക്കെ മൗനം കൂടുകെട്ടിയ വിരുന്നുകാരുടെ തിരക്കൊഴിഞ്ഞ എന്റെ വീട്ടിൽ ചിരിയുടെ അലകൾ ഓളമിട്ടു. ആരേയും വിഷമിപ്പിക്കാത്ത, എന്നാൽ എന്നെയും മക്കളെയും സന്തോഷിപ്പിക്കുന്ന നല്ല കാര്യങ്ങൾ മാത്രം പറഞ്ഞുകൊണ്ട് മൗനം കൂടുകെട്ടിയ ഈ വീടിന് കുറേശ്ശെ കുറേശ്ശെയായി ജീവൻ തന്നുകൊണ്ടിരുന്നു. കാലം പോകപ്പോകെ ശാന്തചേച്ചിക്ക് ഭർത്താവും മൂത്തമകനും നഷ്ടപ്പെട്ടു. എന്നാൽ അവരൊരിക്കലും അതേപറ്റി എന്നോടു പറഞ്ഞു കരഞ്ഞില്ല.

മോഹൻലാൽ തേവരയിൽ വീടുവെച്ച കാലം. ഒരിക്കൽ ശാന്തച്ചേച്ചി വീട്ടിൽ വന്നപ്പോൾ ഞങ്ങൾ സംസാരിച്ചതു മുഴുവൻ കുളങ്ങളെക്കുറിച്ചും നീന്തലിനെക്കുറിച്ചുമായിരുന്നു. ഒരു ദിവസം എറണാകുളത്തു വരണം. നാലഞ്ചു ദിവസം താമസിക്കണം. അവിടെ ലാലുവിന്റെ പുതിയ വീട്ടിൽ ഒരു സ്വിമ്മിങ്പൂളുണ്ട്. നമുക്ക് നീന്തിക്കുളിച്ച് രസിക്കാമെടോ എന്നു ക്ഷണിച്ചപ്പോൾ, ഒരു ദിവസം ഞാനങ്ങോട്ടു വരും എന്ന് വാക്കുകൊടുത്തു. ചിറ്റൂരിലെ എന്റെ വീട്ടുമുറ്റത്തെ വലിയ പെരുങ്കുളത്തിലും മുതുകുളത്തെ താമരക്കുളത്തിലും എത്ര നീന്തിയിട്ടും മതിവരാത്ത എന്റെ മനസ്സിൽ ഒരിക്കലും നടക്കാതെ പോയ ഒരു സ്വപ്നം വിടർന്നു. ഒരു ദിവസം തേവരയ്ക്കു ചെന്ന് ലാലുവിന്റെ വീട്ടിലെ സ്വിമ്മിങ് പൂളിൽ ശാന്തച്ചേച്ചിയോടൊപ്പം നീന്തിക്കുളിക്കണം. പക്ഷേ, നേരത്തെ പറഞ്ഞതുപോലെ, നമ്മൾ ചിന്തിക്കുന്നതോ ആഗ്രഹിക്കുന്നതോ പോലെയൊന്നുമല്ലല്ലോ ഓരോ ദിവസവും കടന്നുപോകുന്നത്. നീന്തലിന്റെ കാര്യത്തിലും അതു തന്നെ പറ്റി.

ശാന്തച്ചേച്ചി സ്ട്രോക്ക് വന്ന് ആശുപത്രിയിലായി എന്നറിഞ്ഞപ്പോൾ പപ്പനെ ഞാൻ എറണാകുളത്തേക്കു പറഞ്ഞുവിട്ടു. പ്രാണനുമായി മല്ലടിച്ച് ജീവിതത്തിലേക്ക് തിരിച്ചെത്തി എന്നറിഞ്ഞപ്പോൾ ഞാനും എറണാകുളത്തെ ആശുപത്രിയിലെത്തി. അവിടെ മുറ്റത്തു ചെന്നിറങ്ങിയപ്പോൾ, ഭാഗ്യത്തിന് ഷൺമുഖം മുന്നിൽത്തന്നെ നില്പുണ്ടായിരുന്നു. എന്നെ കണ്ടതും ഓടി വന്ന് ചേച്ചി കിടക്കുന്ന മുറിയിലേക്ക് കൂട്ടിക്കൊണ്ടുപോയി. മുറിക്കകത്ത് ഷണ്മുഖത്തിന്റെ ഭാര്യയുണ്ടായിരുന്നു. അന്നത്തെ കാഴ്ച എന്നിലുണ്ടാക്കിയ വേദന കുറച്ചൊന്നുമല്ല. തലയിൽ, നെറുകയുടെ ഒരു വശത്ത് വലിയ ഒരു കുഴി. കണ്ണുകൾ തുളുമ്പാതെ ഞാനെങ്ങനെയോ പിടിച്ചു നിന്നു. കണ്ണടച്ചു കിടക്കുന്ന ചേച്ചിയെ ഒന്നു വിളിച്ചുനോക്കാൻ ഷണ്മുഖം പറഞ്ഞു. കിടയ്ക്കരികിൽ ചെന്ന് ആ കവിളിൽ മൃദുവായി

തൊട്ടുകൊണ്ട് പലപ്രാവശ്യം വിളിച്ചു. ശാന്തച്ചേച്ചീ, ശാന്തച്ചേച്ചീ. ആ കണ്ണുകൾ ഒന്നനങ്ങിയോ. വിങ്ങുന്ന മനസ്സുമായി ഞാനവിടെ നിന്നിറങ്ങി.

ദിവസങ്ങൾ കടന്നു പോയിക്കൊണ്ടിരുന്നു. ശാന്തചേച്ചി പലതും തിരിച്ചറിയാനും വീൽച്ചെയറിൽ ഇരുന്ന് സഞ്ചരിക്കാനും തുടങ്ങിയത് പിന്നെയും കുറെ കഴിഞ്ഞാണ്. അവസാനമായി ഷണ്മുഖനെ വിളിച്ചപ്പോൾ അമ്മയ്ക്കിപ്പോൾ എല്ലാം മനസ്സിലാകും എന്നാണ് പറഞ്ഞത്. അറിയുന്നവരെ കാണുമ്പോൾ കണ്ണുകൾ നിറഞ്ഞൊഴുകും എന്നും ആരൊക്കെയോ പറഞ്ഞുകേട്ടു. ഒരു കാര്യവും ഒരിക്കലും ഞാൻ മോഹൻലാലിനോടു ചോദിക്കുകയോ ലാൽ ഇങ്ങോട്ട് പറയുകയോ ഉണ്ടായിട്ടില്ല.

രണ്ടുമൂന്നു വർഷങ്ങൾക്കു മുമ്പ് ഷണ്മുഖവുമായുള്ള എന്റെ അന്വേഷണങ്ങൾ ഞാൻ അവസാനിപ്പിച്ചു. എന്തെന്നാൽ അതിലും വലിയൊരു ദുഃഖം എനിക്കും എന്റെ കുടുംബത്തിനും സംഭവിച്ചിട്ടും ഒരാശ്വാസ വാക്കോ സാന്ത്വനമോ ആ ഭാഗത്തുനിന്നുണ്ടായില്ല. പിന്നീടക്കാര്യത്തെക്കുറിച്ചു ചിന്തിച്ചപ്പോൾ, കുഞ്ഞുമോന്റെ വേർപാടു നൽകിയ ദുഃഖത്തിൽ ഞങ്ങളെ എങ്ങനെ അഭിമുഖീകരിക്കും എന്ന് സംശയിച്ച് പലരും ഇങ്ങോട്ടുള്ള വരവ് ഒഴിവാക്കിയിട്ടുണ്ട് എന്ന് എനിക്കു മനസ്സിലായി. ദുഃഖം പങ്കിടുക അത്ര എളുപ്പമല്ലല്ലോ എന്നു ഞാനും മക്കളും സമാധാനിച്ചു.

കഴിഞ്ഞ ഇരുപത്തിനാലു വർഷങ്ങൾക്കിടയിൽ ലാൽ പലപ്പോഴായി പപ്പേട്ടനെപ്പറ്റി ബ്ലോഗിൽ എഴുതിയതിനെക്കുറിച്ചൊക്കെ ഞാനറിയുന്നുണ്ട്. സന്തോഷം.

പാവം ശാന്തച്ചേച്ചി. ഈ വീട്ടിൽ വന്നിട്ട് ഇവിടെയുള്ളവരെയെല്ലാം ചിരിപ്പിക്കാതെ അവരൊരിക്കലും പോയിട്ടില്ല. അവരുടെ വിടർന്നു സുന്ദരമായ മുഖവും ചിരിയും കാണുന്നവരിലും സന്തോഷവും ഊർജവും ഉണ്ടാക്കിയിരുന്നു. അവർ പൂർണആരോഗ്യത്തോടെ ഇരുന്നിരുന്നെങ്കിൽ, എനിക്കുറപ്പാണ്, എന്നെയും മക്കളെയും തമാശകൾ പറഞ്ഞു ചിരിപ്പിക്കാനും സാന്ത്വനപ്പെടുത്താനുമായി ഇപ്പോഴും ഇങ്ങെത്തിയിരുന്നേനെ.

ഞാൻ പറഞ്ഞല്ലോ ഇന്നിപ്പോൾ എന്റെ മനസ്സു മുഴുവൻ ശാന്തച്ചേച്ചി നിറഞ്ഞുനില്ക്കുകയാണ്. പൊട്ടിച്ചിരിക്കുന്ന ശാന്തച്ചേച്ചിയെ ഇപ്പോഴെ നിക്ക് നേരിൽ കാണാം, തൊടാം.

■

www.ingramcontent.com/pod-product-compliance
Lightning Source LLC
LaVergne TN
LVHW041849070526
838199LV00045BB/1515
9789387331242